'The Sage With Two Horns' या इंग्रजी पुस्तकाचा अनुवाद

दोन शिंगे असलेला ऋषी

पुराणांतील अपरिचित कथा

सुधा मूर्ती

अनुवाद

लीना सोहोनी

मेहता पब्लिशिंग हाऊस

'THE SAGE WITH TWO HORNS by SUDHA MURTY

First Published in Puffin Books by Penguin Random House India 2021
Translated into Marathi Language by Leena Sohoni

दोन शिंगे असलेला ऋषी / अनुवादित कथासंग्रह

अनुवाद : लीना सोहोनी

author@mehtapublishinghouse.com

मराठी अनुवादाचे व प्रकाशनाचे हक्क : मेहता पब्लिशिंग हाऊस प्रा.लि., पुणे.

संस्थापक : सुनील अनिल मेहता

प्रकाशक : मेहता पब्लिशिंग हाऊस प्रा. लि.,
१९४१, सदाशिव पेठ, माडीवाले कॉलनी, पुणे – ४११०३०.

मुद्रक : श्री मुद्रा

मुखपृष्ठ व
आतील चित्रे : पेंग्विन रॅण्डम हाऊस इंडिया यांच्या सौजन्याने

प्रकाशनकाल : मार्च, २०२२ / सप्टेंबर, २०२२ / पुनर्मुद्रण : सप्टेंबर, २०२३

किंमत : ₹ २२०

P Book ISBN 9789394258082
E Book ISBN 9789394258129
E Books available on : amazonkindle Apple Books Google Play Books

साहित्य, संगीत व जीवनभराचे ज्ञानार्जन यांच्या
आनंदयात्रेतील माझी सहप्रवासिनी
आणि तरुण मैत्रीण
श्रुतकीर्ती खुराना हिला
प्रेमपूर्वक

प्रस्तावना

पाच पुस्तकांची ही मालिका लिहिण्याआधी मी भारतातील विविध राज्यांमध्ये आणि विविध भाषांमध्ये उपलब्ध असलेल्या रामायण, महाभारत आणि भागवत या ग्रंथांचा सखोल अभ्यास केला. वरकरणी त्या सर्वांमध्ये बराच फरक असला तरी त्या सर्वांमधला धागा मात्र समान आहे. पुराणांतील सर्व कथांमध्ये या व्यक्तिरेखा येतात, त्यांपैकी मध्यवर्ती व्यक्तिरेखा वगळता ज्या उपव्यक्तिरेखा येतात, त्यांच्या स्वतःच्या आयुष्यात घडलेल्या काही कथांचाही समावेश या पुस्तकांमध्ये आहे. त्या कथांमधून त्या व्यक्तिरेखांचा जीवनविषयक दृष्टिकोन आपल्याला कळतो. माझ्या सततच्या भ्रमंतीमध्ये या कथांमध्ये येणाऱ्या अनेक ठिकाणांना प्रत्यक्ष भेट देण्याचं भाग्य मला स्वतःला लाभलं; त्यामुळे तिथल्या स्थानिक कथा मी तुम्हा वाचकांना जशाच्या तशा सांगू शकले.

या पाच पुस्तकांच्या मालिकेतलं हे शेवटचं पुस्तक आहे. या सर्वच पुस्तकांमध्ये रामायण, महाभारत आणि पुराणं यांमधील विविध प्रकारच्या कथांचा समावेश आहे. यातील प्रत्येक पुस्तक जरी स्वतंत्र असलं, तरी या पाचही पुस्तकांचा एकत्रित विचार केल्यावरही ही मालिका परिपूर्ण आहे असं म्हणता येणार नाही; कारण अशा आणखी कितीतरी कथा आहेत, ज्यांचा समावेश मला या पाच पुस्तकांमध्ये करता आला नाही; परंतु ही पुस्तकं वाचल्यानंतर तुमच्यातल्या काहींना या बाबतीत आणखी संशोधन करण्याची किंवा राहिलेल्या कथा शोधून त्या वाचण्याची प्रेरणा मिळेल, अशी मी आशा करते.

ही सर्व पुस्तकं लिहीत असताना मला माझी लाडकी संपादक श्रुतकीर्ती खुराना हिची सुरेख साथ मिळाली. आमच्या या एकत्रित प्रवासात आम्ही दोघींनी एकीकडे आमचा स्वतःचाही शोध घेतला. या पुस्तकांची मालिका लिहिण्यासाठी जेव्हा माझं संशोधनाचं काम चालू होतं, तेव्हा आम्हा दोघींमध्ये अनेक वेळा जीवनाविषयी,

तत्त्वज्ञानाविषयी आणि पुस्तकांविषयी सखोल चर्चा घडून आली. खरं तर आम्हा दोघींमधलं हे नातं लेखक आणि संपादक असं अजिबात नाही. श्रुतकीर्ती ही अनेक बाबतींत मला माझ्या मुलीसारखी वाटते आणि कित्येक वेळा ती मला माझी विद्यार्थिनी वाटते. गेल्या काही वर्षांपासून मी करत असलेल्या सामाजिक कार्यांमध्ये ती जणू माझा उजवा हातच बनलेली आहे. साहित्याच्या आणि संगीताच्या आनंदयात्रेत माझ्या साथीला ही माझी तरुण सहप्रवासिनी नेहमीच असते.

या पाच पुस्तकांच्या मालिकेच्या प्रकाशनाच्या कामी पेंग्विन रॅण्डम हाउसमधल्या माझ्या टीमने - म्हणजेच सोहिनी मित्रा, शालिनी अगरवाल आणि प्रियांकर गुप्ता इत्यादींनी मला जे मोलाचं सहकार्य केलं, त्याबद्दल मी त्यांची ऋणी आहे.

अनुक्रमणिका

गुरवे नमः

ऋषी झालेले राजे

राजा पृथ्वीपती

आश्चर्यकारक गोष्टींनी भरलेली पोतडी

खजिना पेटीतील गोष्टी

Please contact us at **Mehta Publishing House Pvt. Ltd.**
✆ +91 020-24476924 / 24460313 / Mob. No. 9545000513
Email : production@mehtapublishinghouse.com
Website : www.mehtapublishinghouse.com

गुरवे नमः

ਸਮੇਂ ਚਿਤ੍ਰ

जन्म आणि मृत्यूचे गूढ

एक दिवस वाजश्रवा नावाच्या ऋषींनी देव-देवतांकडून वरदान प्राप्त करून घेण्याच्या इच्छेने एक यज्ञ करण्याचं ठरवलं. त्या काळच्या प्रथेप्रमाणे या यज्ञाच्या वेळी गोदानसुद्धा करावं लागे.

पूर्वीच्या काळी एखाद्या व्यक्तीकडे किती गोधन आहे यावर त्या व्यक्तीची समाजातली पत ठरत असे. लोक गाईंना पवित्र मानत असत आणि विद्वान ऋषि-मुनींना त्यांच्या कार्याचा मोबदला म्हणून धनिकांकडून, राजे-महाराजांकडून गाई दान देण्यात येत असत; पण अशा तऱ्हेने ज्या गाई दान म्हणून द्यायच्या असतील, त्या चांगल्या जातिवंत, निरोगी, धष्टपुष्ट, उत्तम पैदाशीच्या आणि रोज मुबलक प्रमाणात दूध देणाऱ्या असाव्यात, अशी अपेक्षा असे. अशा प्रकारे देण्यात आलेलं गोदान हे उच्च प्रतीचं आणि पवित्र मानण्यात येत असे. अगदी आजसुद्धा देशभरात सगळीकडे गोदान (गाईंचं दान देण्याची प्रथा) हे उत्कृष्ट, उच्च प्रतीचं आणि शुभ असं दान मानलं जातं. जर घरातील एखाद्या व्यक्तीचा मृत्यू झाला असेल, तर अशा वेळी गोदान करण्याची पद्धत आहे. गोदानाच्या प्रसंगी त्या गाईकडे एक स्त्री म्हणून पाहिलं जातं. तिला सजवलं जातं, त्याचबरोबर दानकर्ता तिच्यासोबत वस्त्रप्रावरणं, आभूषणं इत्यादींचंसुद्धा दान करतो.

वाजश्रवा ऋषींना एक तरुण मुलगा होता. त्याचं नाव नचिकेत. एक दिवस या मुलाच्या एक गोष्ट लक्षात आली, ती म्हणजे त्याचे वडील ज्या गाईंचं दान करत होते, त्या गाई अगदी जराजर्जर होत्या, अशक्त आणि दुबळ्या होत्या. त्या प्रजननक्षमसुद्धा नव्हत्या. ते पाहून तो म्हणाला, "तात, या अशा गाई दान म्हणून देणं मुळीच योग्य नाही. या अशा गाई तुम्ही दान देत आहात म्हणजे एक प्रकारे तुम्ही पातकच करत आहात. तुमचं हे वर्तन आपल्या धर्माच्या विरुद्ध आहे." त्याचं ते बोलणं ऐकून वाजश्रवा ऋषी अत्यंत संतप्त झाले; पण तरीही नचिकेत गंभीरपणे

पुढे म्हणाला, ‘‘हे पाहा, मी तुमचा पुत्र आहे, म्हणजे एक प्रकारे तुम्ही माझे मालकच आहात. आपण जेव्हा दान देत असतो, तेव्हा आपल्या जवळच्या सर्वोत्तम वस्तूचं दान देणं योग्य असतं. मग तुम्ही दान म्हणून मलाच का नाही देऊन टाकत? तुम्ही कुठल्या तरी देवतेला मला म्हणजे तुमच्या या पुत्रालाच अर्पण करा.’’

ते ऐकून वाजश्रवा ऋषी अत्यंत संतप्त झाले आणि त्यांच्या तोंडून नकळत शब्द बाहेर पडले, ‘‘ठीक आहे! तर मग मी दान म्हणून आता तुला साक्षात मृत्युदेवतेच्या हवाली करत आहे.’’

‘‘काही हरकत नाही.’’ नचिकेत अजिबात न घाबरता म्हणाला आणि तो ताबडतोब घर सोडून निघून गेला. मग त्याने यमदेवतेच्या निवासस्थानाच्या दिशेने कूच केलं. काही दिवसांतच तो तिथे जाऊन पोहोचला. नेमके त्या वेळी यमराज घरी नव्हते. ते काही कामानिमित्त बाहेर गेले होते.

नचिकेत त्यांच्या निवासाच्या प्रवेशद्वारासमोर तीन दिवस, तीन रात्री त्यांची प्रतीक्षा करत थांबला.

अखेर यमराज जेव्हा परत आले, तेव्हा त्यांना आपल्या घरासमोर अगदी किरकोळ अंगयष्टीचा एक लहान मुलगा आपलीच वाट बघत बसलेला दिसला. ते दिलगिरी व्यक्त करत म्हणाले, ‘‘अरे बाळा, तू असा माझ्या घरासमोर तीन दिवस तीन रात्री तिष्ठत थांबलेला आहेस. माझ्याकडून तुझा नीट आदर-सत्कारसुद्धा झाला नाही, त्याबद्दल मला खरोखर वाईट वाटतं. हे बघ, तू माझा अतिथी आहेस, तेव्हा तुझ्या इच्छेनुसार तू माझ्याकडे कोणतेही तीन वर माग.’’

त्याप्रमाणे पहिला वर मागत नचिकेत म्हणाला, ‘‘तुम्ही कृपया माझ्यात आणि माझ्या वडिलांमध्ये सलोख्याचे संबंध निर्माण करा.’’

यमदेवतेने त्याला ताबडतोब होकार दिला.

त्यानंतर नचिकेत आपल्या प्रिय पित्याची आठवण काढून म्हणाला, ‘‘यज्ञाच्या वेळी अशक्त, जराजर्जर अशा गाईंचं दान देणं, यासोबतच इतरही अनेक पातकं आजवर माझ्या वडिलांच्या हातून घडलेली आहेत; त्याबद्दल त्यांना तुम्ही क्षमा करा.’’

यमराजांनी त्याही गोष्टीला होकार दिला.

त्यानंतर तिसरा वर मागताना नचिकेत म्हणाला, ‘‘यमराज, या जन्म आणि मृत्यूच्या मागे नेमकं काय गूढ आहे, याची कृपया मला तुम्ही उकल करून सांगाल का?’’

नचिकेताने विचारलेला हा तिसरा प्रश्न ऐकून मात्र यमराजसुद्धा स्तंभित झाले. ते म्हणाले, ‘‘अरे बाळा, हे जन्म-मृत्यूचं गूढ तर अजून मोठमोठ्या विद्वानांना,

अगदी देव-देवतांना आणि ऋषि-मुनींनासुद्धा उलगडलेलं नाही. लोक या प्रश्नाचं उत्तर मिळवण्यासाठी वर्षानुवर्षं घोर तपश्चर्या करतात. तुझा हा प्रश्न फारच कठीण आहे. तू वयाने इतका लहान आहेस आणि तुझ्यासमोर तुझं अवघं आयुष्य पडलेलं आहे. मग तू माझ्याकडे दुसरं एखादं वरदान का बरं मागत नाहीस? या जगातलं जे काही सुख तुला हवं असेल, ते तू माझ्याकडे माग आणि त्याची प्राप्ती तुला नक्की होईल. तुझी अशा प्रकारची कुठलीही इच्छा मी लगेच पूर्ण करीन.''

पण नचिकेत मात्र काहीच ऐकून घेण्यास तयार नव्हता. तो म्हणाला, ''देवा, आजवर मी माझ्याभोवती मृत्यूचं अक्षरशः तांडव पाहिलेलं आहे. ऐहिक सुख अत्यंत क्षणभंगुर असतं आणि अशा सुखाचा मला काहीच मोह नाही. त्यापेक्षा तुम्हाला जर शक्य असेल तर तुम्ही माझ्या प्रश्नाचं उत्तर द्या.''

हा वयाने इतका लहान असलेला मुलगा सत्याच्या शोधात निघालेला आहे आणि त्याने सर्व सुखांचा त्याग केलेला आहे, हे पाहून यमराज हर्षभरित झाले. त्यांनी नचिकेताला आत्मसाक्षात्काराचं आणि धर्माच्या सौंदर्याचं ज्ञान देण्याचं ठरवलं. त्याच बरोबर त्यांनी नचिकेताची जीवन-मृत्यूच्या चक्रातूनही मुक्तता केली.

जगभरात सर्वत्र देश-विदेशांत राहणाऱ्या मानवजातीच्या अनेक पिढ्या गेल्या कित्येक वर्षांपासून या सखोल आणि तात्त्विक प्रश्नाविषयी विचार करत आलेल्या आहेत. जन्म म्हणजे काय? मृत्यू म्हणजे काय? उत्तम प्रकारे जीवन जगण्याचा मार्ग कोणता? जन्म-मृत्यू आणि त्याच्याही पलीकडील अस्तित्वाचा शोध आणि आत्मा म्हणजे काय, याचं स्पष्टीकरण हे चिंतनाच्या स्वरूपात आपल्यापर्यंत येऊन पोहोचलेलं आहे. अर्थात हे दिव्य ज्ञान या कठोपनिषदाच्या स्वरूपात उपलब्ध आहे.

❖

पावसाळी दिवस

धौम्य ऋषी हे अतिशय विद्वान गुरू होते. त्यांना अनेक शिष्य होते.

पूर्वीच्या काळी शिष्य आपल्या गुरूंसमवेत गुरुगृही, म्हणजेच गुरुकुलात राहत असत आणि तिथेच त्यांच्याकडून सर्व शिक्षण प्राप्त करत असत. हे शिष्य गुरूंना व गुरुपत्नींना सर्व दैनंदिन कामांमध्ये मदत करत असत. गुरुपत्नींचा उल्लेख सर्व शिष्य गुरुमाता असाच करत असत. ही गुरुमाता सर्व शिष्यांचा आपल्या मुलांप्रमाणे सांभाळ करत असे. हे शिष्य बाहेरच्या जगात कोणाचेही, अगदी धनिकांचे किंवा राजे-रजवाड्यांचे पुत्र असले तरीसुद्धा आश्रमामध्ये मात्र त्या सर्वांना अगदी समान वागणूक देण्यात येत असे. म्हणूनच आजही गुरूंना आपल्या आयुष्यात अत्यंत महत्त्वाचं स्थान असतं. पहिली माता, त्यानंतर पिता आणि त्यानंतर गुरू, म्हणजेच – 'आचार्य देवो भव'.

एक दिवस धौम्य ऋषींनी आपला शिष्य आरुणी याला बोलावून घेतलं आणि त्याला आज्ञा केली, "आत्ताच्या आत्ता रानात जा आणि जळणासाठी काही लाकडं गोळा करून घेऊन ये आणि हो, तू लवकर परत ये बरं का, कारण आता पावसाची चिन्हं दिसत आहेत."

आरुणी धावतच रानात गेला आणि सरपणासाठी लाकूडफाटा गोळा करू लागला. पुरेसा लाकूडफाटा गोळा झाल्यावर तो आश्रमाकडे परत यायला निघाला. त्यांच्या आश्रमाच्या जवळच आश्रमाच्या मालकीचं एक भाताचं शेत होतं. त्या शेतातून मार्ग काढत तो पुढे निघाला. इतक्यात पाऊस पडण्यास सुरुवात झाली. आरुणीने मनात विचार केला, 'हा पाऊस जर असाच कोसळत राहिला, तर थोड्याच वेळात शेताभोवती घातलेला बंधारा पाण्याच्या जोरदार प्रवाहाने वाहून जाईल आणि सगळं पाणी शेतात शिरेल. मग पिकाचं नुकसान होईल.'

त्याच क्षणी हातातील लाकूडफाटा तिथेच टाकून तो शेतात शिरला. त्याने

पाहिलं तर शेताच्या बंधाऱ्याला एके ठिकाणी भलंमोठं भगदाड पडलेलं होतं. मग त्याने दगड, माती, चिखल, लाकूड, कामट्या यांपैकी जे काही मिळेल त्याचा वापर करून तिथून शेतात शिरणारं पाणी अडवण्यास सुरुवात केली; पण त्याचा काहीच उपयोग झाला नाही. पावसामुळे त्या भगदाडातून शेतात पाणी घुसण्यास सुरुवात झाली. हे जर असंच सुरू राहिलं असतं तर थोड्याच वेळात शेत पाण्याने भरलं असतं आणि सर्व पिकं पाण्याखाली गेली असती.

आरुणीने मनात विचार केला, 'आता या बंधाऱ्याला जिथे भगदाड पडलेलं आहे, त्या ठिकाणी मी स्वतः झोपून माझ्या शरीराने हे पाणी अडवण्याचा प्रयत्न केला पाहिजे.'

असे अनेक तास गेले. अखेर संध्याकाळ झाली. आश्रमातील सर्व विद्यार्थी संध्याकाळच्या प्रार्थनेसाठी आणि भोजनासाठी एकत्र गोळा झाले. धौम्य ऋषींनी आरुणीची चौकशी करण्यास सुरुवात केली. आपण आरुणीवर जे काम सोपवलं होतं ते संपवून तो अजून परत आलेला नाही हे त्यांच्या लक्षात आलं. मग त्यांना त्याची काळजी वाटू लागली आणि ते त्याच्या शोधात निघाले. आरुणीवर त्यांचं पुत्रवत प्रेम होतं. 'आरुणीच्या आई-वडिलांनी त्यांच्या पुत्राला मोठ्या विश्वासाने आपल्या स्वाधीन केलेलं आहे, तेव्हा काही झालं तरी आपण त्यांच्या या विश्वासाला तडा जाऊ देता कामा नये', असं त्यांच्या मनात आलं. बाहेर अजूनही मुसळधार पाऊस कोसळत होता; पण त्याची जरासुद्धा पर्वा न करता हातात एक दीप घेऊन धौम्य ऋषी आरुणीच्या शोधात आश्रमाच्या बाहेर पडले. त्यांचे काही शिष्य त्यांच्याबरोबर येण्यास निघाले; पण त्या सर्वांना ऋषी म्हणाले, "तुम्ही सर्वजण इथे आश्रमातच सुरक्षित आहात, तेव्हा तुम्ही इथेच थांबा; मी एकटाच आरुणीचा शोध घेण्यासाठी जातो."

धौम्य ऋषी त्या पावसात काळजीपूर्वक एकेक पाऊल उचलून चालत निघाले. एकीकडे ते आरुणीला मोठ्याने हाका मारत होते, "आरुणी, आरुणी!"

पण त्यांच्या हाकेला कोणीच प्रत्युत्तर देत नव्हतं.

असा बराच वेळ गेला. धौम्य ऋषींनी आरुणीचा शोध घेणं चालूच ठेवलं होतं. थोड्या वेळाने ते शेतात शिरले. सगळं शेत पाण्याने भरलं होतं. फक्त एकच जागा मात्र कोरडी होती. आरुणीला हाका मारत ते तिथे जाऊन पोहोचले. अचानक त्यांना अत्यंत क्षीण आवाज ऐकू आला, "गुरुजी, मी इथे आहे." तो आवाज त्यांच्या ओळखीचा होता. धौम्य ऋषी उद्गारले, "आरुणी, तू कुठे आहेस? मला तर तू दिसत नाहीस."

"गुरुजी, हा काय मी इथेच आहे, तुमच्या पायाशी." आरुणी म्हणाला.

धौम्य ऋषींनी खाली वाकून पाहिलं, तर आरुणी खाली चिखलात झोपला

होता. त्याने आपल्या शरीराची भक्कम भिंत करून शेतात शिरणारं पाणी अडवलं होतं. धौम्य ऋषी त्याच्यापाशी बसले. त्यांनी त्याला हात देऊन वर उठवण्याचा प्रयत्न केला. आरुणी मात्र रेसभरही हलण्यास तयार नव्हता. तो सारखा हेच म्हणत होता, ''गुरुजी, मला इथे असंच राहू दे. मी जर आता उठून उभा राहिलो तर शेतात पाणी शिरेल आणि सगळ्या पिकांची नासाडी होईल. मग तुम्ही सगळे काय खाल?''

तेव्हा मात्र आणखी काहीही न बोलता धौम्य ऋषींनी त्याचा हात जोरात वर खेचून त्याला उठून उभं केलं.

त्यानंतर ऋषी त्याला आधार देऊन चालवत आश्रमात घेऊन आले. त्यांनी त्याला अंगात घालायला गरम कपडे दिले, जेवायला गरम अन्न दिलं. आश्रमात राहणाऱ्या इतर सर्वांबद्दल त्याला वाटणारी काळजी आणि कळकळ पाहून ऋषींच्या हृदयाला पाझर फुटला.

ते म्हणाले, ''अरे बाळा, तू इतरांचा किती विचार करतोस. तुला त्यांची किती काळजी आहे! तू स्वतःच्या जिवाचा जरासुद्धा विचार केला नाहीस. तू तर एक आदर्श शिष्य आहेस; त्यामुळे आजपासून सर्वजण तुला उद्दालक या नावाने ओळखतील. उद्दालक म्हणजे जो स्वतःची पातळी उंच करतो, तो!''

आज या उद्दालक मुनींना आपण फार मोठे विद्वान म्हणून ओळखतो. अष्टावक्र गीता ज्यांनी लिहिली, त्या अष्टावक्र ऋषींचे ते पितामह.

यापुढच्या कथेमध्ये आपण या अष्टावक्र ऋषींविषयी जास्त माहिती जाणून घेऊ.

❖

आठ प्रकारची व्यंगे असलेला मुलगा

उद्दालक नावाचे एक अत्यंत विद्वान ऋषी होते. त्यांना सुजाता नावाची एक मुलगी होती. तिला तत्त्वज्ञानामध्ये रस होता.

सुजाता उपवर झाली, तेव्हा उद्दालक ऋषींचा एक शिष्य कहोड याच्याशी तिचा विवाह झाला. काही काळानंतर सुजाता गर्भवती राहिली. सुजाता ही एक अत्यंत परंपराप्रिय मुलगी होती. एखाद्या गर्भवती स्त्रीने चांगल्या गोष्टी ऐकाव्या, सकारात्मक विचार करावा म्हणजे त्या स्त्रीच्या पोटातील गर्भ आजूबाजूच्या वातावरणातील उत्तम गोष्टी ग्रहण करतो, या गोष्टीवर तिचा विश्वास होता; त्यामुळे ती रोज आपल्या पतीच्या वर्गामध्ये जाऊन त्याच्या इतर शिष्यांसमवेत बसत असे.

एक दिवस आपल्या शिष्यांच्या समोर वेदमंत्रांचं पठण करत असताना कहोड ऋषींकडून उच्चारात काहीतरी चूक झाली. सुजाताच्या पोटातील गर्भ ते लक्षपूर्वक ऐकत होता. ती चूक त्याच्या लक्षात आली. तो म्हणाला, ''तात, तुमच्याकडून मंत्राच्या उच्चारामध्ये एक चूक झालेली आहे!''

कहोड मुनींनी त्याच्याकडे दुर्लक्ष करून वेदमंत्राचं पठण तसेच पुढे चालू ठेवलं. अशा प्रकारे मंत्रपठण करत असताना त्यांच्याकडून आणखीही बऱ्याच चुका झाल्या. त्यांनी एकंदर आठ चुका केल्या. सुजाताच्या पोटातील गर्भाच्या ते लक्षात आलं; त्यामुळे त्याला हसू फुटलं. तो म्हणाला, ''तात! तुम्ही इतके विद्वान असूनही तुम्ही मंत्रोच्चारामध्ये किती चुका करत आहात! मी आत्तापर्यंत तुमच्या आठ चुका मोजल्या आहेत!''

साहजिकच हे ऐकून कहोड मुनी अत्यंत संतप्त झाले. क्रोधाच्या भरात त्यांनी आपल्या पत्नीच्या पोटामध्ये वाढत असलेल्या गर्भालाच शाप दिला. ते म्हणाले, ''ठीक आहे. असं असेल, तर मग तूसुद्धा आठ प्रकारची व्यंगं घेऊन जन्माला येशील.''

एवढं बोलून ऋषी आश्रम सोडून, रागारागाने तेथून निघून गेले आणि ते कधीच परत आले नाहीत.

काही महिन्यांनंतर त्यांची शापवाणी खरी ठरली. त्यांच्या पुत्राचा जेव्हा जन्म झाला, तेव्हा त्याच्या शरीरावर आठ जागी व्यंगं होती. दोन त्याच्या पावलांवर, दोन त्याच्या हातांवर, दोन त्याच्या पायांवर, एक त्याच्या छातीवर आणि एक त्याच्या मस्तकावर. साहजिकपणे सर्वजण त्याला अष्टावक्र याच नावाने ओळखू लागले.

तिकडे त्याचे वडील कहोड खूप दूरच्या देशात जनक राजाच्या दरबारात शास्त्रार्थासंबंधीच्या एका तात्त्विक वादविवादामध्ये सहभागी होण्यासाठी विदेह नगरीत गेले होते. जनक राजाच्या दरबारातील प्रकांड पंडित वादिन हा या स्पर्धेत कहोड ऋषींचा प्रतिस्पर्धी असणार होता. या पंडिताचा आजवर कोणीच पराभव करू शकलं नव्हतं. त्या वादविवादाची अट फारच विचित्र होती, ती म्हणजे या वादविवादात जर वादिन पंडिताच्या समोर एखाद्याला हार पत्करावी लागली, तर त्याला उर्वरित आयुष्य पाण्याखाली उभं राहून अत्यंत खडतर परिस्थितीत काढावं लागणार होतं; परंतु जर कोणी या वादिन पंडिताचा पराभव केला, तर त्याला एक वरदान देण्यात येणार होतं.

कहोड ऋषी हे अत्यंत दुरभिमानी होते आणि या वादविवादात आपलाच विजय होणार या गोष्टीची त्यांना इतकी खात्री होती की, त्यांनी ही अट आनंदाने मान्य केली. ते त्या वादविवादात सहभागी झाले खरे, परंतु दुर्दैवाने या चर्चेमध्ये त्यांचा पराभव झाला; त्यामुळे त्यांना पाण्यात बुडवण्यात आलं आणि उर्वरित आयुष्य पाण्याखाली कंठण्याची शिक्षाही ठोठावण्यात आली.

कहोड ऋषींची पत्नी सुजाता हिने आपल्या मुलाला म्हणजेच अष्टावक्राला आपल्या वडिलांच्या म्हणजेच उद्दालक मुनींच्या मदतीने वाढवून लहानाचं मोठं केलं होतं; त्यामुळे कित्येक वर्षं अष्टावक्राला उद्दालक मुनी हेच आपले पिता आहेत, असं वाटत असे; पण अष्टावक्र जेव्हा बारा वर्षांचा झाला, तेव्हा उद्दालक ऋषींनी त्याला सत्य काय आहे ते समजावून सांगितलं. उद्दालक ऋषी हे आपले आजोबा आहेत हे समजल्यावर अष्टावक्राने आपल्या आईवर प्रश्नांचा भडिमार केला.

अखेर आपल्या मातेकडून त्याला आपल्या वडिलांविषयीचं संपूर्ण सत्य समजलं. त्याचप्रमाणे आपल्याला जन्मतःच इतकी व्यंगं का आहेत, हेही त्याला कळून चुकलं; पण अष्टावक्राचं हृदय अतिशय विशाल होतं. आपले पिता, म्हणजेच कहोड ऋषी कशा प्रकारचं दुर्धर जीवन कंठत आहेत हे जेव्हा त्याला समजलं, तेव्हा कसंही करून आपण त्यांची सुटका करायची असं त्याने ठरवलं. कहोड ऋषींवर जी काही परिस्थिती ओढवली होती, त्याला खरंतर ते स्वतःच जबाबदार होते; पण तरीही अष्टावक्राला त्यांचा राग आला नाही. दुसऱ्याच दिवशी अष्टावक्राने विदेह

नगरीकडे प्रयाण केलं.

अष्टावक्र जनकाच्या दरबाराच्या बाहेर जाऊन पोहोचला, तेव्हा द्वारपालाने त्याला आत सोडण्यास नकार दिला, कारण हा विकलांग मुलगा आपल्या महाराजांशी व्यवस्थित बोलू तरी शकेल की नाही, अशी द्वारपालाला शंका आली.

द्वारपालाने आपल्याला कसंही करून थोड्या वेळासाठी तरी आत सोडावं, म्हणून अष्टावक्राने त्याची मनधरणी केली, ''तुम्ही मला आत सोडा. तुमचे महाराज फार मोठे तत्त्ववेत्ते आहेत, अशी त्यांची कीर्ती ऐकून मी इथे आलो आहे. मला काहीही करून त्यांना भेटायचं आहे. माझ्यासारख्याला केवळ तेच समजून घेऊ शकतात. मला केवळ एकदा तरी त्यांची भेट घेऊ द्या आणि तेवढ्यासाठी तुम्ही मला आत सोडा.''

अष्टावक्राच्या त्या मृदू, आर्जवी बोलण्यामुळे द्वारपालाचं हृदय द्रवलं आणि त्याने अष्टावक्राला दरबारात सोडलं. कोणताही खराखुरा तत्त्वज्ञानी माणूस हा दुसऱ्याच्या बाह्यरूपाला कधीही महत्त्व देत नाही; कारण त्या व्यक्तीच्या आत्मिक ज्ञानाचं सामर्थ्य हेच सर्वांत महत्त्वाचं असतं.

त्यामुळे अष्टावक्र जेव्हा जनक राजाला जाऊन भेटला, तेव्हा त्या मुलाच्या ज्ञानापुढे खुद्द जनक राजा नतमस्तक झाला. जनक राजाची भेट घेतल्यानंतर अष्टावक्राने त्याच्या दरबारातील प्रकांड पंडित वादिन याच्याशी शास्त्रार्थचर्चेत भाग घेण्याचं ठरवलं. वादिन पंडिताचं ज्ञान अष्टावक्रापुढे तोकडं पडलं आणि त्या शास्त्रार्थाच्या चर्चेत अष्टावक्राने अत्यंत लीलया वादिन पंडिताचा पराभव केला. मग अष्टावक्राला त्याची इच्छा विचारण्यात आली. त्यावर तो म्हणाला, ''आजपर्यंत ज्या कुणाला तुम्ही चर्चेत हरवलेलं आहे, त्या सर्वांची तुम्ही ताबडतोब त्या शिक्षेतून मुक्तता करा आणि त्याच बरोबर माझ्या पित्याचीसुद्धा मुक्तता करा.''

वादिन पंडिताने दिलेला शब्द पाळला आणि पाण्याखाली शिक्षा भोगत असलेल्या सर्वच ऋषिमुनींची मुक्तता केली. ते सर्व ऋषि-मुनी पाण्यातून बाहेर आले आणि त्यांनी अष्टावक्राला भरभरून आशीर्वाद दिले. कहोड ऋषी मात्र नुसते एका बाजूला मान खाली घालून उभे राहिले होते. त्यांना आपल्या वागण्याचा फारच पश्चात्ताप होत होता.

त्यानंतर वादिन पंडिताने आपलं खरं रूप सर्वांना उघड करून दाखवलं. तो म्हणाला, ''मी जलदेवता वरुणराजाचा मुलगा आहे. माझ्या वडिलांनी मला एक यज्ञ करण्याची आज्ञा दिली होती; पण तो यज्ञ करण्यासाठी येणाऱ्या ऋषि-मुनींना अनेक दिवस पाण्याखाली राहावं लागणार होतं आणि ही गोष्ट त्या ऋषि-मुनींना पटवून देणं फारच कठीण होतं. अशा रितीने पाण्याखाली राहण्यास कुणीच तयार होईना; म्हणून मी त्या सर्वांना अशा प्रकारे माझ्याशी चर्चा करण्यास बोलावून घेतलं आणि

माझ्यासोबत चर्चा करत असताना ज्यांचा पराभव होईल त्यांना पाण्याखाली पाठवून देण्याची शिक्षासुद्धा मी त्यासाठीच ठेवली. अशा प्रकारे या चर्चेत पराभूत झालेल्या अनेक ऋषि-मुनींना तो यज्ञ करण्यासाठी मी माझ्या वडिलांकडे पाण्याखाली पाठवून दिलं.''

त्यानंतर काही दिवसांतच अष्टावक्र आपल्या पित्याला घेऊन आश्रमात परत आला. मग कहोड ऋषींनी त्याला जवळच्याच एका नदीमध्ये डुबकी मारून येण्यास सांगितले. अष्टावक्राने तसे करताच त्याच्या शरीरातील सर्व व्यंगं नाहीशी झाली. अष्टावक्र हा एक आत्मसाक्षात्कारी पुरुष होता. जनक राजा नेहमीच त्याला आपल्या दरबारात चर्चेसाठी तसंच त्याच्याकडून ज्ञान प्राप्त करून घेण्यासाठी बोलावून घेत असे. जनक राजा आणि अष्टावक्र या दोघांमध्ये वेळोवेळी झालेली ही चर्चा 'अष्टावक्र गीता' म्हणून प्रसिद्ध आहे. हा ग्रंथ आत्मसाक्षात्काराचा ग्रंथ म्हणून ओळखला जातो.

❖

गुरूंची आज्ञा

धौम्य ऋषी नावाचे एक फार मोठे महर्षी होऊन गेले. त्यांना अनेक शिष्य होते. त्यांच्याच एका शिष्याचं नाव होतं उपमन्यू. या उपमन्यूची आपल्या गुरुजींवर निस्सीम भक्ती होती. तो इतर शिष्यांसमवेत आपल्या गुरुगृही राहत असे.

एक दिवस धौम्य ऋषींनी उपमन्यूची आपल्यावर खरोखर किती श्रद्धा आहे, याविषयी त्याची परीक्षा घेण्याचं ठरवलं. म्हणून त्याला जवळ बोलावून ते म्हणाले, ''बाळा, तू रोज काय खातोस?''

''मला जे काही देण्यात येतं, ते मी खातो.'' उपमन्यू म्हणाला.

''मग आजपासून तू असं कर, तुला जे काही खायला देण्यात येईल, ते तू मला आणून दे.'' गुरुजी म्हणाले. याचा अर्थ असा होता की, उपमन्यूला काहीही खायला मिळणार नव्हतं.

उपमन्यूने मान हलवून होकार दिला. त्याने आपल्या गुरूंची आज्ञा अत्यंत आनंदाने पाळायचं ठरवलं.

त्यानंतर पुढचे कित्येक दिवस उपमन्यू आपल्या वाट्याचं सर्व अन्न आपल्या गुरुजींना नेऊन देत असे; तरीसुद्धा त्याची तब्येत अगदीच निरोगी आणि ठणठणीत राहिली होती. तो आनंदी दिसे. ते पाहून धौम्य ऋषींना आश्चर्याचा धक्का बसला. ते त्याला जवळ बोलावून म्हणाले, ''बाळा, गेले काही दिवस तू काय बरं खात आहेस?''

त्यावर उपमन्यू त्यांना म्हणाला, ''गुरुजी, माझ्या वाट्याचं सर्वच अन्न मी तुम्हाला देतो; पण त्याचबरोबर मी आजूबाजूच्या चार घरी माधुकरी मागून माझं स्वतःचं पोट भरतो.''

त्यावर गुरुजी म्हणाले, ''नाही. उपमन्यू, तू असं करता कामा नयेस. तू जर असं केलंस, तर इतर लोकांना त्या घरांतून भिक्षा मिळणार नाही; त्यामुळे ते उपाशी

राहतील.'

त्यावर उपमन्यूने मान डोलवून होकार दिला.

त्यानंतर असे आणखी काही दिवस गेले. उपमन्यू अजूनही निरोगी आणि धडधाकटच दिसत होता. त्याच्या प्रकृतीवर काहीच परिणाम झालेला नव्हता. मग धौम्य ऋषी त्याला जवळ बोलावून म्हणाले, ''बाळा, गेल्या काही दिवसांपासून तू तुझं पोट कसं बरं भरतोस?''

तेव्हा उपमन्यू त्यांना म्हणाला, ''मी रोज आपल्या गाईंना जेव्हा चरण्यासाठी नेतो, तेव्हा मी तिथे त्यांचं दूध पितो.''

तेव्हा गुरुजी त्याला म्हणाले, ''बाळा, तू असं करणं ताबडतोब थांबव पाहू.'' उपमन्यू उपाशीपोटी किती दिवस तग धरू शकतो आणि त्याची आपल्यावर किती भक्ती आहे, याची ऋषींना परीक्षा घ्यायची होती. त्याचबरोबर त्यांना त्याचा आज्ञाधारकपणासुद्धा तपासून पाहायचा होता.

दुसऱ्या दिवशी सकाळी उपमन्यू जेव्हा रानात गाईंना चरायला घेऊन गेला, तेव्हा त्याला खरं म्हणजे खूप भूक लागली होती; पण त्याच्याकडे खायला-प्यायला काहीच नव्हतं; पण गुरुजींना दिलेला शब्द तर पाळायलाच हवा होता. मग त्याने जवळच्या एका झाडाची पानं खाण्यास सुरुवात केली; परंतु दुर्दैवाने ती विषारी वनस्पती होती; त्यामुळे ती पाने खाल्ल्यावर उपमन्यूची दृष्टी जाऊन त्याला अंधत्व आलं. संध्याकाळ झाल्यावर तो जेव्हा गुरुकुलात परत जायला निघाला, तेव्हा त्याला रस्ता सापडेना; त्यामुळे चालताचालता त्याचा पाय अडखळला आणि तोल जाऊन तो एका कोरड्या विहिरीत पडला. संध्याकाळी गाईगुरं आश्रमात परत आली; पण त्यांच्याबरोबर उपमन्यू आलाच नाही.

त्यानंतरचे कित्येक तास धौम्य ऋषींनी उपमन्यूची वाट पाहिली; पण तरीही तो परत आला नाही. मग ते इतर काही शिष्यांना बरोबर घेऊन त्याच्या शोधात निघाले. त्याचा शोध घेत, त्याला हाका मारत ते सर्वत्र फिरू लागले. अखेर त्यांना क्षीण आवाजात मारलेल्या हाका ऐकू आल्या. ''गुरुजी, गुरुजी, मी इथे आहे.''

मग गुरुजी त्या आवाजाच्या रोखाने निघाले. अखेर उपमन्यू त्यांना एका कोरड्या विहिरीत पडलेला दिसला. त्याची दृष्टी गेलेली होती आणि तो उपाशी होता.

मग गुरुजींनी स्वर्गस्थ देव-देवतांच्या वैद्यांची म्हणजे अश्विनीकुमारांची प्रार्थना केली. अश्विनीकुमार तातडीने तिथे आले आणि त्यांनी उपमन्यूला एक विशेष औषध दिलं. उपमन्यूने मात्र ते औषध घेण्यास नम्रपणे नकार दिला. ''माझ्या गुरूंनी जर मला हे प्राशन करण्याची आज्ञा दिली तरच मी हे औषध घेऊ शकेन, अन्यथा नाही.'' तो ठामपणे म्हणाला.

“बाळा, तू हे औषध ताबडतोब घेतलं नाहीस तर तू जन्मभर असा दृष्टिहीनच राहशील.” अश्विनीकुमार म्हणाले.

“माझ्या गुरूंच्या आज्ञेचा भंग करण्यापेक्षा मी आजन्म अंध राहणं पसंत करीन.” उपमन्यू नम्रपणे त्यांना म्हणाला. त्याच्या आवाजात आपल्या गुरूंविषयीची भक्ती ओतप्रोत भरलेली होती.

हे ऐकताच धौम्य ऋषी त्याच्यावर प्रसन्न झाले आणि त्याला म्हणाले,

“बाळा, मी घेतलेल्या परीक्षेत तू उत्तीर्ण झालास. आता इथून पुढे तुला कुठलाही वेदाभ्यास करावा लागणार नाही; कारण सर्व ज्ञान आपोआपच तुझ्याकडे येईल; त्यामुळे बाळा, आता तू हे औषध प्राशन कर.”

ते ऐकल्यावर उपमन्यूने हसून होकार दिला. त्याने ते औषध प्राशन केल्यानंतर काही क्षणांतच त्याची गेलेली दृष्टी परत आली आणि पुढील काळात तो एक अत्यंत विद्वान महर्षी बनला.

❖

बोलणारे प्राणी

महर्षी गौतम हे अत्यंत ख्यातकीर्त ऋषी होते. अनेक लोक त्यांच्याकडे वेदविद्येचे शिक्षण घेण्यासाठी येत असत.

गौतम ऋषींच्या आश्रमात सत्यकाम नावाचा एक शिष्य होता. तो जबाला नावाच्या एका स्त्रीचा मुलगा होता. ही जबाला नेहमी खरं बोलत असे. तिने आपला हा गुण आपल्या मुलालाही शिकवला होता; त्यावरूनच तिच्या मुलाचं नाव सत्यकाम, म्हणजे सत्यावर प्रेम करणारा असं पडलं होतं. गौतम ऋषींच्या आश्रमात राहून सत्यकामाने खूप ज्ञान प्राप्त करून घेतलं आणि काही काळातच तो त्यांचा पट्टशिष्य बनला.

एक दिवस गौतम ऋषी सत्यकामाला म्हणाले, ''बाळा, मी एकंदर चारशे अशक्त आणि दुर्बल गाई तुझ्या ताब्यात देत आहे. तू त्यांची नीट देखभाल कर.''

त्यावर सत्यकाम म्हणाला, ''गुरुजी, तुम्ही अजिबात काळजी करू नका. या गाईंची संख्या जेव्हा एक हजाराच्या वर जाईल, तेव्हा मी त्यांना घेऊन तुमच्याकडे परत येईन.''

गुरुजींना असं सांगून सत्यकाम त्या सर्व गाईंना घेऊन जवळच्याच एका रानामध्ये गेला. त्याने स्वतःसाठी एक झोपडी बांधली, त्याचप्रमाणे गाईंसाठी एक गोठासुद्धा बांधला. त्याने या गाईंचं अतिशय प्रेमाने संगोपन करण्यास सुरुवात केली. काही दिवसांतच त्या गाईंची प्रकृती सुधारली आणि त्यांनी प्रजोत्पादनाला सुरुवात केली.

असा बराच काळ गेला. एक दिवस सत्यकामाला एक विचित्र गोष्ट ऐकू आली. त्या गाईंमध्ये एक बैल होता आणि तो माणसाच्या आवाजात बोलत होता. तो बैल सत्यकामाला म्हणाला, ''हे सत्यकामा, आता या गाईंची संख्या एक हजाराच्या वर गेलेली आहे, तेव्हा तू या सर्व गाईंना घेऊन गौतम ऋषींच्या आश्रमात

परत जा. हे बघ, तू आम्हा सर्वांवर निरतिशय प्रेम केलेलं आहेस, निःस्वार्थ प्रेम केलेलं आहेस, तेव्हा त्या प्रेमाच्या मोबदल्यात आम्हीसुद्धा तुला काहीतरी देऊ इच्छितो. मी तुला ईश्वराविषयी एक चतुर्थांश सत्य शिकवीन.''

त्या बैलाचं बोलणं ऐकून सत्यकाम आश्चर्यचकित झाला; पण त्याचबरोबर त्याला त्या बैलाकडून ते ईश्वराविषयीचं एक चतुर्थांश ज्ञान प्राप्त करून घेण्याची इच्छा होती; त्यामुळे त्याने मान हलवून होकार दिला. मग त्या बैलाने खरोखरच त्याला ते ज्ञान दिलं.

सत्यकामाने त्या बैलाचे मनापासून आभार मानले आणि तो आपल्या सर्व गाईंना बरोबर घेऊन, आश्रमामध्ये परत जाण्यास निघाला. त्यांचा प्रवास चालू असतानाच संध्याकाळ झाली. मग सत्यकामाने रात्रीच्या मुक्कामासाठी एक जागा शोधून तिथे शेकोटी पेटवली.

अचानक त्याला तिथे आकाशवाणी ऐकू आली, ''मी अग्निदेव आहे. तू या प्राण्यांवर निःस्वार्थ बुद्धीने जे प्रेम केलं आहेस, त्यामुळे मी तुझ्यावर प्रसन्न झालो आहे आणि मी तुला ईश्वराविषयी एक चतुर्थांश ज्ञान देण्यास तयार आहे.'' सत्यकामाने अग्निदेवाकडून अत्यंत आदरपूर्वक ते ज्ञान ग्रहण केलं.

दुसऱ्या दिवशी संध्याकाळी तो एका नदीकाठी विश्रांतीसाठी थांबला होता. त्याच्या सर्व गाई जवळच्याच एका कुरणामध्ये चरत होत्या. तेवढ्यात एक हंस पक्षी उडतउडत त्याच्याजवळ येऊन म्हणाला, ''आता तुझ्या पुढच्या ज्ञानग्रहणाची वेळ झालेली आहे.''

मग सत्यकामाने त्या हंस पक्ष्याकडून तिसरा धडा घेतला. त्यानंतर त्याच्या दुसऱ्याच दिवशी त्याने जवळच्या तळ्याकाठी असलेल्या एका पाणबुड्या पक्ष्याकडून उर्वरित ज्ञान प्राप्त करून घेतलं.

त्यानंतर तो जेव्हा गौतम ऋषींच्या आश्रमात परत गेला, तेव्हा ऋषींनी अत्यंत प्रेमाने त्याचं स्वागत केलं. आपल्या शिष्याच्या चेहऱ्यावर विलसत असलेल्या देदीप्यमान अशा ज्ञानतेजाने ते अचंबित झाले.

सत्यकामाने त्या सर्व गाई आपल्या गुरूंना परत केल्या आणि तो त्यांना म्हणाला, ''गुरुजी, मी माझ्या कर्तव्याची पूर्ती केली आहे.''

मग गुरुजी त्याला प्रेमाने म्हणाले, ''बाळा, तू हे केलं आहेस, त्यात तर काही शंकाच नाही; पण तुझ्या चेहऱ्यावरून एक गोष्ट माझ्या लक्षात आली आहे; ती म्हणजे तुला या प्रवासामध्ये अत्युच्च ज्ञान प्राप्त झालेलं आहे; त्यामुळेच तू तर माझ्यापेक्षाही अधिक ज्ञानी झालेला आहेस, तेव्हा तुला जे काही ज्ञान प्राप्त झालेलं आहे ते तू मला शिकवशील का?''

त्यावर सत्यकाम म्हणाला, ''गुरुजी, मला जे काही ज्ञान प्राप्त झालेलं आहे,

ते कुठल्याही मानवाकडून नाही; तर ते मला बैल, अग्निदेवता, हंस आणि पाणबुड्या पक्षी यांनी दिलेलं आहे.''

त्यावर गुरुजी म्हणाले, ''ज्ञान कुणाकडून मिळालं आहे हे महत्त्वाचं नसतं. सत्य हे नेहमी सत्य असतं आणि तुझ्यावर तर ईश्वराचा वरदहस्तच आहे. तुझं ज्ञान संपादन करणं आता पूर्ण झालेलं आहे. आता तुला सर्वजण एक महान शिष्य, सत्यप्रेमी आणि ईश्वरभक्त म्हणून ओळखतील.'' सत्यकामाने नतमस्तक होऊन आपल्या गुरूंचे आभार मानले. त्यानंतर त्याने आपल्याला प्राप्त झालेलं सर्वच्या सर्व ज्ञान आपल्या गुरुजींनासुद्धा शिकवलं. काही वर्षांनी सत्यकाम स्वतःसुद्धा महर्षी बनला. त्याने लिहिलेल्या संस्कृत ग्रंथाला सत्यकामाच्या मातेच्या नावावरूनच 'जबाला उपनिषद' हे नाव पडलेलं आहे.

❖

कुंडलांची चोरी करणारा सर्प

वेद नावाचे एक अत्यंत विद्वान असे ऋषी आपल्या आश्रमामध्ये ज्ञानदानाचे पवित्र कार्य करत असत. त्यांचा एक उत्तंक नावाचा शिष्य होता. गुरुजींच्या अनुपस्थितीत संपूर्ण आश्रमाच्या व्यवस्थापनाची जबाबदारी त्याच्या खांद्यावर असे. कालांतराने या उत्तंकाचं शिक्षण पूर्ण झालं आणि तो आपल्या गुरुजींचा आशीर्वाद घेऊन बाहेरच्या जगामध्ये आपला मार्ग शोधण्यासाठी निघाला.

गुरूंचा निरोप घेण्यापूर्वी तो त्यांना म्हणाला, "गुरुजी, मी आपल्याला काय गुरुदक्षिणा देऊ?"

त्यावर गुरुजी म्हणाले, "उत्तंका, तू जेव्हा या आश्रमात राहत होतास, तेव्हा तुझ्या उत्तम व्यवस्थापनाने तू या आश्रमाची, त्यात राहणाऱ्या लोकांची अगदी व्यवस्थित काळजी घेतली होतीस. मला तेवढं पुरेसं आहे. मला तुझ्याकडून गुरुदक्षिणा म्हणून याहून जास्त काहीच नको आहे; पण तू माझ्या पत्नीला जाऊन भेट आणि तिला तुझ्याकडून काही हवं आहे का, ते विचार."

त्यानंतर उत्तंक आपल्या गुरुमातेकडे जाऊन म्हणाला, "माते, तुला माझ्याकडून गुरुदक्षिणा म्हणून काय हवं आहे?"

त्याबरोबर गुरुमाता क्षणभर विचारात पडली. त्यानंतर ती म्हणाली, "बाळा, मी एका ऋषींची पत्नी आहे आणि खरं म्हणजे मी तुझ्याकडे काहीच मागणं मागता कामा नये; पण त्याचबरोबर मी एक स्त्रीसुद्धा आहे. मला एक खास प्रकारची कुंडलं हवी आहेत. ती कुंडलं पुष्य राजाच्या राणीकडे आहेत. ही कुंडलं एका खास धातूपासून बनवलेली असून, तिन्ही लोकांमध्ये अशा प्रकारची कुंडलं दुसऱ्या कुणाकडेही नाहीत. देव, असुर, गंधर्व, यक्ष किंवा अप्सरा यांच्यापैकी कुणाकडेच ती नाहीत. ती कुंडलं तू माझ्यासाठी घेऊन ये; पण ही गोष्ट साध्य करणं तुझ्यासाठी जर फारच कठीण असेल, तर मग राहू देत. मला ती नाही मिळाली तरी चालेल

हं बाळा.''

त्यावर उत्तंक म्हणाला, ''गुरुमाते, मी तुझ्यासाठी ती कुंडलं नक्कीच घेऊन येईन.''

पण खरंतर आपण हे काम कसं पार पाडणार आहोत याची त्याला काहीसुद्धा कल्पना नव्हती.

''माते, मला एक गोष्ट सांग, तुला ही कुंडलं कधी हवी आहेत?'' उत्तंक म्हणाला.

त्यावर गुरुमाता म्हणाली, ''आजपासून तीन दिवसांनी या आश्रमामध्ये एक मोठा उत्सव साजरा होत आहे. त्या वेळी जर मी ती कुंडलं कानात घातली, तर सर्वांचं त्यांच्याकडे लक्ष वेधलं जाईल आणि मग मला ती कुंडलं तुझ्याकडून गुरुदक्षिणा म्हणून मिळाली असल्याचं मी सर्वांना अत्यंत अभिमानाने सांगेन.''

''ठीक आहे, मग तो उत्सव सुरू होण्यापूर्वी मी ती कुंडलं तुला आणून देतो.'' असं म्हणून उत्तंक तिचा निरोप घेऊन निघाला. आश्रमातून निघाल्यावर त्याने ताबडतोब पुष्य राजाच्या राजधानीकडे प्रयाण केलं.

वाटेत उत्तंकाला एक भला मोठा, महाकाय माणूस एका उंटावरून जात असलेला दिसला. त्या वेळेला उत्तंक दिवसभराच्या प्रवासाने थकलेला होता. त्याला तहानही लागलेली होती.

''अरे, तू खूप थकलेला दिसतोस. तू हे पेय प्राशन करून, मगच तुझ्या पुढच्या प्रवासाला लाग.'' तो माणूस म्हणाला. त्यानंतर त्याने उत्तंकाच्या हातात एक घाण वासाचं आणि अत्यंत भयानक दिसणारं असं पेय दिलं. खरं म्हणजे उत्तंकाला ते पेय फेकून द्यावं असं वाटत होतं; पण त्याला त्या माणसाचा अपमान करायचा नव्हता, म्हणून त्याने ते पेय कसंबसं पिऊन टाकलं आणि तो पुढच्या प्रवासाला निघाला.

दुसऱ्याच दिवशी तो पुष्य राजाच्या दरबारात पोहोचला. तो त्या राजाला म्हणाला, ''महाराज, माझं नाव उत्तंक. मी वेद ऋषींचा एक शिष्य आहे. माझ्या गुरुमातेला माझ्याकडून गुरुदक्षिणा म्हणून विशिष्ट प्रकारची कुंडलं हवी आहेत. तिने माझ्याकडे तशी इच्छा व्यक्त केली आहे; पण ही कुंडलं फक्त तुमच्या महाराणींकडे आहेत. ती जर तुम्ही मला दिलीत, तर मी जन्मभर तुमचा ऋणी होऊन राहीन.''

पुष्य राजा म्हणाला, ''या कुंडलांच्या प्राप्तीसाठी तू इतक्या दूरवरून प्रवास करून माझ्याकडे आला आहेस, याचा मला खूप आनंद होत आहे; पण ती कुंडलं माझ्या पत्नीच्या म्हणजेच महाराणींच्या मालकीची आहेत; त्यामुळे त्या संदर्भात तू महाराणींची भेट घे. त्यांनी जर त्या गोष्टीला मान्यता दिली, तर ती कुंडलं तू खुशाल तुझ्या गुरुमातेसाठी घेऊन जाऊ शकतोस. माझी त्याला काही हरकत

असणार नाही.''

मग उत्तंकाने त्याला होकार दिला. त्यानंतर राजाच्या दरबारातला एक अधिकारी त्याला महाराणींच्या महालात घेऊन गेला.

उत्तंक जेव्हा महाराणींच्या महालात शिरला, तेव्हा तो महाल रिकामाच होता. महाराणी कुठेच दिसत नव्हत्या. ते पाहून उत्तंक आश्चर्यचकित झाला. तो धावत राजाकडे गेला. त्याने महाराणी त्यांच्या महाली नसल्याचं राजाला सांगितलं.

त्यावर राजा त्याला म्हणाला, ''ज्या व्यक्तीने आपली दैनंदिन पूजा-अर्चा केलेली नाही, अशा व्यक्तींना माझी पत्नी दर्शन देत नाही. ती त्यांच्यासाठी अदृश्य असते.'' मग राजाने त्याला परत पाठवून दिलं.

उत्तंकाला आपली चूक कळून आली. त्याने नदीमध्ये स्नान करून सूर्यदेवाला अर्घ्य दिलं आणि त्याची पूजा केली. त्यानंतर तो राणीच्या महालामध्ये तिची भेट घेण्यासाठी गेला. त्याची कहाणी ऐकताच महाराणीने आनंदाने आपली कुंडलं त्याच्या स्वाधीन केली.

ती उत्तंकाला म्हणाली, ''हे पाहा ऋषिवर, ही कुंडलं सर्वांनाच हवीहवीशी वाटतात; त्यामुळे तुम्ही त्यांचा अगदी काळजीपूर्वक सांभाळ करा. सापांचा राजा तक्षक दीर्घकाळापासून या कुंडलांच्या मागावर आहे. त्याला ती स्वतःसाठी हवी आहेत; त्यामुळे तुम्ही ती कुंडलं कधीही जमिनीवर ठेवू नका, म्हणजे तक्षकाला ती तुमच्याकडून चोरता येणार नाहीत.''

त्या कुंडलांचा अगदी व्यवस्थित सांभाळ करण्याचं राणीला वचन देऊन उत्तंक तेथून निघाला. जाण्यापूर्वी त्याने राजाला व राणीला आशीर्वाद दिला आणि तो आपल्या गुरूंच्या, म्हणजेच वेद ऋषींच्या आश्रमाकडे जायला निघाला.

उत्तंक आश्रमाच्या जवळ पोहोचेपर्यंत संध्याकाळ झालेली होती; त्यामुळे आता आपली सायं-संध्या करण्याची वेळ झालेली आहे असं त्याच्या लक्षात आलं. त्याने मृगाजिनाची खोळ करून, त्यामध्ये ती कुंडलं अतिशय काळजीपूर्वक बांधून ठेवली आणि ती खोळ नदीच्या जवळच्या झाडाच्या एका उंच फांदीला अडकवून ठेवली. त्यानंतर तो संध्या करण्यासाठी बसला. सर्पराज तक्षक तिथे मानवी रूप धारण करून येईल याची कुणालाच कल्पना नव्हती. उत्तंक संध्या करण्यासाठी झाडापासून जरा दूर जाऊन बसल्यानंतर तक्षकाने त्या झाडापाशी जाऊन त्याच्या फांद्या जोरजोरात हलविण्यास सुरुवात केली. अखेर त्या धक्क्याने ती मृगाजिनाची खोळ खाली पडली. तक्षकाने ताबडतोब ती कुंडलं चोरली आणि तो लगेच तिथून पळून गेला.

काय घडत आहे हे उत्तंकाच्या लक्षात आलं; त्यामुळे तोही ताबडतोब तक्षकाच्या मागे धावू लागला. त्याबरोबर मानवी रूपातील तक्षकाने ताबडतोब आपलं मूळ सर्पाचं रूप धारण केलं आणि तो त्वरेने जवळच असलेल्या एका मुंग्यांच्या वारुळात

शिरला. संतप्त आणि अगतिक झालेल्या उत्तंकाने ते मुंग्यांचं वारूळ खणून काढण्यास सुरुवात केली. तो त्यामध्ये तक्षकाचा शोध घेऊ लागला. हे काम फारच कठीण होतं आणि ते साध्य करण्यासाठी त्याने आपली सर्व शक्ती पणाला लावली; त्यामुळे पृथ्वीचा थरकाप झाला.

अचानक आकाशातून इंद्रदेव अवतरले आणि त्यांनी आपलं वज्र उत्तंकाच्या स्वाधीन केलं. उत्तंकाने त्या वज्राचा वापर करून नागलोकात शिरण्यासाठी एक भुयार खणलं. मग तो त्या भुयारात शिरून धावत सुटला. अखेर तो नागलोकात जाऊन पोहोचला. तिथे त्याला तक्षक आपल्या सिंहासनावर आरूढ होऊन, हातात ती कुंडलं घेऊन त्यांच्याकडे निरखून पाहत बसलेला दिसला. तक्षकाने ती कुंडलं आपल्याला परत द्यावीत म्हणून उत्तंकाने तक्षकाची खूप मनधरणी केली; परंतु तक्षक राजा अजिबात बधला नाही.

उत्तंक निराश होऊन थोडा लांब निघून गेला. मग त्याने आजूबाजूला पाहिलं. काय करावं ते त्याला कळेना. तेवढ्यात त्याच्या नजरेला एक विचित्र गोष्ट पडली. त्याने पाहिलं तर दोन सुंदर स्त्रिया काळे आणि पांढरे धागे घेऊन भिंतीवर लावलेल्या एका जाळ्यावर विणकाम करत बसल्या होता. त्याच्या शेजारीच भिंतीवर एक चक्र टांगलेलं होतं. त्याला बारा आरे होते आणि सहा तरुण मुलं ते चक्र फिरवत होती.

त्यांच्याजवळच एक घोडा आणि घोडेस्वार असे दोघेही उभे होते. त्या स्त्रियांचं ते विणकाम पाहून आणि त्याचबरोबर तो अतिशय देखणा घोडा आणि उमदा घोडेस्वार पाहून उत्तंक मंत्रमुग्ध होऊन तिथे उभा राहिला.

तो त्या घोडेस्वाराला म्हणाला, ''तुम्ही तर साक्षात इंद्रदेवांसारखेच दिसता. तुम्हीही तसेच देखणे आणि सर्वशक्तिमान आहात.''

ते ऐकताच तो घोडेस्वार प्रसन्न झाला. ''तू माझी तुलना साक्षात देवाधिराज इंद्रांशी केलीस, त्याबद्दल मी तुला काहीतरी वर देऊ इच्छितो.'' तो घोडेस्वार हसून म्हणाला.

मग उत्तंकाने अतिशय विचारपूर्वक, चतुरपणे शब्दयोजना केली आणि तो म्हणाला, ''तुम्ही मला अशी काहीतरी शक्ती प्रदान करा, ज्यामुळे सर्व सर्प माझ्या नियंत्रणाखाली येतील.''

त्यावर तो घोडेस्वार म्हणाला, ''तू माझ्या घोड्याच्या पाठीवर फुंकर घालशील का?''

उत्तंकाने तसं केलं; त्याबरोबर कुणालाही काहीही समजायच्या आत त्या घोड्याच्या सर्वांगामधून ज्वाळा निघू लागल्या आणि तो सर्व कक्ष धुराने भरून गेला. त्याबरोबर तिथे असलेले सर्व सर्प चहूबाजूंनी सरपटत बाहेर आले आणि त्यांनी उत्तंकाच्या पायावर लोळण घेतली.

काय होत आहे ते तक्षकाला समजलं आणि तो घाबरला. त्याने आपल्याकडची कुंडलं उत्तंकाकडे सोपवली.

तो म्हणाला, "महाराज, तुम्ही कृपया माझ्या सर्व सर्पांना मुक्त करा."

त्यावर उत्तंकाने आपल्या सामर्थ्याचा वापर त्या सर्पांवर न करण्याचं तक्षकाला वचन दिलं.

उत्तंक मनातून जरा चिंताग्रस्त झाला होता. त्याला कुठल्याही परिस्थितीत सूर्यास्त होण्यापूर्वी आपल्या गुरूंच्या आश्रमात पोहोचायचं होतं. मग तो त्या घोडेस्वाराला म्हणाला, "महाराज, आज सूर्यास्त होण्यापूर्वी मला ही कुंडलं माझ्या गुरुमातेला नेऊन द्यायची आहेत, कारण मी तिला तसं वचन दिलेलं आहे. तुम्ही मला माझ्या गुरूंच्या आश्रमामध्ये ताबडतोब पोहोचवण्याची व्यवस्था करू शकाल का?"

त्यावर घोडेस्वाराने हसून आपला घोडा उत्तंकाच्या स्वाधीन केला. मग उत्तंक ऋषी त्यावर आरूढ होऊन निघाला आणि सूर्यास्तापूर्वी आश्रमात जाऊन पोहोचला. त्याने ती कुंडलं ऋषिपत्नीच्या स्वाधीन केली.

ती हर्षभरित झाली आणि तिने उत्तंकाला आशीर्वाद दिले.

आपण इतकी अनन्यसाधारण अशी कुंडलं इतक्या साऱ्या अडचणींवर मात करून यशस्वीपणे कशी काय आणू शकलो, या गोष्टीचं उत्तंकाला मनोमन आश्चर्य वाटत होतं. मग त्याने आपल्या संपूर्ण प्रवासात ज्या काही घटना घडल्या, त्या आपल्या गुरुजींना तपशीलवार सांगितल्या. त्याची ती कहाणी ऐकल्यावर वेद ऋषींनी त्याला घडलेल्या सर्व गोष्टींचा अर्थ समजावून सांगितला.

ते म्हणाले, "तू राजधानीकडे निघालेला असताना वाटेत तुला जो महाकाय माणूस भेटला, तो म्हणजे साक्षात इंद्रदेव होते आणि ते ज्या उंटावर बसून चालले होते तो उंट म्हणजे खरंतर त्यांचा ऐरावत होता; पण तो तुला उंटाच्या रूपात दिसला. इंद्रदेवांनी तुला पिण्यासाठी जे पेय दिलं, ते साधंसुधं नसून जीवनामृत होतं; त्यामुळे या प्रवासात तुझ्यावर जी काही संकटं आली, त्यातून तू सुखरूप बाहेर पडू शकलास. विशेषतः नाग लोकामध्ये तुझा निभाव लागला तो केवळ त्यामुळेच! ते पेय प्राशन केलंस, ते फार उत्तम केलंस."

"पण नाग लोकामध्ये मला जे आणखी एक दृश्य दिसलं त्याचा अर्थ काय? त्या सुंदर स्त्रिया, त्यांचं ते विणकाम, ते चक्र, ती सहा तरुण मुलं, तो घोडेस्वार या सगळ्याचा अर्थ काय?" उत्तंक म्हणाला.

"त्या विणकाम करणाऱ्या दोन स्त्रिया म्हणजे धाता आणि विधाता. त्या या जगाची निर्मिती करत होत्या. या जगाची, त्यातील सर्व प्राणिमात्रांची आणि त्यांच्या वैयक्तिक प्राक्तनाची त्या निर्मिती करत होत्या. ते काळे आणि पांढरे धागे म्हणजे

दिवसाचं आणि रात्रीचं प्रतीक होतं आणि ते बारा आरे असलेलं चक्र म्हणजे वर्षातील बारा महिन्यांचं प्रतीक होतं. ते सहा तरुण म्हणजे सहा ऋतू होते. तो घोडेस्वार आणि त्याचा तो घोडा म्हणजे इंद्र आणि अग्नी होते. हे उत्तंका, तू एक गोष्ट कधीच विसरू नकोस, ती म्हणजे तुझ्या या अत्यंत खडतर अशा प्रवासामध्ये पर्जन्यदेवता इंद्राने तुला मदत केलेली आहे.'' गुरुजी म्हणाले.

उत्तंकाने होकारार्थी मान हलवली आणि वेद ऋषींचा आशीर्वाद घेऊन तो आपल्या पुढील प्रवासासाठी निघाला.

इंद्रराजाने उत्तंकाला जी मदत केली होती त्याचा त्याला कधीच विसर पडला नाही. त्याने इंद्रदेवाची प्रार्थना केली. त्यानंतर त्याला पुढील आयुष्यात जेव्हा जेव्हा गरज पडली, तेव्हा तेव्हा इंद्रदेव त्याच्या मदतीला धावून आले. त्याला कधीही इच्छा झाली की, तो पर्जन्याच्या मेघांकडे पाण्याची मागणी करायचा; त्यामुळेच तो वाळवंटातूनही प्रवास करायचा. दुष्काळामध्ये पाण्याविना तळमळणाऱ्या लोकांना तो नेहमीच आपल्या या सामर्थ्याचा वापर करून मदत करायचा. आजही आकाशामध्ये जेव्हा पावसाळी ढग जमून येतात, तेव्हा त्यांना उत्तंक मेघ असं म्हणतात.

❖

अगस्त्य ऋषींची कथा

या देशाच्या इतिहासात अनेक ऋषी आणि महर्षी होऊन गेले. अत्यंत महत्त्वाच्या अशा सात ऋषींना सप्तर्षी असं म्हणतात. या सप्तर्षींपैकी एक म्हणजेच अगस्त्य ऋषी. या अगस्त्य ऋषींना वेद-उपनिषदांचं फार सखोल ज्ञान होतं. आजही त्यांचा उल्लेख अत्यंत आदराने करण्यात येतो. ते आपल्या अंगच्या योगसामर्थ्याने तिन्ही लोकांत कुठेही प्रवास करू शकत असत. ते जमिनीवरून, तसेच जलमार्गे आणि वायुमार्गेसुद्धा प्रवास करत.

ही कथा याच अगस्त्य ऋषींच्या काळातली आहे. एक दिवस विदर्भ देशाचा राजा आणि त्याची राणी असे दोघे अगस्त्य मुनींच्या आश्रमात त्यांना भेटण्यासाठी गेले. या राजा-राणींना मूलबाळ नव्हतं. संतानप्राप्तीसाठी त्यांचा जीव व्याकुळ झालेला होता. अगस्त्य ऋषींनी आपल्या योगसामर्थ्याने काही प्राण्यांमधले तसेच काही फुलांमधले उत्तमोत्तम गुण एकत्र करून एका अत्यंत सुंदर बालिकेला निर्माण केलं. ती बालिका हरिणाक्षी होती. तिच्या शरीराला चाफ्याच्या फुलांचा सुगंध होता. मग अगस्त्य ऋषींनी राजा-राणीला आशीर्वाद दिला. त्यानंतर काही दिवसांनी राणी गर्भवती झाली आणि राणीच्या पोटी या बालिकेचा जन्म झाला. त्यांनी तिचं लोपामुद्रा असं नामकरण केलं.

बघताबघता लोपामुद्रा लहानाची मोठी झाली. ती एक अत्यंत बुद्धिमान आणि सुंदर तरुणी होती. आता ती उपवर झाली होती. मग राजा पुन्हा एकदा अगस्त्य ऋषींना जाऊन भेटला आणि म्हणाला, ''ऋषिवर, आता माझी कन्या उपवर झाली आहे. तिच्या सौंदर्याला आणि बुद्धीला साजेसा कोणी तरुण तुम्हाला माहीत आहे का?''

स्वतः अगस्त्य ऋषी हे अविवाहित होते आणि ते आपलं आयुष्य अगदी सुखासमाधानाने जगत होते; पण त्यांनी विवाह करावा आणि वंशाचं नाव पुढे चालू

ठेवावं अशी त्यांच्या पूर्वजांची इच्छा होती.

राजाला आपल्या मुलीसाठी सुयोग्य पती कसा शोधायचा याची चिंता लागून राहिली आहे हे ऐकताच अगस्त्य ऋषींच्या चेहऱ्यावर हसू उमटलं. ते म्हणाले, "हे राजा, तू तुझ्या मुलीसाठी वर म्हणून माझा विचार केला आहेस का? तुझ्या कन्येच्या तोडीस तोड बुद्धिमत्ता माझ्याजवळसुद्धा आहेच की. मी लोपामुद्रेशी विवाह करायला तयार आहे. खरंतर मी लोपामुद्रेचा पत्नी म्हणून स्वीकार करावा, अशी माझ्या पूर्वजांचीसुद्धा इच्छा आहे."

अगस्त्य मुनींचं ते बोलणं ऐकून राजाला आश्चर्याचा धक्काच बसला.

त्याच्या मनात आलं, "मी माझ्या राजकन्येचा विवाह यांच्याशी कसा काय करून देऊ? माझी कन्या लोपामुद्रा तरुण आहे, सुंदर आहे आणि हे ऋषी तर मध्यमवयीन आहेत. हे दोघे पती-पत्नी म्हणून कसे शोभतील?"

परंतु ऋषींच्या या प्रस्तावाला नकार देण्याची राजाची हिंमत झाली नाही. शिवाय त्या काळी पती-पत्नींच्या वयामध्ये इतकं जास्त अंतर असणं ही काही जगावेगळी गोष्ट मानली जात नसे.

त्यानंतर तो अगस्त्य ऋषींचा निरोप घेऊन आपल्या राजवाड्यात परत आला. त्याने ऋषींबरोबर झालेल्या संभाषणाविषयी आपल्या कुटुंबीयांना सांगितलं. ते ऐकून लोपामुद्रा त्याला म्हणाली, "तात, तुम्ही काहीही काळजी करू नका. मी अगस्त्य ऋषींशी विवाह करायला तयार आहे." ते ऐकून राजाला आश्चर्याचा धक्का बसला.

लोपामुद्रेने जरी अगस्त्य ऋषींशी विवाह करण्याची तयारी दर्शवली असली, तरी राजाला ही गोष्ट विशेष रुचली नव्हती; पण लोपामुद्रा मात्र काही झालं तरी अगस्त्य ऋषींशीच विवाह करण्याचा हट्ट धरून बसली होती. अखेर राजाने तिच्या म्हणण्यापुढे मान तुकवली आणि लोपामुद्रा व अगस्त्य ऋषींचा विवाह संपन्न झाला.

विवाहानंतर अगस्त्य ऋषी आपल्या पत्नीला म्हणाले, "हे राजकन्ये, तू आता एका ऋषीची पत्नी आहेस; त्यामुळे आता हा राजवाडा आणि इथल्या सर्व सुख-सोयींचा त्याग करून तू माझ्याबरोबर वनात वास्तव्य करण्यासाठी ये."

लोपामुद्रेने ते मान्य केलं. त्यानंतर अगस्त्य ऋषींनी स्वतःच्या योगसामर्थ्याच्या साहाय्याने एका देखण्या तरुणाचं रूप धारण केलं. मग त्यांनी राजकन्या लोपामुद्रेसाठी भर अरण्यात एक सुंदर राजवाडासुद्धा तयार केला. दोघे पती-पत्नी तेथे सुखाने राहू लागले. लोपामुद्रेने तिथे अनेक संस्कृत काव्यरचना केल्या. तिने 'ललिता सहस्रनाम' या नावाचा ग्रंथ लिहिला. त्याचा सर्वदूर प्रसार झाला. या ग्रंथात पार्वतीचे रूप असलेल्या ललितादेवीची १००१ नामे लिहिलेली आहेत. दक्षिण भारतात अजूनही ललितादेवीची पूजा करण्यात येते.

यानंतर दोघे पती-पत्नी दक्षिण भारतामध्ये प्रवासाला निघाले. वाटेत त्यांना

विंध्य पर्वताच्या रांगा लागल्या. या विंध्य पर्वताची उंची दिवसेंदिवस वाढत चालली होती. अगस्त्य ऋषी आणि लोपामुद्रा जेव्हा या पर्वतरांगा पार करून पुढे निघाले, तेव्हा विंध्य पर्वत आदराने त्यांच्यापुढे नतमस्तक झाला.

अगस्त्य ऋषी त्याला मोठ्याने म्हणाले, ''हे विंध्याद्री, तुझ्या विनयशीलतेमुळे मी प्रसन्न झालो आहे. आता मी इथून गेल्यावर पुन्हा परतून इकडे येईपर्यंत तू असाच नतमस्तक अवस्थेत माझी वाट पाहत याच ठिकाणी उभा राहा.''

नंतर विंध्याद्रीच्या रांगा पार करून ते दोघे जेव्हा पुढील प्रवासाला निघाले, तेव्हा लोपामुद्रा अगस्त्य ऋषींना म्हणाली, ''तुम्ही विंध्य पर्वताला अशा प्रकारे नतमस्तक अवस्थेत तिथे प्रतीक्षा करत उभं राहण्यास का सांगितलं?''

त्यावर अगस्त्य ऋषी म्हणाले, ''प्रिये, अगं, तो विंध्य पर्वत फार वेगाने उंच वाढत चालला होता. थोड्याच दिवसांत त्याच्या शिखरांनी आकाशातील मेघांना स्पर्श केला असता. जेव्हा कधी एखाद्या पर्वताची उंची इतकी वाढते, तेव्हा लोकांना तो पर्वत पार करून पलीकडे जाणं फार कठीण जातं; म्हणून मी त्याला तशाच नतमस्तक अवस्थेत तिथे उभं राहण्याची आज्ञा दिली; त्यामुळे आता त्याची अशा रीतीने वाढ होणार नाही.''

त्यावर लोपामुद्रा बुचकळ्यात पडून म्हणाली, ''पण आपण जेव्हा परत येऊ आणि त्या पर्वत रांगा ओलांडून पलीकडे जाऊ, तेव्हा पुन्हा एकदा त्याची वाढ होण्यास सुरुवात होईलच ना?''

त्यावर अगस्त्य ऋषी हसून म्हणाले, ''प्रिये, पण कदाचित आपण तो विंध्याद्री ओलांडून परत एकदा मूळ ठिकाणी जाणारच नाही. समजा, आपण इथून पुढे दक्षिण भारतातच मुक्काम करून कायमचं राहण्याचं ठरवलं तर... यावर तुझं काय मत आहे?''

त्या गोष्टीला लोपामुद्रेने हसून आनंदाने संमती दिली.

त्यामुळेच आजही विंध्याद्रीच्या रांगा नतमस्तक झाल्याप्रमाणे अगस्त्य ऋषींची वाट पाहत, तिष्ठत थांबल्यासारख्या दिसतात. या पर्वताच्या दक्षिणेकडील भागाला आपण दक्षिण भारत म्हणून संबोधतो. तसंच या पर्वताच्या उत्तरेकडील भागाला उत्तर भारत असं संबोधण्यात येतं.

काही दिवसांतच अगस्त्य व त्यांची पत्नी लोपामुद्रा भागमंडल या ठिकाणी त्यांच्या नवीन घरात राहू लागले. हे ठिकाण कर्नाटकातील कूर्ग जिल्ह्यात आहे.

एव्हाना लोपामुद्रेला इतरांची सेवा करण्यातच खरं सुख आणि समाधान सामावलेलं आहे ही गोष्ट कळून चुकली होती; त्यामुळे तिने आपलं उर्वरित आयुष्य लोकांच्या सेवेत घालवण्याचं ठरवलं. लोकांच्या उपयोगी पडण्याचा उत्तम मार्ग म्हणजे आपण आता स्वतःचं हे मानवी रूप सोडून एका नदीचं रूप धारण केलं

पाहिजे, असं तिला मनोमन वाटू लागलं; त्यामुळे तिने आपल्या स्त्रीरूपाचा त्याग करून जलावतार धारण केला आणि ती अगस्त्य ऋषींच्या कमंडलूमध्ये राहू लागली. अगस्त्य ऋषींचं आपल्या पत्नीवर निरतिशय प्रेम होतं; त्यामुळे त्यांनी तिला आपल्या कमंडलूमध्येच ठेवून घेतलं; परंतु लोपामुद्रेची मात्र नदीत रूपांतरित होण्याची तीव्र इच्छा होती, ती काही पूर्ण होईना.

मग एक दिवस भगवान श्रीगणेश एका कावळ्याचं रूप घेऊन तिथे आले आणि त्यांनी अगस्त्य ऋषींच्या कमंडलूला किंचित धक्का दिला; त्यामुळे तो कलंडला आणि आतील पाणी सांडून बाहेर पडून वाहू लागलं.

अशा तऱ्हेने लोपामुद्रेचं अखेर तिच्या इच्छेप्रमाणे नदीत रूपांतर झालं. अगस्त्य ऋषींना या बाबतीत काहीच करता येईना. त्यांनी प्रेमाने या नदीचं नाव कावेरी असं ठेवलं. अशा रीतीने अगस्त्य ऋषींच्या कमंडलूतून कावेरी नदीचा उगम झाला. ज्या दिवशी ही घटना घडली, त्या दिवसाला 'कावेरी तुला संक्रमण दिन' असं नाव पडलं. आजही लोपामुद्रा (कावेरी) वर्षातून एकदा भागमंडल इथे प्रकट होते. ती त्या वेळी उसळी मारून एका गरम झऱ्याच्या स्वरूपात बाहेर येते. अशा रीतीने कर्नाटक राज्यात उगम पावलेली कावेरी नदी त्यानंतर तामिळनाडू राज्यातून मार्गक्रमण करून अखेर पूम्पुहार इथे बंगालच्या उपसागराला मिळते. तिलाच दक्षिणेची गंगा असं म्हणतात, कारण या नदीच्या काठावरच अनेक संस्कृतींचा जन्म आणि विकास झालेला आहे.

अशा रीतीने लोपामुद्रेचं रूपांतर कावेरी नदीत होऊन, ती मुक्तपणे वाहू लागल्यावर अगस्त्य ऋषींनी दक्षिण भारतात प्रवास करण्यास सुरुवात केली.

त्या सुमारास या भागात वातापी आणि इल्वल नावाचे दोन असुर राहात होते. त्या असुरांनी कठोर तपश्चर्येला प्रारंभ केला. त्याचबरोबर त्यांनी एका विद्वान ऋषींकडे प्रार्थना करून एका महापराक्रमी पुत्राची मागणी केली. ते त्या ऋषींपुढे नतमस्तक होऊन म्हणाले, "ऋषिवर, आम्हा दोघांपैकी एकाला तरी इतका सामर्थ्यशाली पुत्र व्हावा, ज्याची बरोबरी केवळ देवाधिराज इंद्राशीच होऊ शकेल."

परंतु त्या ऋषीने त्यांची ही विनंती अमान्य केली. ते म्हणाले, "मी एवढा सामर्थ्यशाली नाही. मी तुम्हाला असा वर देऊ शकणार नाही."

ते ऐकताच त्या दुष्ट असुरांनी ताबडतोब त्यांची हत्या केली. तसेच रागाच्या भरात त्यांनी अन्य ऋषि-मुनींनाही मारून टाकण्याचं ठरवलं.

या अन्य ऋषि-मुनींचा वध करण्यासाठी त्या दोघा भावांनी एक अत्यंत क्रूर योजना आखली. त्या दिवसानंतर आपल्या घरासमोरून कोणीही ऋषी किंवा महर्षी जाताना दिसले की, इल्वल राक्षस त्यांना हाका मारून आपल्या घरी भोजनासाठी येण्याचं निमंत्रण देत असे. त्याच वेळी दुसरा भाऊ वातापी योगसामर्थ्याने स्वतःचं

रूपांतर एका पिकलेल्या मधुर आणि सुंदर अशा आम्रफलात करत असे. त्यानंतर इल्वल ते आम्रफल कापून त्या ऋषि-मुनींना वाढत असे. ते त्या रसाळ आणि मधुर अशा आम्रफलाचा आनंदाने आस्वाद घेत असत. अशा रीतीने त्या आम्रफलाच्या आत दडून बसलेला वातापी त्या ऋषींच्या पोटात गेला की, इल्वल त्याला "वातापी, अत्र आगच्छ!" (वातापी, बाहेर ये!) अशी साद घालत त्याला बाहेर बोलावत असे. मग वातापी असुर त्या ऋषींचं पोट फोडून बाहेर येत असे. अशा रीतीने त्या ऋषींची हत्या होत असे.

अशाच प्रकारे त्या दोघा दुष्ट असुरांनी असंख्य ऋषि-मुनींची हत्या केली होती. प्रत्येक वेळी अशा प्रकारे ऋषींना फसवून, त्यांची हत्या करण्यामध्ये त्या दोन असुरांना अत्यानंद होत असे. बघताबघता जगातील ऋषि-मुनींची संख्या कमी होऊ लागली होती.

आपल्या भागातील ऋषि-मुनी नाहीसे होत चालले आहेत ही गोष्ट जेव्हा तिथल्या लोकांच्या लक्षात आली, तेव्हा ते अगस्त्य ऋषींकडे गेले. हे सगळं नेमकं काय चाललं आहे, याचा अगस्त्य ऋषींनी शोध घ्यावा, अशी सर्वांनी त्यांना विनंती केली. आपल्या योगसामर्थ्याने अगस्त्य ऋषींनी या घटनेमागे कुणाचा हात आहे हे शोधून काढलं. ते त्या लोकांना म्हणाले "तुम्ही काही काळजी करू नका. मी या बाबतीत तुम्हाला नक्कीच मदत करीन."

मग एक दिवस ते स्वतःच एका साध्या ऋषीचं रूप घेऊन इल्वल आणि वातापी यांच्या झोपडीसमोरून जाऊ लागले. ठरवलेल्या बेतानुसार इल्वलाने लगेच त्यांना आपल्या झोपडीमध्ये भोजनासाठी येण्याचं निमंत्रण दिलं. इल्वलाने वाढलेल्या अतिशय रुचकर अशा भोजनाचा अगस्त्य ऋषींनी आस्वाद घेतला. त्यानंतर इल्वलाने ते अत्यंत मधुर असं आम्रफल त्यांच्यासमोर ठेवलं. अगस्त्य ऋषींनी ते लगेच खाऊन टाकलं.

अगस्त्य ऋषींची भोजनाची थाळी धुण्यासाठी इल्वल झोपडीच्या बाहेर गेला. ती संधी साधून अगस्त्य ऋषींनी तत्काळ आपल्या उदरावरून हात फिरवला आणि ते मोठ्याने म्हणाले "जीर्णो भव!" ('पोटातील अन्न पचून जाऊ दे!')

त्यानंतर नेहमीप्रमाणे इल्वल झोपडीत परत येऊन आपल्या भावाला म्हणजेच वातापीला हाका मारू लागला; परंतु त्याचा भाऊ वातापी अगस्त्य ऋषींच्या पोटातून बाहेर आलाच नाही. इल्वलास आश्चर्याचा धक्का बसला. मग त्याला सत्य काय ते समजलं. त्याचा भाऊ आत मरण पावलेला होता; त्यामुळे तो अगस्त्य मुनींच्या पायावर लोटांगण घालून रडू लागला. मग ते त्याला म्हणाले, "तू आजवर जी काही पापं केलेली आहेस त्याचं प्रायश्चित्त कर."

त्यानंतर इल्वल असुराने अगस्त्य ऋषींकडे एक वरदान मागितलं. तो म्हणाला,

''मुनिवर, वातापीने आणि मी आजवर खूप पातकं केली आहेत, त्याचप्रमाणे आम्ही अतिशय बेजबाबदारपणे वागून खूप जीवितहानीसुद्धा केली आहे. तरीदेखील मला तुमच्यापाशी एक विनंती करायची आहे, ती म्हणजे या भागाला माझ्या भावाचं नाव द्यावं. म्हणजे कदाचित त्यामुळे पुढच्या पिढ्यांना आमच्यासारखं वाईट न वागण्याची बुद्धी होईल.''

अगस्त्य मुनींनी ते मान्य केलं; त्यामुळे त्या प्रदेशाला वातापी असं नाव पडलं. पुढे कालांतराने या शब्दाचा अपभ्रंश होऊन लोक त्याला बदामी म्हणू लागले. पुरातन काळी बदामी ही महान अशा कर्नाटक राज्याची राजधानी होती. तुम्ही कोणी जर कधी बदामीला भेट दिलीत, तर तेथील लोक तुम्हाला जवळच असलेला एक भलामोठा पर्वत दाखवतील. या पर्वताच्या आत अनेक गुहा खोदलेल्या आहेत. या गुहा वातापी आणि इल्वल यांच्या घराच्या परिसरामध्येच असल्याचं बोललं जातं. तिथे जवळच एक भलंमोठं तळंसुद्धा आहे. त्याचं नाव 'अगस्त्य तीर्थ' असं आहे.

या दोन असुरांना धडा शिकवल्यावर अगस्त्य ऋषी तिथून पुढच्या प्रवासाला निघाले. स्वर्गातील देव-देवता अगस्त्य मुनींची भेट घेण्यासाठी तिथे आले. त्यांच्यासमोर एक समस्या होती आणि अगस्त्य ऋषींनी त्या समस्येचं निराकरण करावं, अशी त्यांची इच्छा होती. रावणाचे मातामह असलेल्या सुमाली राक्षसाला दोन भाऊ होते. त्याच्या मोठ्या भावाचं नाव होतं माल्यवान तर धाकट्या भावाचं नाव होतं माली. हे दोघेही फार मोठे असुर होते. त्यांचं अनेकदा देवांशी युद्ध होत असे. युद्ध चालू असताना मध्येच विश्रांती घेण्यासाठी हे असुर समुद्राच्या पोटात दडी मारून बसत. त्या वेळी देवांनी त्यांचा कितीही कसून शोध घेतला, तरी हे असुर त्यांना सापडत नसत. त्या असुरांचा शोध घेऊन थकलेले देव भगवान विष्णू यांच्या भेटीला गेले. मग भगवान विष्णूंनी त्यांना सामर्थ्यशाली अशा अगस्त्य ऋषींकडे पाठवलं. देवांनी त्यांना साकडं घातलं.

हे ऐकून अगस्त्य ऋषींनी आपल्या योगसामर्थ्याचा वापर करून सगळा समुद्रच पिऊन टाकला; त्यामुळे माल्यवान आणि माली यांना लपून बसायला जागा शिल्लक उरली नाही. आजही संपूर्ण भारतामध्ये महर्षी अगस्त्य यांचं नाव आदराने घेतलं जातं. केरळ राज्यामध्ये त्यांचा वारसा जतन करण्यासाठी एक मंदिर उभारण्यात आलं आहे. अगस्त्य ऋषींना भारताच्या प्राचीन वैद्यकशास्त्राचे आणि ज्योतिषशास्त्राचे आचार्य मानलं जातं. त्यांचं नाडीपरीक्षेचं ज्ञान अनन्यसाधारण होतं आणि ते कोणत्याही माणसाचं भविष्य नाडीपरीक्षेतून वर्तवू शकत असत.

❖

तीन पित्यांची कथा

इक्ष्वाकू वंशातील राजा हरिश्चंद्राला अनेक पत्नी होत्या; पण त्याला मूलबाळ नव्हतं. आपल्या पोटी एक तरी संतान असावं, आपल्याला पिता होण्याचं भाग्य लाभावं, असं त्याला नेहमी वाटे. तो इतका धनाढ्य आणि बलशाली असूनसुद्धा त्याला संतानसुख मिळत नव्हतं.

एक दिवस नारदमुनी त्याची भेट घेण्यासाठी आले. त्याला दुःखीकष्टी आणि उदास बसलेलं पाहून त्यांनी विचारलं, ''हे राजा, तू असा उदास का आहेस? तुला काय कमी आहे?''

त्यावर राजा हरिश्चंद्र दुःखाने त्यांना म्हणाला, ''अनेक स्त्री-पुरुषांना मुलंबाळं असतात आणि त्यामुळे त्यांचे चेहरे आनंदाने उजळून निघालेले मी बघतो; पण माझ्या पोटी संतान नाही. मुलं माणसाच्या आयुष्यात काय आनंद घेऊन येतात, याचा मला काहीच अनुभव नाही. तो अनुभव घेण्याची माझीसुद्धा इच्छा आहे. निसर्गक्रमानुसार माणसं जरी मरण पावली, तरी मुलाबाळांच्या रूपात मृत्यूनंतरसुद्धा ती या पृथ्वीतलावर राहतात. मला मात्र अशी संधी कधी मिळणार नाही.''

त्यावर नारदमुनी त्याला म्हणाले, ''हे राजा, तू पुत्रप्राप्तीसाठी जलदेवता वरुणराज यांची प्रार्थना कर. वरुणराज खूप कृपाळू आहेत. त्यांच्या आशीर्वादाने तुला नक्कीच संतानप्राप्ती होईल.''

मग राजा हरिश्चंद्राने अत्यंत मनोभावे वरुणराजाची आराधना करण्यास सुरुवात केली. अखेर वरुणराज त्याच्यासमोर प्रकट झाले, तेव्हा राजा हरिश्चंद्राने आपली संतानप्राप्तीची इच्छा त्यांच्या समोर ठेवली.

वरुणराज त्याला म्हणाले, ''एक पिता होण्याचा आनंद खरोखरच अनन्यसाधारण असतो. मानवाला मिळालेली ती एक देणगीच आहे; पण त्याचबरोबर आपल्या अपत्याचा सांभाळ करणं, त्याची काळजी घेणं, त्याने केलेल्या चुका त्याला

सुधारायला लावणं, त्याचप्रमाणे आपल्या स्वतःच्या हातून घडलेली चूक दुरुस्त करणं या सर्व गोष्टी खूप महत्त्वाच्या असतात. आपल्या पोटी संतानाचा जन्म होणं म्हणजेच काही सगळं झालं असं नाही. तू जेव्हा सर्वार्थाने एखाद्या अपत्याची जबाबदारी घेण्यास योग्य होशील, तेव्हा तू माझ्याकडे ये आणि अपत्यप्राप्तीची मागणी कर.''

पण राजा हरिश्चंद्राची थांबण्याची तयारी नव्हती. ''मी एका पित्याची सर्व कर्तव्यं अगदी नीटपणे पार पाडेन; पण माझी तुम्हाला नम्र विनंती आहे की, तुम्ही माझी ही इच्छा लगेच पूर्ण करा.'' तो म्हणाला.

''ठीक आहे. तुला अपत्यप्राप्तीची अतिशय घाई झालेली दिसते; पण माझीसुद्धा एक अट आहे.'' वरुणराज म्हणाले. ''हे बघ, तुझ्या पोटी माझ्या आशीर्वादाने एक संतान जन्माला येईल खरं; परंतु हे संतान काही कायमचं तुझ्याकडे राहू शकणार नाही. पिता होण्याचं सुख तुला अनुभवायला मिळेल; परंतु त्याचबरोबर मी जेव्हा तुझ्याकडे येऊन ते मूल परत मागेन, तेव्हा ते तू मला परत दिलं पाहिजेस.''

हरिश्चंद्राने ती अट ताबडतोब मान्य केली.

त्यानंतर एक वर्षाच्या आत हरिश्चंद्राच्या पोटी एक पुत्र जन्माला आला. हरिश्चंद्राचा आनंद गगनात मावेना. त्याने अत्यंत प्रेमाने आपल्या मुलाचं रोहित असं नामकरण केलं. राजवाड्यात आनंदोत्सव साजरा करण्यात आला. त्यानंतर बरोबर एक वर्षाने वरुणराज हरिश्चंद्रासमोर प्रकट झाले. हरिश्चंद्राने त्याचा पुत्र रोहित याला ताबडतोब आपल्याकडे सुपूर्द करावं अशी त्यांनी मागणी केली.

त्यावर राजा हरिश्चंद्र नतमस्तक होऊन, नम्रपणे म्हणाला, ''वरुणराज, माझा मुलगा जेव्हा पहिली काही पावलं टाकेल, तेव्हा ते बघण्याची माझी इच्छा आहे. कृपया तो आनंद तरी मला मिळू दे, कारण हा आनंद कसा असतो, याचा अजून तरी मला अनुभव आलेला नाही.'' वरुणराजांनी ती विनंती मान्य केली आणि ते अंतर्धान पावले.

त्यानंतर आणखी एक वर्ष लोटलं. वरुणराज पुन्हा एकदा हरिश्चंद्राच्या समोर प्रकट झाले. त्यांनी पुन्हा एकदा हरिश्चंद्राकडे त्याच्या पुत्राची मागणी केली.

या खेपेस हरिश्चंद्राने त्यांना आणखी एक सबब सांगितली. तो म्हणाला, ''वरुणराज, मला माझ्या बाळाचे चिमखडे बोल ऐकायचे आहेत. कृपया तो आनंद मला घेऊ द्या.''

वरुणराजांनी त्याची ती विनंतीसुद्धा मान्य केली आणि ते अंतर्धान पावले.

अशी बरीच वर्षं लोटली. दरवेळी वरुणराज हरिश्चंद्राकडे आले की, तो त्यांना वेगवेगळ्या सबबी सांगून परतवून लावायचा आणि आपल्या पुत्राला स्वतःकडे ठेवून घ्यायचा. जसजसा काळ जात होता, तसतसं हरिश्चंद्र राजाला आपल्या पुत्राविषयी

वाटणारं प्रेम अधिकाधिक दृढ होऊ लागलं होतं. रोहित आता एक अत्यंत देखणा तरुण बनला होता. तो राजवाड्यात अतिशय लाडाकोडात वाढलेला होता. तो आपल्या वडिलांच्या काळजाचा तुकडा होता.

पुन्हा एकदा वरुणराज हरिश्चंद्रासमोर प्रकट झाले. आता मात्र हरिश्चंद्राकडे त्यांना सांगण्याजोगी काहीही सबब शिल्लक राहिली नव्हती. आता या खेपेला यांना कुठलं कारण द्यावं, याचा तो मनातल्या मनात विचार करू लागला.

वरुणराजांच्या ते लक्षात आलं. हरिश्चंद्राच्या विचारांची तंद्री भंग करून ते म्हणाले, "आता या वेळी मी तुझं काहीही ऐकणार नाही. मी तुझ्या पुत्राला माझ्याबरोबर घेऊनच जाणार."

त्यावर राजा वरुणराजांची विनवणी करू लागला. तो म्हणाला, "देवा, तुम्ही तर सर्वज्ञानी आहात. कृपया माझ्यावर दया करा. मला हा एवढा एकच मुलगा आहे."

रोहितने त्यांचं हे संभाषण ऐकलं. वरुणराजाच्या तावडीतून स्वतःची सुटका करून घेण्यासाठी रोहितने सरळ रानात पळ काढला.

रोहित पळून गेल्याचं वरुणराजांच्या लक्षात आल्यावर त्यांनी हरिश्चंद्राला शाप दिला. ते म्हणाले, "राजा, तुला तुझ्या वचन पाळण्याची इतके वेळा संधी देऊनसुद्धा तू तुझं वचन मोडलं आहेस; त्यामुळे मी तुला शाप देत आहे. तुला एक अत्यंत दुर्धर आजार होईल आणि हा आजार पाण्यावाटे येईल."

असं म्हणून वरुणराज तिथून अंतर्धान पावले.

त्यानंतर काही दिवसांतच राजा हरिश्चंद्राचं पोट बिघडलं आणि त्याला जलोदराची व्याधी जडली. हळूहळू त्याचं उदर मोठं होऊ लागलं आणि त्याला सतत अस्वस्थ वाटू लागलं. त्यावर त्याने अनेक उपाय केले. देशोदेशीच्या वैद्यराजांना आपल्याकडे बोलावून घेतलं. अखेर काही लोकांनी त्याला असा सल्ला दिला की, राजा हरिश्चंद्राने एखादं मूल दत्तक घ्यावं आणि मग ते मूल त्याने वरुणराजांच्या हवाली करावं. कदाचित ही गोष्ट ते मान्यसुद्धा करतील.

मग राजा हरिश्चंद्राने पुन्हा एकदा वरुणराजाची प्रार्थना केली. तो त्यांना म्हणाला, "मी एखादा पुत्र दत्तक घेईन आणि माझ्या सख्ख्या मुलाऐवजी त्याला तुमच्या स्वाधीन करीन." वरुणराजांनी ती गोष्ट मान्य केली; पण त्यापूर्वी त्यांनी राजा हरिश्चंद्राला एक अट घातली.

ते म्हणाले, "राजा, तू जे मूल दत्तक घेशील, ते त्याच्या वडिलांनी तुला स्वेच्छेने दत्तक दिलेलं असलं पाहिजे. त्याच बरोबर दत्तकविधानानंतर त्या मुलाला तू माझ्या स्वाधीन करणार आहेस या गोष्टीची त्याला अगोदरच कल्पना असली पाहिजे."

राजा हरिश्चंद्राने त्या अटी मान्य केल्या. मग त्याने आपल्या राज्यात एक दवंडी पिटवली– 'जो कोणी आपल्या मुलाला स्वखुशीने महाराज हरिश्चंद्रांना दत्तक द्यायला तयार असेल, त्याने दरबारामध्ये येऊन भेटावं; परंतु ते मूल महाराज हरिश्चंद्र काही दिवसांतच वरुणराजांच्या स्वाधीन करणार आहेत. ही गोष्ट ज्या कुणाला मान्य असेल, त्यानेच महाराजांच्या भेटीसाठी यावं. महाराज त्याला शंभर गाईंचं दान देणार आहेत.'

त्या काळात गाईंचं दान मिळणं ही खूप मोठी गोष्ट समजली जात असे.

असं असूनसुद्धा या गोष्टीसाठी कोणीही तयार झालं नाही. अगदी गरिबातील गरीब माणसंसुद्धा आपल्या मुलाला या कारणासाठी राजाच्या हवाली करण्यास तयार होईनात. सर्वांनाच हा संपूर्ण व्यवहार अनैतिक वाटत होता.

तिकडे राजाचा जलोदराचा विकार बळावत चालला होता. असे बरेच दिवस गेले. राजपुत्र रोहित अजूनही अरण्यात लपून बसला होता. ही सर्व हकिगत त्याच्याही कानावर गेली होती. त्याच्यापासून थोड्याच अंतरावर एक अत्यंत गरीब कुटुंब राहात होतं. घरात पोटाला खायला अन्न नव्हतं की पैसाअडका नव्हता. ते गरीब कुटुंब एका अत्यंत छोट्या, मोडकळीस आलेल्या झोपडीत राहत होतं. त्या जोडप्याला एकूण तीन पुत्र होते. त्या कुटुंबातील वडिलांचं नाव होते अजिग्रत. हरिश्चंद्र राजाने केलेली घोषणा या अजिग्रताच्या कानावर पडली.

मग तो घरी येऊन आपल्या पत्नीला म्हणाला, "हे बघ, आपली सर्वांची अन्नपाण्याविना उपासमार होत आहे. त्याऐवजी आपण जर राजाला आपल्या तीन मुलांपैकी एक मुलगा दिला, तर त्या मोबदल्यात राजा आपल्याला शंभर गाई देईल. तू या गोष्टीचा जरा विचार कर. त्यानंतर राजा आपल्या पुत्राला वरुणराजांच्या हवाली करणार आहे. ते आपल्या पुत्राची नक्कीच फार चांगली देखभाल करतील. त्याच्या नशिबात आपल्या सोबत राहण्यापेक्षा कितीतरी चांगलं आयुष्य येईल. शिवाय राजाने आपल्याला शंभर गाई दिल्या की, आपण आपल्या राहिलेल्या दोन मुलांचीसुद्धा उत्तम काळजी घेऊ शकू."

हे ऐकल्यावर त्याच्या पत्नीने जड हृदयाने आपल्या पतीच्या या बेताला संमती दिली. आपला पती आपल्या कुटुंबाच्या भल्यासाठीच असा व्यवहारी विचार करत आहे, याची तिला कल्पना होती; पण एक समस्या होती. आपल्या तीन मुलांपैकी नेमक्या कुठल्या मुलाला राजाकडे सोपवायचं, हा प्रश्न त्या दोघांना पडला. अजिग्रताची पत्नी सारखा हाच विचार करत होती.

अखेर अजिग्रत तिला म्हणाला, "मी आपल्या मोठ्या मुलाला काही झालं तरी राजाच्या स्वाधीन करणार नाही, कारण त्याच्यावर माझा फार जीव आहे."

त्यावर त्याची पत्नी म्हणाली, "धाकटा मुलगा माझा लाडका आहे. काही झालं

तरी मी त्याला राजाकडे सोपवणार नाही.''

दोघा पती-पत्नींनी एकमेकांकडे पाहिलं. याचा अर्थ आता आपला दुसरा मुलगा शुनःशेप यालाच राजाकडे सुपूर्द करावं लागणार, हे त्यांच्या लक्षात आलं. दुसरा काहीच पर्याय नव्हता.

आपल्या आई-वडिलांनी आपल्याला राजाच्या स्वाधीन करण्याचा निर्णय घेतलेला पाहून शुनःशेप आश्चर्यचकित झाला; पण त्याने काहीही विरोध दर्शवला नाही. अजिग्रत आपल्या मुलाला घेऊन राजधानीत आला. राजाने अजिग्रताला त्या मुलाच्या मोबदल्यात शंभर गाई दिल्या.

मग शुनःशेपाला एका ठिकाणी बसवून ठेवण्यात आलं. या ठिकाणीच दत्तकविधीचे सर्व उपचार पार पडणार होते. अजिग्रताकडून शुनःशेपाला एकदा दत्तक घेतल्यानंतर लगेच राजा त्याला वरुणराजाच्या हवाली करणार होता.

सर्वत्र खूप गर्दी जमलेली होती. जमलेले लोक घडलेल्या घटनेकडे आश्चर्याने पाहत होते. त्यांचा कुणाचाही स्वतःच्या डोळ्यांवर विश्वासच बसत नव्हता. आपल्या पुत्राला शंभर गाईंच्या मोबदल्यात विकण्यास कुठला पिता तयार झालेला आहे, हे पाहण्यासाठीच एवढे लोक जमा झाले होते.

त्याच वेळी राजा हरिश्चंद्राने एकीकडे आजूबाजूच्या राज्यांतील राजे-रजवाड्यांच्या समोर त्याचप्रमाणे आपल्या प्रजाजनांसमोर आपल्या सामर्थ्याचं प्रदर्शन करण्यासाठी राजसूय यज्ञास प्रारंभ केला होता. या यज्ञासाठी अनेक थोर ऋषी-महर्षी तिथे जमले होते. त्यांच्यात महर्षी विश्वामित्र यांचासुद्धा समावेश होता.

यज्ञ पूर्ण झाल्यानंतर हरिश्चंद्राने जमलेल्या ऋषि-मुनींना दत्तकविधानाचा उपचार पूर्ण करण्याची विनंती केली; पण त्यांनी ती अमान्य केली.

विश्वामित्र म्हणाले, ''जर एखाद्या माणसाने एखाद्या बालकाला दत्तक घेऊन, खरोखरच त्याचा प्रेमाने सांभाळ करायचं ठरवलं असेल तरच अशा दत्तकविधानाला परवानगी आहे; पण तो माणूस जर त्या बालकाला तत्काळ दुसऱ्या कुणाच्या तरी पदरात घालणार असेल, तर अशा प्रकारच्या दत्तकविधानाला आमची संमती नाही. त्यामध्ये हा मुलगा अगदी अल्पवयीन आहे. या दत्तकविधानानंतर हरिश्चंद्र राजा आपल्याला लगेच वरुणराजांकडे सोपवणार आहे, याची त्या मुलाला कल्पना तरी आहे का?''

आपण जे काम आरंभलेलं आहे त्यात महर्षी विश्वामित्र आपल्याला काहीही मदत करणार नाहीत, हे आता राजा हरिश्चंद्राला कळून चुकलं. त्याला खूप अगतिक वाटू लागलं. मग त्याने त्या मुलाच्या वडिलांना म्हणजेच अजिग्रताला जवळ बोलावलं. हरिश्चंद्र त्याला म्हणाला, ''तू आधी इकडे ये आणि मी सांगतो तसं कर. हे दोन उपचार आता तूच पूर्ण कर. आधी तुझा मुलगा मला दत्तक दे आणि

त्यानंतर त्या मुलाला माझ्याकडून घेऊन वरुणराजांना दत्तक देण्याचा उपचारही तूच पार पाड. त्याबद्दल मी तुला आणखी शंभर गाई देईन.''

मुलाच्या वडिलांनी लगेच ती गोष्ट मान्य केली.

आपल्यासमोर घडत असलेल्या या घटना पाहून तो लहान मुलगा म्हणजे शुनःशेप जोरजोरात हसू लागला.

मग विश्वामित्र ऋषींनी त्याला विचारलं, ''बाळा, तू का हसतो आहेस? हे जे काही चाललेलं आहे ते अत्यंत अमानुष असून, त्यासाठी तुझे वडीलच जबाबदार आहेत. त्यांची तर तुझा पिता म्हणवून घेण्याचीसुद्धा पात्रता नाही. अशा इतक्या गंभीर परिस्थितीमध्ये तू मोठ्यांदा हसत का सुटला आहेस?''

त्यावर शुनःशेप म्हणाला, ''मी हसू नको तर काय करू? माझ्या डोळ्यांसमोर माझ्या आयुष्याची ही जी विटंबना चालू आहे, त्याचं मला हसू येत आहे. पहिलं म्हणजे माझे सख्खे रक्ताचे वडीलच पाहा ना. पित्याचं कर्तव्य काय असतं? आपल्या मुलाचं रक्षण करणं आणि तो मुलगा वयात येईपर्यंत त्याला मार्गदर्शन करणं; परंतु माझे वडील इतके लोभी आहेत की, त्यांनी शंभर गाईंच्या मोबदल्यात आपल्या रक्ताच्या मुलाला राजाकडे सुपूर्द करण्याची तयारी दाखवली. दुसरी गोष्ट म्हणजे आमचा हा राजा. एखाद्या राजाने आपल्या प्रजेला न्यायाने वागवलं पाहिजे, प्रजेचा सांभाळ केला पाहिजे; तिचं संरक्षण केलं पाहिजे. राज्यातील सर्व लहान-थोरांचा त्याने पिता बनलं पाहिजे; पण आमचे महाराज बघा. त्यांनी कित्येक वर्षांपूर्वी वरुणराजांना एक वचन दिलं होतं; पण ते त्यांनी आजपर्यंत पूर्ण केलेलं नाही.

खरंतर एखाद्या माणसाच्या पोटी अपत्य जन्माला येणं ही ईश्वरी देणगी असते. असं अपत्य दुसऱ्याला दान म्हणून देणं किंवा अपत्यांची अदलाबदल करणं हा कुठला न्याय आहे? पण इथे तर या महाराजांनी खरेदी-विक्रीचा व्यवहारच मांडला आहे. त्यांच्या त्या व्यवहारांमध्ये कितीतरी निरपराध जीव भरडले जाणार आहेत; पण याची त्यांना कदरच नाही.

तिसरं म्हणजे हे वरुणराज. त्यांच्याकडे बघा. वरुणराज म्हणजे तर कृपाळू जलदेवता. ही देवता पृथ्वीवरील सर्व प्राणिमात्रांना जीवनदान करते. मेघांच्या मदतीने हे वरुणराज तृषार्त धरणीवर पर्जन्याचा वर्षाव करतात. पृथ्वीवरील जीवनाची समृद्धी आणि भरभराट यांच्यामुळेच होते. वरुणराजांच्या कृपेशिवाय पृथ्वीवर जीवनच टिकणार नाही. हे वरुणराज खरं म्हणजे जीवनदान करणारे आहेत. कुणाचा जीव हिरावून घेणारे नाहीत; पण माझं नशीब बघा.

माझ्यासमोर इथे तीन वडीलधाऱ्या व्यक्ती आहेत. त्यांपैकी एक माझा सख्खा पिता आहे. एक माझ्या नगराचा राजा आहे तर तिसरा तर साक्षात देवच आहे. खरंतर या सर्वांनी मिळून माझा प्रतिपाळ करायला हवा, माझं संरक्षण करायला हवं; पण

त्याऐवजी हे तिघेही माझी खरेदी आणि विक्री करायला निघाले आहेत. मी म्हणजे एखादी वस्तू आहे का? मी आता या लोकांच्या अज्ञानीपणाला हसू की माझ्या स्वतःच्या नशिबाला हसू, हेच मला कळेनासं झालं आहे.''

असं बोलून शुनःशेप जरा वेळ थांबला आणि मग पुढे म्हणाला, ''इथे हा सगळा खेळ बघण्यासाठी गर्दी करून जमलेले हे प्रजाजन आणि हे ऋषि-मुनीसुद्धा पाहा. यांच्यातील एकाने तरी पुढे होऊन, हा पोरखेळ थांबवण्याचा प्रयत्न केला का?''

आपल्या डोळ्यांसमोर हा असा घोर अन्याय घडत असलेला पाहून विश्वामित्र ऋषींना नैराश्य आलं. ते म्हणाले, ''बाळा, वेदांमध्ये फार मोठं गहन ज्ञान दडलेलं आहे. आपण कसं जगायचं, कुठल्या यम-नियमांचं अनुसरण करायचं, आपण काय करायचं आणि काय करायचं नाही, हे सगळं आपल्याला ते शिकवतात. म्हणूनच वेद हे जगातील सर्व राजे-महाराजे, देव-देवता आणि मनुष्यप्राणी यांपेक्षाही महान आहेत. मी आता इथेच तुला ऋग्वेदातील थोडासा भाग शिकवतो आणि तो तू पाठ कर. त्याचबरोबर तू ईश्वराची मनोभावे प्रार्थना कर. मग त्यानंतर काय होतं ते आपण बघू.''

त्यानंतर विश्वामित्र ऋषींनी शुनःशेपाच्या समोर वेद पठण करण्यास सुरुवात केली आणि त्यानेही त्यांचं अनुकरण करून, त्यांच्या पाठोपाठ हे सर्व श्लोक म्हणायला सुरुवात केली. त्याबरोबर साक्षात वरुणराज त्याच्यासमोर प्रकट होऊन म्हणाले, ''बाळा, इथे आत्ता एक परीक्षा होती आणि त्यासाठीच मी एका लहान मुलाची मागणी केली होती. या अजिग्रताची हाव, राजा हरिश्चंद्राचा स्वार्थीपणा, या अशा प्रकारच्या अनैतिक व्यवहाराला राजपुत्र रोहित याची संमती आणि या नगरीच्या प्रजाजनांचं हतबुद्ध होऊन, नुसतं कृतिशून्यपणे इथे उभं राहणं हे सगळं पाहून मी आश्चर्याने थक्क झालो; पण त्याचबरोबर मी या लहानशा शुनःशेपाच्या बुद्धीने प्रभावित झालो आहे. त्याला अंतिम ज्ञानप्राप्ती होईल असा मी आशीर्वाद देत आहे. ज्ञान आणि वेदशास्त्राच्या क्षेत्रांमध्ये शुनःशेपाने केलेल्या या महान कार्याचं जगाला नेहमीच स्मरण राहील.''

त्यानंतर वरुणराज हरिश्चंद्राकडे वळून म्हणाले, ''हे राजा, मला तुझ्याकडून तुझा मुलगा नको आहे, त्याचप्रमाणे तुझा जलोदराचा विकारसुद्धा लवकरच बरा होईल; परंतु एक राजा आणि एक पिता म्हणून तू अपयशी ठरला आहेस. माणसाने आयुष्यामध्ये काय करू नये, कसं वागू नये याचं उत्तम उदाहरण म्हणून लोक तुझ्याकडे पाहतील.''

मग ते अजिग्रताकडे वळून म्हणाले, ''तू तर मानवजातीला लागलेला कलंकच आहेस. खरं म्हणजे सर्वच मुलांना आपल्या माता-पित्यांकडून समान प्रेमच मिळालं

पाहिजे. कुठल्याही मातेने अथवा पित्याने आपलं मूल विकून पैसे मिळवले तर त्या पैशांमधून त्यांना सुख, समाधान आणि समृद्धी कधीही प्राप्त होणार नाही. तुझ्या या कृत्यामुळे तू अनेक लोकांच्या शिव्याशापांचा धनी झालेला आहेस.''

एकीकडे हरिश्चंद्र व्याधीमुक्त होऊ लागला तर अजिग्रत वरुणदेवांसमोर मान खाली घालून उभा राहिला.

वरुणराज शुनःशेपाकडे बघून म्हणाले, ''अरे बाळा, तू तर इतका लहान असूनसुद्धा तुझ्या अंगी एखाद्या प्रौढ व्यक्तीची परिपक्वता आहे. या क्षणापासून तू मुक्त आहेस.''

असं बोलून क्षणार्धात वरुणराज तेथून अंतर्धान पावले.

शुनःशेप उठून उभा राहिला. आता आपण काय करावं हेच त्याला कळेना.

मग विश्वामित्र ऋषी त्याच्याकडे वळून म्हणाले, ''अरे शुनःशेपा, मी तुला वेदांचं ज्ञान देईन आणि इतरही बरंच शिक्षण देईन. फक्त मला यासाठी तुझी संमती हवी. तू माझा शिष्य होण्यास पात्र आहेस; परंतु तरीसुद्धा तुला जर अजूनही तुझ्या आई-वडिलांबरोबरच राहायचं असेल, तर तू तसंच कर. तुला अजूनसुद्धा या तुमच्याच राज्यात राहायचं असेल, तर तू राहू शकतोस; पण जर तू माझ्याबरोबर येणार असलास तर मात्र मी तुझं हे नाव बदलून, तुला देवव्रत या नावानेच हाक मारू इच्छितो. तू मानवजातीला ईश्वराकडून मिळालेली एक देणगीच आहेस. जोपर्यंत ही पृथ्वीमाता अस्तित्वात आहे, तोपर्यंत इतिहासामध्ये तुझं नाव अमर आहे.

शुनःशेपाने विश्वामित्र ऋषींबरोबर जाण्याचं ठरवलं आणि दोघेही चालतच त्या राजवाड्यापासून दूर निघून गेले. विश्वामित्र हे त्याचे खऱ्या अर्थाने जरी पिता नसले तरीसुद्धा त्याने त्यांचाच वारसा पुढे चालू ठेवण्याचा निर्णय घेतला.

आज देवव्रताला भारतीय पुराणांमधील अत्यंत तेजस्वी व धारदार बुद्धीची व्यक्तिरेखा म्हणून ओळखण्यात येतं. देवव्रताचं नाव सर्वच वेदांमध्ये येतं आणि त्याने स्वतःच वेदांमधले अनेक श्लोक लिहिलेले आहेत.

❖

ऋषी झालेले राजे

तारुण्याचं फळ

कोणे एके काळी क्षिप्रा नदीच्या काठी एक ऋषी अनेक वर्षं तपश्चर्या करत बसले होते. अखेर त्यांच्या तपश्चर्येला फळ आलं आणि त्यांना एक खास वरदान मिळालं. ते वरदान म्हणजे एक आम्रफल होतं. त्या फळाचं एक वैशिष्ट्य म्हणजे त्याच्या आतील कोय नेहमीच्या आम्रफलासारखी नव्हती. ती खूप चमकदार होती. या आम्रफलाचं सेवन करणाऱ्याला वृद्धापकाळ कधीही स्पर्श करत नसे; पण त्याची कोय मात्र जगावेगळी होती; कारण ती जरी जमिनीमध्ये पुरली तरी त्याला कधीच कोंब फुटत नसे; त्यामुळेच अशा प्रकारचं आंब्याचं झाड दुसरीकडे कुठेही उगवणं शक्यच नव्हतं.

मग ऋषींनी विचार केला, 'मी तर एक संन्यासी आहे. मला तर तारुण्यप्राप्तीची इच्छाच नाही आणि माझ्या नशिबात जेवढं आयुष्य लिहिलेलं आहे, त्याहून जास्त जगण्याचीसुद्धा मला इच्छा नाही; त्यामुळे माझ्यापेक्षा हे आम्रफल भर्तृहरी राजाला मिळालं, तर त्याचा त्याला निश्‍चित जास्त उपयोग होईल. हा राजा दयाळू आहे, श्रद्धाळू आहे आणि तो अवंतिकानगरीचा राजा आहे.' मग ते ऋषी अवंतिकानगरीची राजधानी असलेल्या उज्जैननगरीला जायला निघाले.

यथावकाश ते राजाच्या दरबारी जाऊन पोहोचले. त्यांनी राजाची भेट घेण्याची इच्छा प्रकट केली. त्याप्रमाणे त्यांना राजाच्या भेटीसाठी नेण्यात आलं. राजाच्या समोर गेल्यावर त्यांनी ते आम्रफल त्याला समर्पित केलं आणि त्याच्या गुण-वैशिष्ट्यांविषयी राजाला सर्व काही समजावून सांगितलं. ते म्हणाले, "महाराज, हे खास फळ मी तुम्हाला देतो आहे. त्या फळाच्या या विशेष गुणवैशिष्ट्यांमुळे त्याचा फायदा तुम्हाला मिळावा अशी माझी इच्छा आहे."

मग राजाने अतिशय आदरपूर्वक त्यांच्या त्या भेटीचा स्वीकार केला आणि ते ऋषी तिथून निघून गेले.

राजा भर्तृहरी हा मध्यमवयीन होता. त्याची राणी एकमेवाद्वितीय अशी लावण्यवती

होती. तिचं नाव होतं अनंगसेना. भर्तृहरीने मनामध्ये असा विचार केला की, 'माझ्या या सुंदर पत्नीला कधीही वार्धक्याचा स्पर्श होता कामा नये. ती माझी राणी आहे आणि या जगामध्ये इतर कुणाहीपेक्षा ती माझ्यावर सर्वाधिक प्रेम करते. तिचं हे अनुपम सौंदर्य आणि तिचं माझ्यावरील निरतिशय प्रेम हीच माझ्यासाठी सर्वांत मोठी भेट आहे. याहून वेगळी भेट मला तरी काय करायची आहे?' मग राजा भर्तृहरीने ते खास आम्रफल आपल्या राणीला दिलं आणि तिला त्याच्या गुणवैशिष्ट्यांविषयी सांगितलं.

परंतु राणी अनंगसेनेने ते आम्रफल स्वतः भक्षण न करता तसंच बाजूला ठेवून दिलं. याचं कारण असं की, या अनंगसेनेचा एक प्रियकर होता. तो वयाने तिच्याच बरोबरीचा होता. अर्थात त्यांच्या या संबंधांची राजाला काहीच कल्पना नव्हती. राणीचा हा प्रियकर राजाच्या सेनेचा सेनापतीसुद्धा होता. राणीचं आपल्या पतीपेक्षाही या सेनापतीवरच जास्त प्रेम होतं. तिने मनात विचार केला, 'माझा पती तर आता वृद्ध होऊ लागला आहे. त्याचप्रमाणे जर माझा प्रियकरसुद्धा वृद्ध झाला, तर मला ती गोष्ट कदापि सहन होणार नाही. माझ्यापेक्षा या आम्रफलाचा उपयोग माझ्या प्रियकरालाच जास्त होईल.'

म्हणून अनंगसेनेने ते आम्रफल आपल्या प्रियकराला म्हणजेच राजाच्या सेनापतीला देऊन टाकलं.

परंतु तो सेनापती मात्र राजदरबारातील राजनर्तकीच्या प्रेमात होता. तो मनात म्हणाला, 'ही राजनर्तकी इतकी सुंदर आहे की, तिला कधीच वृद्धत्व येता कामा नये.' मग त्याने ते फळ तिला देऊन टाकलं. तिने त्याचा स्वीकार केला आणि त्याचे मनोमन आभार मानले.

परंतु ती राजनर्तकी मात्र आपल्या राजाच्याच प्रेमात होती. तिला असं वाटलं की, आपण हे खास फळ जर आपल्या राजाला अर्पण केलं तर राजाचं आपल्याकडे विशेष लक्ष जाईल. आपण त्याला ही इतकी अमूल्य भेट दिली, तर तो मनाने नक्कीच आपल्याजवळ येईल आणि कदाचित काही दिवसांनी तो आपल्यावर प्रेमदेखील करू लागेल. म्हणून तिने दुसऱ्या दिवशी ते आम्रफल राजाला भेट म्हणून दिलं.

आपण आपल्या राणीला इतक्या प्रेमाने दिलेलं हे खास आम्रफल केवळ एकाच दिवसात आपल्याकडे परत आल्याचं पाहून राजाच्या आश्चर्याला पारावार राहिला नाही. त्यानंतर थोड्या वेळातच तो आपल्या महाली आपल्या राणीला भेटला, तेव्हा एकान्तात त्याने तिला विचारलं, "मी तुला जे आम्रफल दिलं होतं ते तू भक्षण केलंस का?"

"होय, महाराज." राणीने आपल्या पतीला खोटंच सांगितलं.

मग राजा तिला म्हणाला, "अच्छा! तसं असेल तर त्याची कोय मला दे बरं."

पण तरीही अनंगसेना अजूनही सत्य कबूल करण्यास तयार नव्हती. ती म्हणाली, "महाराज, ती कोय मी कुठे टाकली ते मलाच आता आठवत नाही."

पण आता ती मनातून चांगलीच घाबरली होती. राजासमोर जर आपलं बिंग उघडकीस आलं तर? अशी तिला भीती वाटू लागली.

त्यावर राजा तिला म्हणाला, ''ठीक आहे. तसं असेल तर तू आता इथून जा आणि ताबडतोब ती कोय शोधून मला आणून दे.''

मग अनंगसेना घाईघाईने पळत सेनापतीकडे गेली. ''सेनापती, तुम्ही आम्रफलाचं सेवन केलंत का?'' तिने अस्वस्थ होऊन त्याला विचारलं.

''हो, केलं ना.'' तो म्हणाला. तोही तिच्याशी खोटंच बोलला.

''मग त्याची कोय कुठे आहे?''

''कुठे आहे म्हणजे? ती सांभाळून ठेवायला काही तुम्ही मला सांगितलं नव्हतं; त्यामुळे मी ते फळ खाल्लं आणि नंतर ती कोय बहुतेक कुठेतरी फेकून दिली.'' तो म्हणाला.

''ती ताबडतोब शोधून आणा. ती शोधून काढणं अत्यंत महत्त्वाचं आहे.'' अनंगसेना म्हणाली आणि तिथून निघून गेली.

मग सेनापतीने ताबडतोब राजनर्तकीला बोलावून घेतलं आणि त्याने तिलाही तोच प्रश्न विचारला. तीही त्याच्याशी खोटं बोलली. आपण ते आम्रफल खाऊन त्याची कोय कुठेतरी टाकून दिली असल्याचं तिने त्याला सांगितलं. मग सेनापतीने तिला ती कोय शोधून आणण्यासाठी पाठवलं.

थोड्या वेळानंतर राजनर्तकीने राजाकडे जाऊन त्याला अतिशय हळुवार स्वरात नम्रपणे विचारलं, ''महाराज, मी तुम्हाला जे आम्रफल दिलं होतं, ते तुम्ही खाल्लंत का?''

''नाही खाल्लं.'' राजा म्हणाला.

''बरं, असू दे; पण जेव्हा तुम्ही ते फळ खाल, तेव्हा त्याची कोय तुम्ही मला परत द्याल का?''

आता मात्र भर्तृहरीने तिच्याकडे जरा खोलवर चौकशी करायचं ठरवलं. तो म्हणाला, ''मला एक गोष्ट कळत नाही, तुला ती कोय कशासाठी हवी आहे?''

त्यावर ती राजनर्तकी निरागसपणे म्हणाली, ''ज्या व्यक्तीने मला ते आम्रफल दिलं होतं, त्या व्यक्तीला ती कोय परत हवी आहे.''

''मग ज्या व्यक्तीने तुला ते आम्रफल दिलेलं आहे, त्याला तू माझ्या समोर आणून हजर कर.'' राजा भर्तृहरी जोरात ओरडून म्हणाला.

महाराज आपल्यावर अचानक इतके का रागावले हेच त्या राजनर्तकीला कळेना. मग ती धावतच सेनापतीकडे गेली. तिने सेनापतीला घडलेला प्रकार सांगितला. तो ताबडतोब राणीकडे गेला.

त्यानंतर अवघ्या एक तासातच राजनर्तकी, सेनापती आणि राणी असे तिघेही राजा भर्तृहरीच्या समोर जाऊन उभे राहिले.

भर्तृहरी हा अत्यंत चाणाक्ष राजा होता. या प्रकरणात नेमकं काय घडलं असावं, ते त्याच्या लगेचच लक्षात आलं.

त्याने घडलेल्या घटनांचं व्यवस्थित विश्लेषण केलं आणि मनात विचार केला, 'आपल्याला डोळ्यांनी जे काही दिसतं ते तसं कधीच नसतं. मला असं वाटत होतं की, माझ्या पत्नीचं माझ्यावर सर्वांत जास्त प्रेम आहे; पण तसं तर काहीच नाही. तिचं तर दुसऱ्या कुणावर तरी प्रेम आहे; पण तिचा प्रियकर असलेला सेनापती तरी खऱ्या अर्थाने तिच्यावर कुठे प्रेम करतो आहे? तो तर या राजनर्तकीच्या प्रेमात आहे. ती राजनर्तकी माझ्या प्रेमात आहे; परंतु माझं मात्र या राजनर्तकीवर अजिबात प्रेम नाही. खरंतर मी एक राजा आहे. माझ्याकडे सर्व काही आहे; पण तरीसुद्धा मलाही मर्यादा आहेतच. मला माझ्या तरुण पत्नीच्या प्रेमाची अपेक्षा होती; पण ते मला मिळालं नाही. तिला तिच्या वयाच्या दुसऱ्या एका पुरुषाकडून प्रेमाची अपेक्षा होती; पण तिला ते प्राप्त झालं नाही. थोडक्यात, वयाचा इथे काहीही संबंध नाही. या आम्रफलाने तर माझी जगाकडे बघण्याची दृष्टीच बदलून टाकली आहे. आयुष्याची वाटचाल करण्याचा खरा मार्ग अलिप्तता हाच आहे. अलिप्तता हेच चिरंतन सत्य आहे; त्यामुळेच माणसाला मनःशांती प्राप्त होते. ही मनःशांती प्राप्त करून घेण्यासाठी आपल्याला दुसऱ्या कुठल्याही व्यक्तीवर अवलंबून राहावं लागत नाही. एक गोष्ट तर आता मला कळून चुकली आहे, ती म्हणजे तारुण्य आणि वार्धक्य हा नैसर्गिक जीवनचक्राचाच एक भाग आहे. या जीवनचक्रात खंड आणण्याचा कोणालाही काहीही अधिकार नाही. मला आता इथून पुढे आयुष्याचा खरा अर्थ शोधायला हवा.'

मग राजाने त्या ऋषींना बोलावून घेतलं. ते आम्रफल त्यांना परत देऊन तो म्हणाला, "तुमच्यामुळेच मला सत्य काय आहे ते कळलं." ते ऐकून ऋषींच्या चेहऱ्यावर स्मितहास्य उमटलं आणि त्यांनी ते आम्रफल परत घेतलं. आता ते आम्रफल आपण नदीलाच अर्पण करायचं, असं ठरवून ते परत आले.

मग भर्तृहरीने आपल्या राजगादीचा त्याग केला आणि तो क्षिप्रा नदीच्या काठीच असलेल्या एका गुहेमध्ये तपश्चर्येला जाऊन बसला. आजही उज्जैन शहराच्या जवळ ही गुहा आढळते. उज्जैन शहर आता मध्यप्रदेशात आहे. त्या गुहेला लोक आजही 'भर्तृहरीची गुहा' म्हणूनच ओळखतात.

असा बराच काळ गेला. भर्तृहरीने पुष्कळ ज्ञान संपादन केलं आणि तो एक मोठा तत्त्ववेत्ता बनला. त्याने एकूण दोन ग्रंथ लिहिले. त्यातील एक ग्रंथ म्हणजे 'नीतिशास्त्र' होय. या जगात जगण्यासाठी आवश्यक असलेल्या नीतिनियमांचा ऊहापोह त्याने आपल्या या ग्रंथात केलेला आहे.

❖

जीवनाचा भ्रम

राजा ऋषभदेव हा फार मोठा सम्राट होता. माणसाला आयुष्यामध्ये जे काही हवं असतं ते सगळं त्याच्याकडे होतं. एक प्रचंड मोठी राजधानी, एक सुंदर पत्नी, दोन कन्या आणि अनेक पुत्र. तसेच आपल्याकडे असलेल्या या सर्व गोष्टींचा राजा ऋषभदेवाला फार अभिमान होता.

ऋषभदेवाच्या दोन मुलींची नावे होती सुंदरी आणि ब्राह्मी. त्याने सुंदरीला गणिताचं शिक्षण दिलं आणि ब्राह्मीला लिपी लिहायला शिकवलं. हीच लिपी पुढे भारतातील पहिली लिपी म्हणून नावारूपास आली. याच लिपीला लोक ऋषभदेवाच्या मुलीच्या नावाने ओळखू लागले.

एके दिवशी राजाच्या दरबारामध्ये सुप्रसिद्ध नृत्यांगना नीलांजना हिच्या नृत्याचा कार्यक्रम चालू होता. तिचं नृत्य इतकं सुंदर होतं की, बघताबघता त्या नृत्यांगनेच्या कार्यक्रमाला उपस्थित असणारे सर्वजण तिच्या नृत्यकौशल्याने मोहित होऊन गेले.

नीलांजना नृत्य करत असताना अचानक भोवळ येऊन जमिनीवर कोसळली आणि क्षणार्धात तिचं निधन झालं.

त्या दिवशी राजदरबारामध्ये ऋषभदेव राजाचा घनिष्ठ मित्र म्हणजे साक्षात भगवान इंद्रदेव उपस्थित होते. त्यांनी तिथल्या तिथे आपल्या सामर्थ्याने त्या नृत्यांगनेची एक भ्रामक प्रतिमा तयार केली. क्षणार्धात ती प्रतिमा जमिनीवरून उठून लगेच नृत्यसुद्धा करू लागली.

आपल्यासमोर नृत्य करत असलेली ही स्त्री खरीखुरी नृत्यांगना नसून तिची केवळ भ्रामक प्रतिमा आहे, ही गोष्ट राजा ऋषभदेवाच्या लगेच लक्षात आली. त्याच्या मनात विचारांचं आवर्त उठलं. 'खरंतर नीलांजना ही एक आरोग्यसंपन्न तरुणी होती; पण त्याच्या दरबारात आज तिचा असा अनपेक्षितपणे मृत्यू झाला होता. मृत्यू असा कधीही, कुणावरही घाला घालतो. मृत्यू कुठल्याही स्वरूपात

अचानक माणसाच्या जवळ येतो. आपण सर्वजण मात्र या आयुष्याची क्षणभंगुरता लक्षातही न घेता तसेच जगत राहतो. आपल्या आजूबाजूच्या कुठल्याही व्यक्तीचा मृत्यू झाला तर ती गोष्ट आपण सहजपणे स्वीकारतो; पण अशाच प्रकारे कधीही, कुठल्याही क्षणी आपलाही मृत्यू होऊ शकतो. या जगातील अंतिम सत्य हेच आहे आणि तसं जर असेल तर मला या सत्याचा शोध घ्यायचा आहे. या सत्याविषयी मला अधिक खोलवर जाणून घ्यायचं आहे; त्यामुळे आता मला सर्वसंगपरित्याग करावा लागेल. म्हणजेच जीवनातील या अंतिम सत्याचा शोध घेण्यासाठी मी खऱ्या अर्थाने बंधमुक्त होईन.'

नृत्य संपल्यानंतर ऋषभदेवाने आपल्या मुलांना आपल्या जवळ बोलावून घेतलं आणि तो त्यांना म्हणाला, ''मी आता संन्यास घ्यायचं ठरवलेलं आहे. मी आता सत्याच्या शोधात निघणार आहे, म्हणूनच मी या राज्याच्या तुमच्यामध्ये समसमान वाटण्या करणार आहे. तुम्ही तुमच्या प्रजेचा व्यवस्थित सांभाळ करा आणि न्याय्य वृत्तीने राज्यकारभार करा.''

अशा तऱ्हेने राज्यकारभार आपल्या मुलांच्या हाती सोपवून, आपल्या मस्तकाचं मुंडण करून ऋषभदेवाने संन्यास आश्रमाचा स्वीकार केला आणि उर्वरित आयुष्य अरण्यात घालवण्यासाठी तो निघून गेला.

ऋषभदेवाला जैन धर्माचा पहिला तीर्थंकर मानतात आणि म्हणूनच त्याला आदिदेव असंही म्हणतात.

❖

नियतीचा हात

कोणे एकेकाळी तामिळनाडूच्या परिसरामध्ये एक राजा राहत होता. तो चेरा घराण्याचा वंशज होता.

त्या राजाला दोन पुत्र होते. त्याच्या मोठ्या मुलाचं नाव होतं सेनगुत्तवन. त्याचप्रमाणे राजाला एक धाकटा मुलगासुद्धा होता. या दोन्ही भावांचं एकमेकांवर निरतिशय प्रेम होतं. सेनगुत्तवनाच्या अंगात तर एखाद्या राजपुत्राला शोभतील असे सर्व गुण होतेच; पण त्याचबरोबर राजाचा जो दुसरा मुलगा होता, तो मात्र अगदी असामान्य बुद्धीचा आणि अनन्यसाधारण कर्तृत्व असलेला होता; त्यामुळे त्या राज्याचा वारस म्हणून राजाच्या पहिल्या मुलाऐवजी दुसऱ्या मुलाला घोषित करण्यात यावं, अशी त्या राज्याच्या प्रजेची, त्याचप्रमाणे राजाच्या सल्लागारांची इच्छा होती; परंतु ही गोष्ट राजाला उघडपणे सांगण्याचं धाष्टर्य कुणामध्येही नव्हतं, कारण त्या घराण्याच्या परंपरेने चालत आलेल्या रीतिरिवाजानुसार राजाच्या पहिल्या पुत्राला राजगादी मिळणं अपेक्षित होतं.

एक दिवस एक संन्यासी राजदरबारात आला. तो ज्योतिर्विद्येत निपुण होता. राजाला त्याच्याकडून आपल्या मुलांच्या भविष्याविषयी जाणून घेण्याची तीव्र इच्छा निर्माण झाली. मग त्याने आपल्या दोन्ही मुलांचे हात त्या ज्योतिषाला दाखवले आणि त्याला त्यांचं भविष्य वर्तवण्यास सांगितलं. त्या ज्योतिषाने दोन्ही मुलांचे हात बारकाईने वाचून पाहिले आणि तो राजाला म्हणाला, "महाराज, तुमचा दुसरा मुलगा पुढे जाऊन या राज्याचा वारस होणार आहे. त्याच्या अखत्यारीत या प्रदेशाची भरभराट आणि इथल्या संस्कृतीचा विकास होऊन या संस्कृतीचा जगात सर्वत्र प्रसार होण्यामागे त्याची महत्त्वाची भूमिका असणार आहे. या पृथ्वीतलावर जोपर्यंत तमिळ संस्कृती अस्तित्वात आहे, तोपर्यंत तुमच्या दुसऱ्या मुलाचं नाव अत्यंत आदराने घेण्यात येईल."

ज्योतिषाची ती भविष्यवाणी ऐकून राजाच्या मोठ्या मुलाचा म्हणजेच सेनगुत्तवनाचा चेहरा पडला; परंतु त्याचा धाकटा भाऊ मात्र लगेच उठून उभा राहिला आणि म्हणाला, ''तुम्ही आत्ता जे काही म्हणालात ते चुकीचं आहे आणि मी ते सप्रमाण सिद्ध करून दाखवीन. आपलं नशीब हे आपल्या तळहातावर लिहिलेलं नसतं, तर ते आपल्या मनात असतं. माझा भाऊ हा एक उत्तम राज्यकर्ता होईल, याची मला खात्री आहे; पण मी जर इथे राहिलो तर लोक सतत त्याची आणि माझी तुलना करत राहातील; त्यामुळे आज मी इथल्या इथे एक शपथ घेत आहे. मी लवकरच संन्यास आश्रमाचा स्वीकार करून ही राजधानी सोडून दूर कुठेतरी निघून जाईन.''

हे काहीतरी अनपेक्षितच घडलेलं होतं. ते पाहून सर्वजण आश्चर्यचकित झाले. राजाच्या सल्लागारांनी, त्याचप्रमाणे खुद्द राजानेसुद्धा त्याला त्याच्या या निर्णयापासून परावृत्त करण्याचे खूप प्रयत्न करून पाहिले; परंतु सर्वांना त्या बाबतीत अपयश आलं.

नंतर त्या तरुण राजपुत्राने आपल्या मस्तकाचं मुंडण केलं. त्याने आपल्या अंगावरील राजवस्त्रं उतरवून संन्याशाची वस्त्रं परिधान केली आणि तो राजवाड्यातून दूर निघून गेला. त्याने संपूर्ण तामिळनाडू प्रांतात प्रवास केला. लोक त्याला आदराने 'इलांगो अडिगल' म्हणून ओळखू लागले. नंतरच्या काळात हाच राजपुत्र फार मोठा कवी झाला. त्याने एक महाकाव्य रचलं. त्या महाकाव्याचं नाव 'सिलपदिकारम'. तमिळ साहित्यामध्ये या महाकाव्याचं स्थान फार मोठं आहे. आजही लोक त्याला या महाकाव्याचा निर्माता म्हणून ओळखतात.

सिलपदिकारम ही एका अत्यंत श्रद्धाळू व भाविक अशा कण्णगी नावाच्या स्त्रीची आणि तिच्या पैंजणांची कथा आहे. या कण्णगीचा जन्म अत्यंत सधन घराण्यात झाला. तिथे ती अतिशय लाडाकोडात लहानाची मोठी झाली. कण्णगी जेव्हा उपवर झाली, तेव्हा तिचा विवाह कोवलन नावाच्या एका तरुणाशी झाला. हा कोवलन एका सधन व्यापाऱ्याचा मुलगा होता.

विवाहानंतर ते दाम्पत्य पुम्पूहारमध्ये म्हणजेच चोल घराण्याच्या राजधानीच्या शहरात राहू लागलं.

पण त्यांच्या विवाहानंतर अगदी थोड्याच दिवसांत कोवलन एका नर्तकीच्या प्रेमात पडला. या नर्तकीचं नाव होतं माधवी. तिच्या सौंदर्याची कोवलनला भुरळ पडली. त्याने कण्णगीला सोडून दिलं आणि तो माधवीच्या घरी जाऊन राहू लागला. त्या माधवीची आई एक अत्यंत लोभी स्त्री होती. ती नेहमी कण्णगीला जाऊन भेटत असे आणि 'तुझ्या पतीने पैशाची मागणी केली आहे' असं तिला खोटंच सांगून

तिच्याकडून पैसे उकळत असे. कण्णगी ही अजूनही आपल्या पतीच्या प्रेमात असल्यामुळे ती कोणताही प्रश्न न विचारता तिला मुकाट्याने पैसे देत असे. असं बराच काळ चालू राहिलं. अखेर एक दिवस तिच्या जवळचे सर्व पैसे संपून गेले.

असाच खूप काळ लोटला. कोवलन अजूनही माधवीकडेच राहत होता. एक दिवस कोवलनच्या समोर माधवी एक गाणं गुणगुणत होती. त्या गाण्यातील काही शब्द कोवलनच्या हृदयाला जाऊन भिडले. त्याला अचानक कण्णगीची तीव्रतेने आठवण झाली. मग त्याला आपली चूक कळली आणि तो आपल्या पत्नीकडे परत गेला.

एव्हाना त्यांची परिस्थिती फारच हलाखीची झाली होती. कण्णगीच्या पायातले पैंजण तेवढे शिल्लक होते. ते पैंजण सोन्याचे होते. कण्णगी आणि कोवलन यांना आपल्या आई-वडिलांकडे जाऊन मदतीची याचना करणं अजिबात योग्य वाटलं नाही; त्यामुळे त्या दोघांनी पांडियन राज्याची राजधानी असलेल्या मदुराई शहरामध्ये जाण्याचा निर्णय घेतला. कण्णगीने आपल्या पायातील एक पैंजण काढून आपल्या पतीच्या हाती दिला आणि त्याला म्हणाली, ''मदुराईला गेल्यावर हा पैंजण विका आणि त्यातून आलेल्या पैशांमधून आपण एक छोटासा व्यवसाय सुरू करू या.''

परंतु एक विचित्र योगायोग असा घडला होता की, त्याच दिवशी तिथल्या राजासाठी काम करत असणाऱ्या सुवर्णकाराने राणीचा पैंजण चोरला होता.

कोवलनला अर्थातच या गोष्टीची काहीच कल्पना नव्हती; त्यामुळे तो कण्णगीचा पैंजण विकण्यासाठी त्याच सुवर्णकाराकडे गेला. कण्णगीचा पैंजण राणीच्या पैंजणाशी हुबेहूब मिळताजुळता असल्याचं त्या धूर्त सोनाराने हेरलं आणि त्याने कोवलनवर राणीचा पैंजण चोरल्याचा आळ घेतला. राजाचे शिपाई कोवलनला पकडून घेऊन गेले. आपण निर्दोष असल्याचं कोवलन राजाला वारंवार सांगत राहिला; परंतु त्याचं बोलणं कोणी ऐकून घेतलं नाही. राजाने ताबडतोब कोवलनचा शिरच्छेद करण्यात यावा अशी आज्ञा दिली. अशा रीतीने कोवलनला त्याने न केलेल्या गुन्ह्याची शिक्षा मिळाली.

तिकडे कण्णगी आपल्या पतीची वाट पाहत बसली होती. थोड्याच वेळात ती दुष्ट बातमी तिच्या कानावर आली. कोवलन नावाच्या एका माणसाने राणीचा पैंजण चोरल्याच्या आरोपावरून त्याला दोषी ठरवण्यात आलं होतं आणि त्याचा शिरच्छेदही करण्यात आला होता, अशी ती बातमी होती.

ती बातमी ऐकताच कण्णगीच्या क्रोधाला पारावार राहिला नाही. ती संतप्त अवस्थेत तशीच उठून राजदरबारात गेली आणि राजाच्या समोर उभी राहिली. ती क्रोधित होऊन राजाला म्हणाली, ''महाराज, तुम्ही फार मोठा अन्याय केला आहे. वस्तुस्थिती काय आहे ते जाणूनही न घेता तुम्ही माझ्या निरपराध पतीचा वध केलात.

असं करण्याआधी तुम्ही त्याच्यावर साधा खटलादेखील चालवला नाही आणि त्याचं म्हणणंसुद्धा ऐकून घेतलं नाहीत. हा पाहा माझ्या पायातला दुसरा पैंजण मी घेऊन आले आहे. आता तुम्ही तुमच्याकडे असलेला दुसरा पैंजण मला दाखवा.''

मग राजाने राणीचा दुसरा पैंजण दरबारात मागवून घेतला. कण्णगी म्हणाली, ''आता तुम्ही महाराणींच्या पैंजणावर प्रहार करून तो फोडा आणि त्याच्या आतून काय निघतं ते पाहा.'' त्याप्रमाणे राणीचा पैंजण दरबारात सर्वांच्या समोर फोडण्यात आला, तेव्हा त्यातून मोती बाहेर आले. त्यानंतर कण्णगीने आपल्याकडचा पैंजण फोडायला सांगितला, तेव्हा त्यातून माणकं बाहेर आली.

ते पाहिल्यानंतर राजाला आश्चर्याचा धक्का बसला. त्याने कण्णगीची वारंवार क्षमा मागितली. आपण कुठल्याही प्रकारचा सारासार विचार न करता न्याय-निवाडा केल्याचं त्याच्या लक्षात आलं. त्यानंतर तो राजा अचानक भोवळ येऊन दरबारात खाली कोसळला. आपल्या पतीला अशा प्रकारे भोवळ येऊन कोसळून पडलेलं राणीने पाहिलं. आपला पैंजण चोरल्याचा चुकीचा आरोप ठेवून राजाने नकळत एका निरपराध माणसाचा शिरच्छेद केल्याचंही तिला समजलं होतं. तो धक्का तिला सहन न होऊन तीसुद्धा भोवळ येऊन खाली पडली. अशा प्रकारे बेशुद्ध होऊन खाली पडलेल्या राजा-राणीच्या मदतीला दरबारातील सर्वजण धावून गेले.

परंतु कण्णगी मात्र संतापाने धुमसत तिथेच उभी होती. तिचा राग शांत होईना. मग तिने दरबाराच्या एका कोपऱ्यातील पेटती मशाल उचलून दरबाराच्या पडद्यांना आग लावून दिली. बघताबघता ती आग सर्वत्र पसरली आणि सर्व काही जळून खाक झालं. त्या आगीमध्ये राजवाडा तर भस्मसात झालाच; पण त्यानंतर ती आग सर्व शहरातही पसरली; त्यामुळे मदुराई शहर अर्धअधिक जळून त्याची पार राखरांगोळी झाली.

या कथेतून असं सिद्ध होतं की, पूर्वीच्या काळी स्त्रियांनासुद्धा आपलं गाऱ्हाणं घेऊन राजदरबारात येऊन राजासमोर उभं राहण्याचं स्वातंत्र्य होतं, त्याचप्रमाणे न्याय हा सर्व लोकांसाठी सारखाच असायचा.

संपूर्ण तामिळनाडू प्रांतात जागोजागी या कण्णगीचे पुतळे उभारलेले आपल्याला दिसून येतात. हा पुतळा एका संतप्त स्त्रीचा असून, तिचे केस मोकळे आहेत आणि तिच्या एका हातात एक पैंजण आहे. अशा प्रकारचा कण्णगीचा पुतळा पुम्पूहार शहरामध्येसुद्धा आपल्याला दिसतो.

❖

कालचक्र

ऋषभदेव राजाला दोन राण्या, दोन कन्या आणि शंभर पुत्र होते. त्याच्या पुत्रांपैकी सर्वांत ज्येष्ठ पुत्राचं नाव होतं भरत आणि सर्वांत कनिष्ठ पुत्राचं नाव होतं बाहुबली. हे दोघेही मुलगे उमदे, देखणे होते, त्याचप्रमाणे सर्व प्रकारच्या राजनीतिशास्त्रात आणि युद्धनीतिशास्त्रात ते पारंगत होते.

राजा ऋषभदेवाने जेव्हा संन्यास घ्यायचं ठरवलं, तेव्हा त्याने आपलं राज्य आपल्या मुलांमध्ये वाटून दिलं आणि आपल्या जवळ असलेलं ज्ञान त्यांनी आपल्या दोन्ही मुलींना दिलं. त्यानंतर थोड्याच दिवसांत तो सर्वसंगपरित्याग करून, संन्यास घेऊन उर्वरित आयुष्य ध्यानधारणेमध्ये व्यतीत करण्यासाठी अरण्यामध्ये निघून गेला.

त्यानंतर एक दिवस राजा भरताच्या शस्त्रागारामध्ये एक चक्र आढळून आलं. या चक्राचा अर्थ असा होता की, लवकरच या राज्याचा राजा सार्वभौम सम्राट बनणार होता. ते पाहून राजा भरत हर्षभरित झाला. त्यानंतर थोड्याच वेळात ते चक्र स्वतःहून शस्त्रागाराच्या बाहेर पडलं आणि ते एका विशिष्ट दिशेला जाऊ लागलं. त्याबरोबर राजा भरतदेखील आपल्या सैन्यासह त्या शस्त्राच्या मागोमाग जाऊ लागला.

मग ते चक्र अनेक राज्यांमधून पुढे जाऊ लागलं. त्या सर्व राज्यांच्या राजांनी राजा भरताचं सार्वभौमत्व मान्य करून, त्याचं मांडलिकत्व स्वीकारलं. बघताबघता ते चक्र अयोध्यानगरीत जाऊन पोहोचलं. या ठिकाणी गेल्यावर मात्र ते एका जागी स्थिर होऊन थांबलं. त्या चक्राजवळ राजा भरत दीर्घकाळ प्रतीक्षा करत थांबला, तरीसुद्धा ते चक्र दुसरीकडे हलेना. मग त्याने आपल्या राज्यातील काही विद्वान पंडितांना अयोध्यानगरीत बोलावून घेतलं. त्या पंडितांनी त्या चक्राचं बराच वेळ निरीक्षण केलं. त्यानंतर ते राजा भरताला म्हणाले, "या घटनेचा अर्थ आम्हाला तरी

असा वाटतो की, इतर सर्व राज्यांच्या राजांनी तुमचं सार्वभौमत्व मान्य करून तुमचं मांडलिकत्व स्वीकारलं असलं तरी तुमच्या नव्याण्णव भावांनी मात्र तुमचं सार्वभौमत्व मान्य केलेलं नाही, म्हणूनच हे चक्र इथून पुढे जायला तयार नाही.''

हे ऐकताच राजा भरत संतप्त झाला. त्याच्या मनातील सार्वभौम सत्ताधीश होण्याची इच्छा आता प्रबळ झाली. त्याने तिथल्या तिथे आपल्या नव्याण्णव भावांविरुद्ध युद्ध पुकारलं. तो पूर्ण तयारीनिशी आपली सेना घेऊन त्यांच्यावर चालून गेला; परंतु प्रत्यक्ष रणांगणात मात्र नव्याण्णव भावांपैकी अठ्ठ्याण्णव भावांनी त्याच्यासमोर शरणागती पत्करली. ते सर्व भाऊ आपल्या वडिलांप्रमाणे संन्यास स्वीकारून अरण्यात निघून गेले. जाण्यापूर्वी ते सर्वजण आपापले राज्य भरत राजाच्या हाती सोपवून गेले.

परंतु सर्वांत धाकटा भाऊ बाहुबली मात्र भरताला शरण येण्यास तयार नव्हता. 'मी माझ्या भावापुढे मान का तुकवावी?' असा विचार त्याने केला. 'मी सर्वार्थाने त्याच्याशी तुल्यबळ आहे; त्यामुळे सार्वभौम होण्याची माझीसुद्धा पात्रता आहे.' तो मनात म्हणाला. मग बाहुबलीने आपल्या मोठ्या भावाला म्हणजेच भरताला आव्हान दिलं.

दोन्ही राज्यांच्या मंत्र्यांनी ताबडतोब आपापल्या मंत्रिमंडळांची बैठक बोलावली. त्यानंतर दोन्ही राजाचे मंत्री एकत्र बसून या विषयावर चर्चा करू लागले. बराच वेळ विचारविनिमय करून त्यांनी या समस्येवर एक तोडगा काढला.

सर्वांचं मत असं पडलं की, हा लढा दोन भावांनी एकमेकांविरुद्ध पुकारलेला आहे. त्यांच्या या लढ्यामध्ये निरपराध जिवांचा हकनाक बळी जाण्यात काय हशील आहे? या युद्धात ज्या राजाचा पराभव होईल त्याची आणि त्याच्या सैन्याची दुर्दशा होईल. त्याचप्रमाणे ज्याचा विजय होईल त्याचेही अनेक सैनिक त्या राजाला हा विजय मिळवून देण्यासाठी बळी पडणारच आहेत; त्यामुळे दोन्ही बाजूच्या प्रधानमंत्र्यांनी असा निर्णय घेतला की, या दोन्ही भावांनी वैयक्तिकरीत्या फक्त एकमेकांशी लढावं.

मग ते दोन्ही प्रधानमंत्री भरत आणि बाहुबली या दोन्ही राजांना जाऊन भेटले. या दोन्ही भावांनासुद्धा आपापल्या प्रजेच्या हिताची काळजी होतीच; त्यामुळे त्या दोघांनी हा निर्णय मान्य केला.

त्यानंतर त्या दोन भावांमध्ये वेगवेगळ्या प्रकारच्या द्वंद्वयुद्धाला सुरुवात झाली. त्यामध्ये असं लक्षात आलं की, ते दोघे सर्वच बाबतींत तुल्यबळ होते; त्यामुळे कुणाचाही विजय झाला नाही. यानंतर पुढचा प्रकार होता दृष्टियुद्धाचा. यामध्ये दोन्ही भावांनी एकमेकांसमोर उभं राहून डोळ्यांची पापणीसुद्धा न लवू देता परस्परांकडे रोखून बघायचं होतं. बाहुबली आपला मोठा भाऊ भरत याच्यापेक्षा बराच उंच होता; त्यामुळे त्याला मान खाली करून भरताकडे टक लावून बघणं सोपं होतं; पण

भरताला मात्र मान वर करून बाहुबलीकडे बघणं फार कठीण जात होतं. अर्थातच त्यामुळे या दृष्टियुद्धामध्ये भरताचा पराभव झाला आणि बाहुबलीला सार्वभौम सत्ताधीश राजा म्हणून घोषित करण्यात आलं.

खरंतर या विजयाच्या क्षणी बाहुबलीचं मन अत्यानंदाने आणि समाधानाने भरून जायला हवं होतं; परंतु तसं झालं नाही. उलट त्याच्या मनात तात्त्विक विचारांचं द्वंद्व सुरू झालं. तो स्वतःला म्हणाला, 'या विजयाला तरी काय अर्थ आहे? संपूर्ण आयुष्याचा विचार करता स्वतःला सार्वभौम सत्ताधीश म्हणवून घेण्यात तरी काय अर्थ आहे? या पदासाठी मी माझ्या मोठ्या भावाशी लढलो आणि माझे बाकीचे भाऊ मात्र हे युद्ध टाळण्यासाठी संन्यास घेऊन अरण्यात निघून गेले; परंतु प्रत्येकाला आयुष्यात कधी ना कधी तरी मृत्यूचा सामना करावाच लागतो. माझ्या मृत्यूनंतर माझं हे राज्य माझं उरणारच नाही किंवा कदाचित मला मृत्यू येण्याआधीच माझं हे राज्य दुसरा कुणीतरी माझ्याकडून हिरावून घेऊ शकतो.'

मग बाहुबलीला आपल्या वडिलांची आठवण झाली. तो मनात म्हणाला, 'आज मला तुमची आठवण होत आहे. हे जीवन क्षणभंगुर आहे, हे माझ्या वडिलांनी फार लवकर ओळखलं होतं. म्हणूनच राज्याचा सर्वसंगपरित्याग करून त्यांनी संन्यास आश्रम स्वीकारला.'

त्यानंतर त्याने वळून भरताकडे पाहिलं आणि तो भरताला म्हणाला, "हे बंधू, मला हे राज्य नको किंवा कुठलंच राज्य नको. त्याऐवजी मला मोक्षप्राप्तीची इच्छा झालेली आहे."

असं म्हणून बाहुबली अरण्यात निघून गेला आणि तो तिथे ध्यानाला बसला. असे कित्येक आठवडे आणि महिने लोटले. त्याच्या संपूर्ण शरीरावर लता-वेली वाढून त्यांचं जाळं पसरलं. त्याच्या अंगाखांद्यावर सर्प सुखाने नांदू लागले; परंतु बाहुबलीला कशाचीच पर्वा वाटत नव्हती. त्याचं चित्त विचलित झालं नाही, त्याच्या ध्यानसाधनेत अजिबात खंड पडला नाही. त्याने अन्नपाण्याचा त्याग केला होता. असे कित्येक ॠतू आले आणि गेले; पण त्याला त्या गोष्टीची काहीच पर्वा नव्हती. त्याला मनातून शांती प्राप्त झाली होती आणि तरीसुद्धा त्याच्या अंतर्मनात खोलवर एक छोटासा विचार त्याला त्रास देत होता. एक दिवस तो स्वतःच्या मनाला म्हणाला, 'मी इथे ध्यानासाठी ज्या जमिनीवर बसलो आहे, ती जमीनसुद्धा माझा बंधू भरत राजाच्याच मालकीची आहे. याचा अर्थ असा की, भरताचे माझ्यावर अजूनही उपकारच आहेत. खरं पाहिलं तर या जमिनीवर उभं राहण्याचासुद्धा मला काहीच अधिकार नाही.'

बघताबघता त्याच्या तपश्चर्येला एक वर्ष पूर्ण झालं. एक दिवस राजा भरत त्याला भेटण्यासाठी अरण्यात आला.

भरत बाहुबलीला म्हणाला, ''हे बंधू, या एक वर्षामध्ये मी जे मिळवू शकलो नाही, ते तू प्राप्त केलं आहेस. तुला ऐहिक सुखाची काहीच पर्वा नाही. खरंतर तू इतका महनीय आणि पूजनीय आहेस की, माझ्या संपूर्ण राज्यातल्या लोकांनी तुझी पूजा करावी असं मला वाटतं. मला तुझ्याकडून खूप काही शिकायचं आहे. तू कुणाच्या भूमीवर उभा आहेस हे खरंतर अजिबातच महत्त्वाचं नाही, कारण तू आम्हा सर्वांपेक्षा फारच उच्चस्थानी आहेस. तू सर्व ऐहिक सुखांच्या पलीकडे जाऊन पोहोचलेला आहेस.''

भरताच्या त्या शब्दांनी बाहुबलीच्या मनातील अस्वस्थता दूर झाली आणि त्याचं मन शांत झालं. त्याच्या अंतर्मनाला वारंवार त्रास देणारा तो विचारसुद्धा नाहीसा झाला.

त्यानंतर काही काळाने त्याला अंतिम ज्ञानाची प्राप्ती झाली. त्याला पहिला जैन साधू समजण्यात येतं.

अशा तऱ्हेने तरुण, देखणा, उमदा आणि धैर्यशाली राजपुत्र बाहुबली एक साधू झाला. आपल्या बंधूच्या सन्मानार्थ भरत राजाने आपल्या संपूर्ण राज्यामध्ये ठिकठिकाणी बाहुबलीचे असंख्य उभे पूर्णाकृती पुतळे उभारले.

आज सर्व जग बाहुबलीकडे अलिप्तता, त्याग, अभूतपूर्व ज्ञान आणि ध्यानधारणेतील निष्ठेचं प्रतीक म्हणून आदराने पाहतं. कर्नाटकातील श्रवणबेळगोळ या स्थानी बाहुबलीचा एकोणसाठ फूट उंचीचा अत्यंत सुंदर असा पुतळा बनवण्यात आला आहे, तसेच कर्नाटक राज्यात इतर शहरांमध्येही बाहुबलीचे पुतळे आहेत.

❖

राजा पृथ्वीपती

भिक्षेकरी, कुत्रा आणि पक्षी

एक दिवस भगवान विष्णू आणि विष्णुपत्नी लक्ष्मी हे आपल्या वैकुंठामधील निवासस्थानी विश्रांती घेत होते, तेव्हा ब्रह्मदेव, इंद्र आणि इतर काही देव त्यांच्या भेटीसाठी आले.

आपल्या भेटीसाठी आलेल्या त्या देवांना पाहून भगवान विष्णूंना खूप आनंद झाला आणि त्या सर्वांच्या एकमेकांशी गप्पागोष्टी सुरू झाल्या. काही वेळातच त्यांच्या गप्पांना एक निराळंच मजेदार वळण लागलं.

इंद्रदेव भगवान विष्णूंना म्हणाले, ''हे भगवन, तुमच्या एकूण भक्तांपैकी सर्वांत कनवाळू भक्त कोण?''

''अर्थातच रंतिदेव.'' भगवान विष्णू क्षणाचाही विचार न करता म्हणाले.

''म्हणजे चंद्रवंशी घराण्यातील राजा भरत याने ज्याला दत्तक घेतले होते आणि पुढे भरताचा जो वारस झाला, त्याच रंतिदेवाविषयी तुम्ही बोलत आहात का?'' इंद्रदेवाने विचारले.

''आणि तो संस्कृतीचा पुत्र आहे ना?'' जमलेल्या देवांपैकी आणखी कोणीतरी विचारलं.

''हो हो. तोच तो.'' भगवान विष्णू म्हणाले आणि त्यांच्या चेहऱ्यावर स्मितहास्य विलसू लागलं.

''त्याच्या भक्तीला तर काही सीमाच नाही. त्याच्या सहवासामध्ये आलेल्या प्रत्येकाशी तो अत्यंत कनवाळूपणे वागतो, मग समोरच्याची परिस्थिती कशीही असली तरी.''

त्यावर सर्व देव गप्प बसले. आपला सर्वांत कनवाळू भक्त म्हणून आपण रंतिदेवाची केलेली निवड इतर देवांना विशेष रुचलेली नाही, हे भगवान विष्णूंच्या लगेच लक्षात आलं.

त्यानंतर सर्व देवांच्या एका वेगळ्याच विषयावर गप्पा सुरू झाल्या. अखेर जरा वेळाने प्रफुल्लित मनाने सर्व देव निघून गेले.

बाहेर पडल्यावर इंद्रदेव वायुदेवाला म्हणाले, "भगवान विष्णूंनी आपला सर्वांत कनवाळू भक्त म्हणून रंतिदेवाची निवड केली, ही गोष्ट मला मुळीच पटलेली नाही. चला, आपण त्या रंतिदेवाची परीक्षा घेऊ."

"मानवप्राणी जेव्हा ईश्वराची प्रार्थना करतात, तेव्हा ती केवळ स्वतःच्या वैयक्तिक फायद्यासाठीच करतात." वायुदेव म्हणाला; "त्यामुळे आपण खरोखरच त्याची परीक्षा घेऊ या."

मग ते दोघे जलदेवता वरुणराजांकडे गेले. वरुणराजांनासुद्धा त्यांचं म्हणणं पटलं. सृष्टीतील चराचरांमध्ये सर्वत्र भगवान विष्णूंचा संचार आहे, असा रंतिदेवाचा ठाम विश्वास होता. आपल्या सर्व प्रजाजनांमध्ये आणि प्राणिमात्रांमध्येसुद्धा भगवान विष्णूंचा वास आहे, असं त्याला सतत वाटत असे. तो आपल्या प्रजेची अतिशय चांगल्या पद्धतीने काळजी घेत असे. साहजिकपणे त्याच्या प्रजेचंही त्याच्यावर अगदी निस्सीम प्रेम होतं. त्याचा देश श्रीमंत होता तसेच त्याच्या राज्याची भरभराट होत होती.

परंतु आता देवांनी त्याची परीक्षा घेण्याचं ठरवलं होतं; त्यामुळे अचानक त्याच्या राज्यातील सर्व परिस्थिती बदलून गेली. रंतिदेवाच्या देशामध्ये अकाली पाऊस येऊ लागला, उष्णतेची लाट पसरली, पिकांची नासाडी झाली, सगळीकडे दुष्काळ पसरला, पाण्याअभावी लोक तडफडू लागले. अखेर त्याच्या प्रजाजनांचादेखील निरुपाय झाला. मग अगतिक होऊन ते सर्वजण आपला राजा रंतिदेवाची भेट घेण्यासाठी गेले.

मग रंतिदेवाने आपल्या प्रजेतील गोरगरिबांसाठी धान्याची कोठारे खुली केली. बघताबघता राजाकडे असलेला धान्याचा साठा कमी होऊ लागला. त्यानंतर राजानेसुद्धा उपवास धरले. भगवान विष्णूंनी आपल्या प्रजेचं संरक्षण करावं आणि आपल्या देशात पसरलेला दुष्काळ दूर करावा म्हणून त्याने त्यांची करुणा भाकली.

असे अनेक दिवस गेले. परिस्थिती अतिशय बिकट होत चालली होती. आता देशातील अन्नधान्य जवळजवळ संपुष्टात आलं होतं. रंतिदेवाने स्वतः उपाशी राहून आपल्या वाट्याचं अन्नसुद्धा आपल्या प्रजेच्या मुखी घालण्यास सुरुवात केली. बघताबघता त्याची प्रकृती क्षीण झाली आणि त्याचं शरीर दुर्बल होऊ लागलं. प्रजाजनांना त्याच्या तब्येतीची काळजी वाटू लागली. राजाने हे उपोषण ताबडतोब थांबवावं म्हणून राजवैद्य त्याची मनधरणी करू लागले.

अखेर सर्वांच्या विनंतीला मान देऊन, रंतिदेवाने आपलं उपोषण थांबवण्याचं ठरवलं. उपासामुळे जर आपलाच मृत्यू ओढवला तर आपल्या प्रजाजनांचा सांभाळ

तरी कोण करणार, हे त्याला पटलं होतं.

मग राजाच्या स्वयंपाक्याने त्याच्यासाठी एका वाडग्यामध्ये भात आणला.

तेवढ्यात रंतिदेवाने पाहिलं, तर एक जीर्णशीर्ण कपड्यांतील वृद्ध माणूस अडखळत त्याच्या दरबारात शिरला. त्याच्या अवतारावरून तो भिक्षेकरी वाटत होता. आपल्या हातातल्या काठीचा आधार घेत तो माणूस अतिशय हळूहळू रंतिदेवापाशी येऊन पोहोचला; परंतु रंतिदेवाने त्याला जवळ बोलावून आपल्या शेजारी बसवून घेतलं.

त्या माणसाने आशाळभूतपणे रंतिदेवाच्या समोर ठेवलेल्या भाताच्या वाडग्याकडे पाहिलं आणि तो म्हणाला, "महाराज, मी अत्यंत भुकेला आहे. मी गेल्या कित्येक दिवसांत जेवलेलो नाही." असं म्हणून पुन्हा एकदा त्याने त्या भाताच्या वाडग्याकडे आशाळभूतपणे पाहिलं; पण तो आणखी काहीच बोलला नाही. त्यावर रंतिदेवाने हसून आपल्या हातातील वाडगा त्याच्या हातात ठेवला आणि तो हळुवारपणे म्हणाला, "या तुम्ही. इथे माझ्याबरोबर जेवायला बसा."

मग त्या माणसाने अधाशासारखा तो सगळा भात खाऊन टाकला; जणू काही तो कित्येक दिवसांपासून उपाशी होता. बघताबघता भाताचा वाडगा रिकामा झाला आणि राजासाठी एक शीतही भात शिल्लक उरला नाही.

राजाच्या दरबारातील दरबारी अस्वस्थ झाले. त्या भिक्षेकऱ्याने थोडा तरी भात राजासाठी शिल्लक ठेवायला हवा होता, असं सर्वांना वाटत होतं.

आपलं हे वागणं आपल्या भोवती बसलेल्या दरबारातल्या मानकऱ्यांना अजिबात आवडलेलं नाही, याची त्या भिक्षेकऱ्याला जाणीवसुद्धा नव्हती. त्याने राजाकडे पाहून त्याची स्तुतिस्तोत्रं गायला सुरुवात केली, "महाराज, मी इथे तुमच्या दरबारात आल्यानंतर इतक्या लवकर माझ्या पोटाला अन्न मिळेल, अशी मी अपेक्षाच केलेली नव्हती. तुमच्या कुळाची खूप भरभराट होऊ दे."

असं म्हणून तो म्हातारा भिक्षेकरी तिथून निघून गेला.

त्यानंतर काही क्षणांतच पुन्हा एकदा भाताने भरलेला वाडगा त्या राजाच्या समोर आणून ठेवण्यात आला. "कृपया आपण हा भात खाऊन घ्यावा. आपल्या कोठारातला भात आता संपलेला आहे." मंत्री म्हणाले.

राजा भाताचा पहिला घास तोंडात घालणार इतक्यात एक अतिशय हडकुळा, भुकेला कुत्रा पळतपळत दरबारात शिरून राजापाशी येऊन उभा राहिला. तो भाताच्या भांड्याकडे आशाळभूतपणे बघू लागला आणि राजाकडे पाहत आपली शेपूट जोरजोरात हलवू लागला.

मग राजाने ते भाताचं भांडं उचलून त्यातला मूठभर भात त्या कुत्र्याला भरवला. त्याच वेळी नेमकं दुर्दैवाने ते भाताचं भांडं राजाच्या हातून खाली पडलं आणि सगळा

भात जमिनीवर सांडला. त्या कुत्र्याने घाईघाईने जमिनीवर सांडलेला सगळाच्या सगळा भात अगदी चाटूनपुसून संपवून टाकला आणि तो तिथून पळून गेला.

आता त्यांच्याकडे फक्त पाणी तेवढं शिल्लक होतं. मग राजाचा मंत्री उदास होऊन अगतिकपणे म्हणाला, "महाराज, आता हे पाणी तरी तुम्ही ताबडतोब पिऊन घ्या, नाहीतर पुन्हा कोणीतरी याचक तुमच्या दारात येईल."

मग राजाने पाण्याने भरलेला पेला उचलून आपल्या ओठाला लावला आणि त्याच क्षणी एक पक्षी दरबारामध्ये येऊन त्याच्या खांद्यावर बसला. तो पक्षी तहानलेला असल्याचं राजाला लगेच कळलं; त्यामुळे त्याने आपल्या हातातला पाण्याचा पेला खाली ठेवला आणि तो त्या पक्ष्याला म्हणाला, "ये. तूसुद्धा माझ्याबरोबर पाणी पी."

नवल असं की, त्या एवढ्याशा पक्ष्याने त्या पेल्यातलं सर्वच्या सर्व पाणी पिऊन टाकलं. ते पाहून जमलेले सर्वजण अचंबित झाले.

राजा रंतिदेवाने आपले डोळे मिटले आणि तो हृदयापासून बोलू लागला, "आत्ता इथे येऊन गेलेले तिघे, तो भिक्षेकरी, तो कुत्रा आणि हा पक्षी हे सर्वजण भगवान विष्णूंचे अवतार आहेत. जणू काही भगवान विष्णूंनी इथे स्वतःच अन्नग्रहण केलेलं आहे, जलप्राशन केलेलं आहे; त्यामुळे आता माझं पोट भरलं आहे. मला आता भूकही उरलेली नाही आणि तहानही उरलेली नाही."

अचानक त्या दरबारात हळूवारपणे एक आवाज घुमला– "म्हणूनच हे रंतिदेवा, तू माझ्या सर्व भक्तांमधला सर्वांत कनवाळू भक्त आहेस. इंद्रदेव, वरुणदेव, वायुदेव या तिघांनी मिळून तुझ्या नकळत तुझी परीक्षा घेतली होती. भिक्षेकरी, कुत्रा आणि पक्षी यांच्या रूपांत ते स्वतः आत्ता इथे आले होते."

रंतिदेवाने डोळे उघडून पाहिलं, तर त्याच्या समोर साक्षात भगवान विष्णू उभे होते आणि त्यांच्या शेजारी इंद्रदेव, वायुदेव आणि वरुणदेव हे तिन्ही देवही उभे होते.

मग भगवान विष्णू हसून म्हणाले, "रंतिदेवा, तुझ्या राजधानीत आलेला दुष्काळसुद्धा या तिघांनी कृत्रिमरीत्या घडवून आणलेला होता. तो दुष्काळही आता नाहीसा झाला आहे, तेव्हा आता तुला चिंता करण्याचं काहीच कारण नाही. आता तुझ्या प्रजाजनांना अजिबात त्रास होणार नाही. त्याबरोबरच मीही तुला इथे एक वरदान देत आहे. तुला जे काही हवं असेल ते तू माग."

त्यानंतर रंतिदेवाने अत्यानंदाने भगवान विष्णूंकडे एक वरदान मागितलं. तो म्हणाला,

न त्वहं कामये राज्यं न स्वर्गं नापुनर्भवम् ।
कामये दुःखतप्तानां प्राणिनामार्तिनाशनम् ।।

याचा अर्थ असा आहे,

मला राज्याचा मोह नाही. मला मोक्षप्राप्तीचा, स्वर्गप्राप्तीचा किंवा पुनर्जन्माचाही मोह नाही. मला माझ्या चहूबाजूला हे लोक यातना भोगत असताना दिसत आहेत. हे परमेश्वरा, यांच्या यातना संपवण्याची शक्ती तू मला दे. तू मला केवळ एक कनवाळू हृदय दे आणि बलशाली बाहू दे, म्हणजे मी इतरांच्या संकटकाळी त्यांचे अश्रू पुसू शकेन.

त्याने मागितलेलं हे वरदान ऐकून भगवान विष्णूंचं अंतःकरण हेलावलं आणि ते म्हणाले, ''तथास्तु!''

आजसुद्धा लोक या रंतिदेवाला सर्व मानव, प्राणिमात्रांशी आणि पशुपक्ष्यांशी समानभावाने वागणारा राजा म्हणून ओळखतात.

❖

पृथ्वीची गोमाता कशी झाली?

खूप वर्षांपूर्वी या भूतलावर एक अत्यंत दुष्ट असा शासनकर्ता राहात होता. त्याचं नाव होतं वेन राजा. तो त्याच्या प्रजेचा अनन्वित छळ करत असे. त्याचे सर्व प्रजाजन या छळाला कंटाळून गेले होते. स्त्री-पुरुषच नव्हे तर लहान मुलेसुद्धा त्याच्या जाचातून आपली सुटका कधी होणार याची वाट पाहत होती. मग त्या सर्वांनी मिळून त्या जुलमी राजाविरुद्ध बंड करण्याचं ठरवलं. त्या बंडाळीमध्ये राजाचा वध झाला आणि त्यानंतर त्याचा मुलगा म्हणजे राजपुत्र पृथू गादीवर आला.

पृथू हा खरंतर एक अत्यंत बुद्धिमान मुलगा होता. त्याच्या मनात आपल्या प्रजेविषयी सद्भावना होती; परंतु तरीसुद्धा त्याला आपल्या राज्यातल्या राजकारणाची परिस्थिती नियंत्रणाखाली आणणं शक्य होईना. तो प्रजाजनांना काहीच मदत करू शकला नाही. अखेर त्याला असं वाटू लागलं की, ही भूदेवीच आपल्याविरुद्ध बंड करून उठलेली आहे, कारण जमिनीत पिकं येत नव्हती. लोक अन्नपाण्याविना उपाशी मरू लागले होते.

मग राजा पृथू स्वतःच भूमातेच्या शोधात निघाला. भूमातेसमोर नाक घासून विनवणी करून तिची क्षमा मागायची, असं त्याने ठरवलं होतं; परंतु भूमातेला मात्र या पृथू राजाची खूप भीती वाटू लागली. तिला वाटलं, कदाचित हादेखील आपल्या पित्याप्रमाणेच दुष्ट आणि क्रूर असेल आणि तो आपला छळ करेल, म्हणून त्याच्यासमोर येण्याऐवजी तिने सरळ एका गाईचं रूप धारण केलं आणि राजाला बघताच ती पळून गेली.

ही गोष्ट जेव्हा पृथू राजाच्या लक्षात आली, तेव्हा तो संतप्त झाला. त्याने आपला धनुष्य-बाण हातात घेतला आणि धनुष्याची प्रत्यंचा ताणून त्याने गाईच्या रोखाने बाण सोडण्याची तयारी केली; परंतु त्याच क्षणी त्याला एक जाणीव झाली की, आपण अशा प्रकारे या गाईचा वध केल्याने काहीच साध्य होणार नाही. उलट

आपल्या या कृत्याने भूमातेला इजा पोहोचेल; आपल्या हातून आपल्या स्वतःच्याच राज्याचा विनाश होईल; त्यामुळे त्याने आपली शस्त्रं खाली ठेवून भूमातेची करुणा भाकण्यास सुरुवात केली–

"हे भूमाते, मी तुला आज इथे असं वचन देतो की, इथून पुढे मी तुला कन्येप्रमाणे जपेन आणि सर्व दुष्टांपासून मी तुझं रक्षण करीन; पण तूसुद्धा आपल्या या पित्याशी आणि त्याच्या प्रजाजनांशी कनवाळूपणे वाग. माझ्या राज्यामध्ये तुला कुठल्याही प्रकारचं भय नाही. तुझी इथे खूप भरभराट होईल; पण आता तू जर आम्हाला मदत केली नाहीस, तर माझे प्रजाजन जीवित राहू शकणार नाहीत. माझ्या वडिलांच्या हातून अनेक पातकं झाली आहेत; पण त्याची शिक्षा तू माझ्या राज्याला आणि या राज्यातल्या निरपराध लोकांना देऊ नकोस."

भूदेवीने पृथू राजाची ही कळकळीची प्रार्थना ऐकली, तिचं हृदय द्रवलं आणि ती त्याच्या मदतीला धावून आली. या घटनेनंतर सर्वजण भूदेवीला 'पृथ्वी' म्हणजेच पृथू राजाची कन्या असं म्हणून ओळखू लागले.

पृथू राजाने आपल्या तीक्ष्ण बुद्धीचा वापर करून, राज्यातल्या शेतीला प्राधान्य दिलं. त्याच्या प्रजाजनांनी सुरुवातीच्या काळात भाज्या आणि फळे पिकवण्यास सुरुवात केली आणि काही काळानंतर तिथे व्यापार-उदीमही वाढीस लागला. संस्कृतीची भरभराट होऊ लागली. सर्व वेदांमध्ये आपल्याला या पृथू राजाचा उल्लेख सापडतो. या पृथ्वीवर शेती व्यवसायाला चालना देणारा पहिला शासक म्हणून त्याचा सर्वत्र उल्लेख केला जातो.

अशा प्रकारे प्राचीन भारतातला खऱ्या अर्थाने पहिला राजा म्हणून पृथूला ओळखलं जातं. त्याची राजधानी आजच्या हरियाणा राज्यात होती. पृथू हा अत्यंत कल्याणकारी शासनकर्ता होता. तो आपल्या वडिलांपेक्षा फारच वेगळा होता; त्यामुळे तो लोकांचा आवडता झाला. इतकंच नव्हे तर तो देवांचाही आवडता झाला. त्याला देव-देवता, असुर, यक्ष आणि नाग या सर्वांकडून वरदान मिळालं.

पृथूच्या शासन काळामध्ये त्याचे वडील म्हणजेच वेन राजाला मात्र नरकामध्ये शिक्षा भोगावी लागली. वेन राजा जेव्हा राज्यकर्ता होता, तेव्हा त्याच्या हातून असंख्य पातकं घडली होती; त्यामुळेच नरकातील 'पुथ' नावाच्या जागी तो त्या पापांची शिक्षा भोगत होता; परंतु त्याचा पुत्र पृथू याने आपल्या जीवनात एक पुण्यकर्म केलं; त्यामुळे त्याच्या वडिलांची नरकातून सुटका करण्यात आली. तेव्हापासून संस्कृतमध्ये मुलाला पुत्र आणि मुलीला पुत्री असं म्हणण्याची प्रथा रूढ झाली. या दोन्ही शब्दांचा अर्थ - जी व्यक्ती आपल्या माता-पित्यांच्या पापाचे क्षालन करते असा होतो.

❖

बुद्धिमान अजगर

कोणे एके काळी आयू नावाचा एक राजा आपली पत्नी इंदुमती हिच्यासह आपल्या राज्याची राजधानी असलेल्या 'प्रतिष्ठान'नगरीमध्ये राहत होता. त्यांना एक पुत्र होता. या पुत्रावर त्यांचं निरतिशय प्रेम होतं.

इंदुमतीने आपल्या या पुत्राची देखभाल करण्यासाठी एका दाईची नियुक्ती केलेली होती; पण ही दाई कुणी साधीसुधी दाई नव्हती. खरं सांगायचं तर ती एक दाई नव्हतीच. तर तो हुंड नावाचा एक असुर होता. तो मुद्दामच दाईचं रूप धारण करून या राजपुत्राची देखभाल करण्याच्या निमित्ताने तिथे येऊन राहिला होता. संधी मिळताच त्याला या राजपुत्राचं अपहरण करायचं होतं आणि लगेचच त्या राजपुत्राला खाऊन टाकायचं होतं.

एक दिवस राजा आणि राणी बाहेर गेलेले असताना हुंड राक्षसाने या राजकुमाराचं अपहरण केलं आणि त्याला घेऊन तो आकाशात उड्डाण करून निघून गेला. जेव्हा तो राक्षस राजपुत्रासह आपल्या राजवाड्यात जाऊन पोहोचला, तेव्हा त्याने त्या बाळाला आपल्या स्वयंपाक्याच्या हवाली केलं आणि त्याला आज्ञा दिली, ''ताबडतोब जा आणि याचं मांस शिजवून मला वाढ.'' परंतु तो स्वयंपाकी कनवाळू होता.

या निष्पाप बाळाचा वध करणं त्याला शक्य झालं नाही; त्यामुळे त्याने त्या बाळाला घेऊन त्या राक्षसाच्या राजवाड्यातून पळ काढला. त्याने त्या बाळाला वसिष्ठ ऋषींच्या आश्रमाच्या दारापाशी ठेवलं आणि तो तिथून निघून गेला.

दुसऱ्या दिवशी सकाळी वसिष्ठ ऋषींनी जेव्हा दार उघडलं, तेव्हा त्यांना दरवाजाच्या पायरीवर एक गोंडस, गुटगुटीत बालक खेळताना दिसलं. वसिष्ठ मुनींना पाहून त्या बालकाने त्यांच्याकडे बघून लोभस हास्य केलं. वसिष्ठ मुनींनी लगेच त्या बाळाला उचलून कडेवर घेतलं आणि आता आपणच या बाळाचा सांभाळ करायचा, असं ठरवलं. वसिष्ठ ऋषींनी त्या बाळाचं नामकरण 'नहुष' असं केलं.

त्यांनी नहुषाचं लालनपालन करून, त्याला लहानाचं मोठं केलं. तिकडे नहुषाचे सख्खे आई-वडील आयू आणि इंदुमती मात्र आपल्या मुलाच्या वियोगाने दुःखी अवस्थेत दिवस कंठत होते. असाच काही काळ लोटला.

एकदा नारदमुनी भ्रमण करत असताना ते आयू राजाकडे आले. ते त्याला म्हणाले, ''तुझा पुत्र तर वसिष्ठ मुनींच्या आश्रमामध्ये वाढत आहे.'' अखेर त्या माता-पित्यांना आपला हरवलेला पुत्र गवसला. मग ते दोघे त्याला घेऊन स्वगृही परत आले.

नहुषाने जेव्हा तारुण्यात पदार्पण केलं, तेव्हा तो एक महापराक्रमी योद्धा बनला. त्याची कीर्ती सर्वदूर पसरली. त्याने देवाधिराज इंद्राशीसुद्धा युद्ध करून त्याला पराभूत केलं. आपला पराभव होत असल्याचं लक्षात येताच इंद्र तिथून पळून गेला. त्या वेळी इंद्राने आपला राजवाडा आणि आपली सुंदर पत्नी शची हिलासुद्धा मागे सोडलं.

राजा नहुष जेव्हा इंद्राच्या राजवाड्यात शिरला, तेव्हा तिथे महालात बसलेल्या शचीवर त्याची नजर पडली. तो तिच्या लावण्याने मोहित झाला. आता हिच्याशीच विवाह करून, तिला आपली पट्टराणी बनवण्याचा त्याने ध्यास घेतला. इंद्रपत्नी शचीने अर्थातच त्याला नकार दिला.

नहुषाचे सल्लागार त्याला म्हणाले, ''महाराज, तुम्ही खूप बलशाली आहात. तुम्ही तर देवांचा देव असलेल्या इंद्राचासुद्धा पराभव केलेला आहे; पण तरीही तुम्ही कुठल्याही स्त्रीचा अपमान करणं योग्य नव्हे, तेव्हा तुम्ही इंद्रपत्नी शची यांचासुद्धा अपमान करता कामा नये. तुम्ही त्यांचा निर्णय स्वीकारायला हवा.''

तिकडे शची भयभीत होऊन देवांचे गुरू बृहस्पती यांना भेटायला गेली. बृहस्पतींनी तिला एक उपाय सांगितला. एक दिवस बृहस्पतींच्या सांगण्यानुसार इंद्रपत्नीने नहुषाच्या दरबारी एक निरोप पाठवून, त्याला आपल्या राजवाड्यात येण्याचं निमंत्रण दिलं.

शचीने पाठवलेला निरोप असा होता : ''आता काही दिवसांतच स्वर्गलोकामध्ये एक उत्सव होणार आहे. महाराज नहुष यांना या उत्सवात सहभागी होण्यासाठी निमंत्रण देण्यात येत आहे, तेव्हा त्यांनी कृपया पालखीत बसून यावे.''

इंद्रपत्नी शचीकडून अशा प्रकारचा निरोप मिळाल्यावर राजा नहुषाला वाटलं की, आता ती आपल्याशी विवाह करण्यास तयार झालेली आहे; त्यामुळे तो ताबडतोब स्वर्गलोकी जाण्यास निघाला. खरंतर त्याला आपल्याबरोबर आपल्या सेनेला घेऊन जायचं होतं. मात्र, त्या वेळी त्याच्या दरबारात त्याचे सैनिक उपस्थित नव्हते; पण त्याच वेळी त्याच्या दरबारामध्ये दूरच्या एका कोपऱ्यात बसून, सात ऋषी मंत्र पठण करत होते.

नहुष राजा मात्र शचीच्या निमंत्रणाचा स्वीकार करून स्वर्गलोकी जाण्यास इतका उतावीळ झालेला होता की, तो त्या सप्तर्षींना म्हणाला, "मला ताबडतोब स्वर्गलोकी जायचं आहे, तरी तुम्ही कृपया माझी पालखी उचलायला या."

अशा प्रकारे त्या विद्वान महर्षींच्या उपासनेमध्ये व्यत्यय आणून, त्यांना स्वतःची पालखी उचलण्याचं काम सांगून नहुषाने त्यांचा घोर अपमान केलेला होता; परंतु तरीही सप्तर्षींनी त्याला अजिबात विरोध केला नाही. त्यांनी आपली ईश्वराची आराधना मध्येच थांबवून, नहुषाची पालखी उचलून घेतली आणि ते स्वर्गलोकाच्या दिशेने निघाले.

त्या सप्तर्षींमध्ये अगस्त्य ऋषी हे उंचीने सर्वांत कमी होते; त्यामुळे अर्थातच चालताचालता ती पालखी सारखी वर-खाली हेलकावे खाऊ लागली. साहजिकच राजा नहुषाला ते सहन होईना. सुरुवातीला त्याने काही तक्रार केली नाही; पण पुढे त्याला त्या पालखीमध्ये खूप त्रास होऊ लागला. त्याच्या मनात सहज विचार आला, 'मी तर तीनही लोकांचा राजा आहे. देवाधिराज इंद्रसुद्धा माझ्या भीतीने पळून गेला. खरं म्हणजे या पालखीतून माझा प्रवास अत्यंत सुखकर व्हायला हवा; पण या सप्तर्षींच्या हातून मला अत्यंत अपमानास्पद वागणूक मिळत आहे. ती अजिबात योग्य नाही.'

अशा विचाराने चिडलेल्या नहुषाने एक पाय पालखीच्या बाहेर काढून आपली पालखी वाहून नेणाऱ्या अगस्त्य मुनींना एक जोराची लाथ मारली.

अगस्त्य ऋषी हे कोणी साधेसुधे ऋषी नव्हते. ते संतप्त झाले. त्यांच्या तोंडून नहुषाला उद्देशून शापवाणी बाहेर पडली. ते म्हणाले, "नहुषा, तू एक दुर्जन माणूस आहेस. तू स्त्रियांचा आणि विद्वज्जनांचा अनादर केलेला आहेस; त्यामुळे इथल्या इथे तत्काळ तुझं रूपांतर एका अजगरात होऊन, तू जमिनीवर कोसळशील." तत्क्षणीच तसं घडलं.

बघताबघता राजाचं रूपांतर एका अजगरात झालं. आता मात्र नहुषाला स्वतःची चूक उमजली. त्याने अगस्त्य ऋषींच्या पायावर लोटांगण घातलं आणि त्यांनी आपल्याला उःशाप द्यावा म्हणून त्यांची मनधरणी सुरू केली.

अखेर अगस्त्य मुनींना त्याची दया आली आणि ते म्हणाले, "कालांतराने युधिष्ठिर नावाचा एक राजा तुला शापमुक्त करील."

त्यानंतर कित्येक वर्षं आणि दशकं लोटली.

पुढे एक दिवस पांडव वनामधून चाललेले असताना महापराक्रमी भीमाला एका अजगराने विळखा घालून पकडून ठेवलं. त्याने भीमाभोवती वेढे घालण्यास सुरुवात केली. खरंतर भीम अत्यंत बलशाली होता आणि त्याने अजगराच्या विळख्यातून स्वतःची सुटका करून घेण्याचा आटोकाट प्रयत्न केला; पण त्याचा काहीच

उपयोग झाला नाही. अखेर हतबल होऊन, भीमाने आपल्या मोठ्या भावाच्या नावाने हाका मारून मदतीचा धावा सुरू केला. त्याचा मोठा भाऊ युधिष्ठिर हा त्या वेळी त्या प्रदेशाचा राजा होता. तो ताबडतोब आपल्या भावाच्या सुटकेसाठी तेथे धावून आला.

राजा युधिष्ठिर त्या अजगराच्या समोर उभा ठाकल्यावर अजगर त्याला मनुष्यवाणीने म्हणाला, ''मी तुला आता तत्त्वज्ञानातील काही प्रश्न विचारतो. त्यांची जर तू अचूक उत्तरं दिलीस, तर मी तुझ्या भावाला मुक्त करीन.''

युधिष्ठिराने ते मान्य केलं.

''सर्वांत विद्वान माणूस कोण?'' अजगराने क्षणाचाही विलंब न लावता विचारलं.

''आपल्या कनवाळू वृत्तीचा आणि आपल्या अंगच्या ज्ञानाचा वापर करून जो माणूस दुसऱ्यांच्या मदतीला धावून जातो, तोच सर्वांत विद्वान माणूस.''

''सर्वोच्च ज्ञान कुठलं?''

''या जीवनाला समजून घेणं.''

''तुम्ही कुठल्या कुळामध्ये जन्माला आला आहात, हे महत्त्वाचं असतं का?'' अजगराने विचारलं.

त्यावर युधिष्ठिर म्हणाला, ''कोण कुठे जन्म घेईल, ही योगायोगाची गोष्ट असते. सर्व माणसं सारखीच असतात.''

''आता मी तुला शेवटचाच प्रश्न विचारणार आहे.'' अजगर म्हणाला. नेहमी सत्याची कास धरणं आणि दानशूर असणं या दोन्हींमध्ये जास्त महत्त्वाचं काय असतं?''

त्यावर युधिष्ठिर म्हणाला, ''मानवतेच्या कल्याणाच्या दृष्टीने या दोन्ही गोष्टी सारख्याच महत्त्वाच्या आहेत.''

त्यावर अजगर म्हणाला, ''हे राजा, तू फार मोठा ज्ञानी आहेस; त्यामुळे मी तुला दिलेलं वचन पाळत आहे.'' असं म्हणून त्या अजगराने भीमाची आपल्या विळख्यातून सुटका केली. त्या अजगराला तत्काळ नहुष राजाचं रूप प्राप्त झालं. त्याला आपली चूक कळली. त्याच्या अंगच्या दुराभिमानामुळेच त्याला या अजगराच्या रूपात जीवन कंठणं नशिबी आलं होतं; परंतु तो आता कायमचा धडा शिकला होता.

नहुष राजा दोन्ही पांडवांना म्हणाला, ''आज तुमच्यामुळे मी शापमुक्त झालो आहे; त्याबद्दल मी तुमचा आभारी आहे.'' असं असलं तरी नहुषाने पूर्वी मानव म्हणून जगत असताना अनेक लोककल्याणकारी कामं केली होती आणि पुण्य जमा केलं होतं; त्यामुळे तो परत एकदा स्वर्गाला गेला.

❖

कबुतराचे वजन

राजा ययाती याच्या नातवाचं नाव होतं शिबी. हा शिबी राजा पुढे मोठा होऊन काशीचा राजा झाला. तो अतिशय ख्यातनाम होता आणि अत्यंत कनवाळू होता. तो आपल्या स्वतःच्या राज्याच्या खजिन्यातून आपल्या प्रजाजनांना आणि गोरगरिबांना नेहमी दानधर्म करीत असे.

काही दिवसांतच या शिबी राजाच्या दानशूरपणाची ख्याती इंद्रदेवांपर्यंत जाऊन पोहोचली. इंद्रदेवाच्या मनात आलं, 'एखादा मानव इतका दानशूर कसा काय असू शकतो?' या ऐकीव गोष्टींवर त्यांचा अजिबात विश्वास बसेना. 'या सर्व नक्कीच भाकडकथा आहेत. या कथा मला अतिरंजित आणि अवास्तव वाटताहेत; त्यामुळे शिबी राजाची पारख करण्यासाठी मी स्वतःच त्याच्याकडे जातो आणि सत्याचा शोध घेतो.' ते मनात म्हणाले.

मग इंद्रदेव यांनी या कामी आपला मित्र अग्नी यांची मदत मागितली. त्यानंतर ते दोघे ससाण्याचं आणि कबुतराचं रूप धारण करून निघाले.

एके दिवशी सकाळी शिबी राजा आपल्या दरबारी मंत्र्यांबरोबर काही महत्त्वाच्या कामांवर चर्चा करत बसलेला होता, तेव्हा अचानक त्या ठिकाणी एक कबुतर उडत आलं. त्याच्याकडे पाहून ते संकटग्रस्त असल्यासारखं वाटत होतं. इतक्यात ते कबुतर मानवी आवाजात मोठ्यांदा म्हणालं, "महाराज, महाराज! कृपया मला वाचवा. एक ससाणा माझा पाठलाग करतो आहे. तो मला खाणार आहे. तुमच्या आश्रयाला जो कोणी येतो, त्याचं तुम्ही संरक्षण करता, असा तुमचा लौकिक मी ऐकून आहे; मग तुम्ही माझं संरक्षण कराल ना?" त्या कबुतराचं ते बोलणं ऐकून दरबारातील सर्वजण आश्चर्यचकित झाले.

शिबी राजा हसून म्हणाला, "हो तुझं म्हणणं खरं आहे; पण त्याचबरोबर निसर्गचक्रामध्ये एक प्राणी नेहमी दुसऱ्या प्राण्याचं भक्ष्य असतो, ही गोष्ट स्वाभाविक

आहे; त्यामुळे एक पक्षी जर आपल्या भक्ष्याचा पाठलाग करत असेल, तर त्याला अडवणारा मी कोण? माझं हे असं वागणंच निसर्गनियमाच्या विरुद्ध होईल ना?''

त्यावर ते कबुतर म्हणालं, ''जर मी आत्ता उडतउडत तुमच्या आश्रयाला आलो नसतो, तर मी एव्हाना मरण पावलो असतो. त्या ससाण्याने माझं भक्षणही केलं असतं; पण मी इथे आता तुम्हाला शरण आलो आहे. माझं संरक्षण करणं हे तुमचं कर्तव्य नाही का? मग आता तुम्ही मला असं सांगा की, तुमचं कर्तव्य आणि निसर्गाचा नियम यामध्ये तुम्ही कशाची निवड कराल?''

कबुतराचा प्रश्न ऐकून शिबी राजा क्षणभर गप्प झाला. तो काही वेळ नुसताच विचार करत राहिला. 'एक राजा म्हणून माझं कर्तव्य काय आहे बरं? जर कोणीही माझ्या आश्रयाला आलं तर त्याला आश्रय देणं, हे माझं कर्तव्य आहे. धर्म हा धर्मच असतो. एखादा शत्रू जरी माझ्या आश्रयाला आला, तरीसुद्धा मी त्याचं संरक्षणच करीन.' शिबी राजा मनातल्या मनात म्हणाला.

त्यामुळे शिबी राजाने कबुतराचं म्हणणं मान्य केलं आणि ते कबुतर त्याच्या मांडीवर येऊन बसलं.

असे काही क्षण लोटले. तेवढ्यात एक ससाणा भरारी मारून राजाच्या दरबारामध्ये आला. त्याची नजर आपल्या भक्ष्यावर म्हणजेच त्या कबुतरावर खिळलेली होती. कबुतराला शिबी राजाच्या मांडीवर बसलेला पाहून तो ससाणा मानवी आवाजात म्हणाला, ''शिबी, तू एक महात्मा आहेस याची मला कल्पना आहे; पण मी आत्ता भुकेने अतिशय व्याकुळ झालेलो आहे आणि मला माझ्या भक्ष्याची शिकार करायची आहे; पण माझं भक्ष्य तर आता तुझ्या मांडीवर बसलेलं आहे, तेव्हा माझ्या भक्ष्याची शिकार करण्याची तू मला परवानगी दे, कारण या निसर्गामध्ये प्रत्येक प्राणिमात्राला आपल्या इच्छेने स्वतःला योग्य ते अन्न ग्रहण करण्याचा अधिकार आहे.''

त्यावर शिबी राजाने मान हलवून होकार दिला. ''हो. प्रत्येक प्राणिमात्राला आपल्या इच्छेप्रमाणे अन्न मिळालंच पाहिजे.'' तो म्हणाला. ''पण तू मला सांग, तुला काय खाण्याची इच्छा आहे? म्हणजे ती गोष्ट आता तुला मिळेल अशी मी व्यवस्था करतो.''

त्यावर तो ससाणा म्हणाला, ''मला माझं अन्न मिळवण्यासाठी तुमच्या मदतीची गरज नाही.'' त्याच्या आवाजात राग डोकावत होता. ''मी माझ्या भक्ष्याची शिकार करण्यास समर्थ आहे. मी स्वतंत्र वृत्तीने राहणं पसंत करतो; त्यामुळे इथे बसलेल्या कबुतराची शिकार करण्याची तुम्ही मला परवानगी द्या, कारण हे माझं आजचं जेवण आहे.''

त्या ससाण्याने त्या कबुतराची शिकार करू नये यासाठी शिबी राजाने त्याची

खूप मनधरणी केली; पण तो ससाणा काहीसुद्धा ऐकून घेण्यास तयार नव्हता. अखेर त्या चर्चेचा शेवट आला. शिबी राजा म्हणाला, "हे पाहा, मी कुठल्याही परिस्थितीमध्ये तुला या कबुतराचं भक्षण करू देणार नाही; त्यामुळे त्याऐवजी तू मला दुसरा काहीतरी पर्याय सुचव."

"हे शिबी राजा, तुझं जर असंच म्हणणं असेल, तर मग मला तुझ्या उजव्या मांडीचं मांस कापून हवं आहे." तो ससाणा म्हणाला. "आणि हो, तू कापून काढलेल्या त्या मांसाचं वजन त्या कबुतराच्या वजनाइतकं असलं पाहिजे."

हे ऐकून दरबारात उपस्थित असलेले सर्वजण स्तब्ध झाले. 'या ससाण्याची ही हिंमत? याने अशा गोष्टीची मागणी करावी?' ते एकमेकांना म्हणू लागले.

परंतु शिबी राजा मात्र ते ऐकून जराही विचलित झाला नाही. ससाण्याकडे पाहून त्याने त्या गोष्टीला संमती दिली. मग राजाने आपल्या सेवकांकडून एक तराजू मागवून घेतला आणि त्या तराजूच्या एका पारड्यामध्ये त्याने त्या कबुतराला ठेवलं. त्यानंतर त्याने स्वतः तलवारीने आपली मांडी चिरून मांसाचा एक मोठा तुकडा दुसऱ्या पारड्यामध्ये ठेवला; परंतु त्या मांसाच्या तुकड्याच्या वजनापेक्षा कबुतराचं वजन जास्त भरलं. शिबी राजाने आपल्या मांडीचं आणखी थोडं मांस कापून त्या पारड्यात घातलं; पण अजूनही त्या कबुतराचं पारडंच जड होतं. अशा तऱ्हेने आपल्या मांडीचं कितीतरी जास्त मांस कापून शिबी राजाने त्या पारड्यात ठेवलं, तरीसुद्धा अजूनही त्या कबुतराचंच पारडं जड होतं.

ते पाहून दरबारातल्या सर्व लोकांना आश्चर्याचा धक्का बसला; पण त्याचबरोबर त्यांना राजाच्या प्रकृतीची चिंतासुद्धा वाटू लागली. 'आता महाराज काय करतील?' त्यांच्या मनात आलं.

आता शिबी राजापुढे दुसरा काही पर्यायच उरला नाही. मग त्याने स्वतःच त्या पारड्यात जाऊन बसायचं ठरवलं. कबुतराचे प्राण वाचवण्यासाठी तो स्वतःचे प्राण देण्यास तयार झाला. मग तो स्वतः जाऊन त्या तराजूच्या एका पारड्यात बसला. त्याच क्षणी ते कबुतर आणि तो ससाणा तिथून अदृश्य झाले आणि दुसऱ्याच क्षणाला ते दोघेही आपल्या मूळ रूपात तिथे प्रकट झाले. ते दुसरे-तिसरे कोणीही नसून इंद्रदेव आणि अग्निदेव होते.

मग ते दोन्ही देव शिबी राजाकडे पाहून म्हणाले, "हे शिबी राजा! खरोखर या पृथ्वीतलावरचा तू सर्वांत दानशूर माणूस आहेस. या लहानशा कबुतराचा जीव वाचवण्यासाठी तू स्वतःचे प्राण पणाला लावायलासुद्धा मागेपुढे पाहिलं नाहीस. तू या कबुतराला जे वचन दिलं होतंस, ते पाळणं तुझ्या दृष्टीने तुझ्या प्राणांहूनही अधिक महत्त्वाचं होतं. तू स्वतःला त्या तलवारीने जखमा करून घेतलेल्या आहेस त्या आता लवकरच भरून येतील. इथून पुढे हे जग तुला केवळ एक राजा म्हणून

ओळखणार नाही तर एक लोककल्याणकारी, आपलं वचन पाळणारा सत्प्रवृत्त राजा म्हणून तुला ओळखेल. तू एखाद्या अगदी लहानशा प्राण्याला किंवा पक्ष्याला दिलेलं वचनसुद्धा बदलत नाहीस हा तुझा मोठेपणा आहे. आमचे आशीर्वाद सदैव तुझ्या पाठीशी असतील. इथून पुढे तुझ्या हातून जे काही सत्कार्य घडेल त्याला आमचे आशीर्वाद असतील.''

आजही आपण शिबी राजाला त्याच्या कनवाळूपणाबद्दल आणि एक दानशूर व्यक्ती म्हणून ओळखतो.

❖

सुदर्शन चक्र आणि महर्षी

अंबरीश हा अत्यंत कनवाळू राजा होता. तो भगवान विष्णूंचा निस्सीम भक्त होता.

एक दिवस अंबरीशाच्या गुरूंनी त्याला सांगितलं, ''महाराज, तुम्ही आता एकादशीचे उपवास करण्यास सुरुवात करा. एकादशीच्या उपवासाचा नेम वर्षभर पाळायचा असतो. एका वर्षात २८ एकादश्या येतात. हा नेम तुम्ही कुठल्याही महिन्यात सुरू करू शकता. तुम्ही हे उपवासाचं व्रत केलं, तर तुमच्या राजधानीमध्ये समृद्धी येईल आणि तुमच्या राज्याची भरभराट होईल.''

परंतु एकादशीचा उपवास करणाऱ्यांना काही कठोर नियमांचं पालन करावं लागतं. हा उपवास दर दोन आठवड्यांनी येतो.

प्रत्येक महिन्याच्या दहाव्या दिवसाला दशमी असं म्हणतात. तर अकराव्या दिवसाला एकादशी असं म्हणतात आणि एकादशीच्या नंतरच्या दिवसाला द्वादशी असं म्हणतात.

एकादशीच्या दिवशी उपवास करायचा असतो. तो इतका कडक असतो की, त्या वेळी उपवास करणाऱ्याने अन्नाचा कणही तोंडात घालायचा नसतो किंवा पाण्याचा थेंबही प्राशन करायचा नसतो. त्यानंतर महिन्याच्या बाराव्या दिवशी, म्हणजेच द्वादशीला पहाटेच्या वेळी हा उपवास सोडायचा असतो आणि तोही एका विशिष्ट मुहूर्तावर सोडावा लागतो. यालाच उपवासाचं 'पारणं' असं म्हणतात.

प्रजेच्या हितासाठी राजाने हे उपवासाचं व्रत करणं मान्य केलं. अशा प्रकारे जवळपास एक वर्ष सुरळीत पार पडलं. आता त्या महिन्यातला केवळ शेवटचा उपवास शिल्लक होता.

नेमके त्या शेवटच्या उपवासाच्या दिवशी महर्षी दुर्वास राजाच्या भेटीला आले. ते अत्यंत कोपिष्ट म्हणून प्रसिद्ध होते. राजा अंबरीशाच्या निस्सीम ईश्वरभक्तीमुळे

ते प्रसन्न झाले. राजा अंबरीशाने द्वादशीच्या दिवशी उपवासाचं पारणं फेडण्यासाठी महर्षी दुर्वास यांना भोजनाचं निमंत्रण दिलं.

द्वादशीच्या दिवशी भल्या पहाटे उठून महर्षी दुर्वास आपल्या शिष्यांसमवेत नदीवर स्नानासाठी गेले. त्या वेळी नुकताच कुठे सूर्योदय झाला होता, आकाश उजळू लागलं होतं. संपूर्ण जग शांत आणि सुंदर दिसत होतं. दुर्वास ऋषी जेव्हा यमुनेच्या शांत पात्रामध्ये शिरले, तेव्हा त्यांनी ध्यानास सुरुवात केली. ते ध्यानमग्न अवस्थेत कितीतरी वेळ पाण्यात उभे होते. आपल्या गुरुजींना त्या ध्यानमग्न अवस्थेतून जागं करण्याची त्यांच्या शिष्यांपैकी कुणाचीच हिंमत झाली नाही; त्यामुळे ते शिष्य नुसतेच वाट बघत तिथे थांबले.

तिकडे राजवाड्यामध्ये उपवास सोडून पारणं फेडण्याची वेळ जवळ येत चालली होती. राजा अंबरीश महर्षी दुर्वासांची अधीरतेने वाट बघत होता; परंतु दुर्वास ऋषींचं तर येण्याचं काहीच चिन्ह नव्हतं. आपण वर्षभर जो उपास केला आहे, त्याचं पारणं जर आपण योग्य वेळेत फेडू शकलो नाही, तर आपले सर्व प्रयत्न फोल जातील, याची अंबरीश राजाला कल्पना होती. त्याचबरोबर एक यजमान म्हणून आपल्या अतिथीच्या बाबतीतसुद्धा त्याची कर्तव्यं होती. तसंच अंबरीशाची दुर्वासांचा कोप ओढवून घेण्याची इच्छा नव्हती.

अशा प्रकारे बिचारा राजा अंबरीश एका मोठ्या कात्रीत सापडला. मग तो आपल्या गुरूंकडे गेला. तो त्यांना म्हणाला, "गुरुजी, मी आता काय करू ते तुम्हीच मला सांगा. एकीकडे माझ्या प्रजेचं कल्याण हे माझ्या दृष्टीने फार महत्त्वाचं आहे तर दुसरीकडे एक यजमान म्हणून माझ्या अतिथीविषयीसुद्धा माझी काही कर्तव्यं आहेत."

त्यावर त्याचे गुरू त्याला म्हणाले, "महाराज, तुम्हाला तुमचा उपवास तर योग्य वेळीच सोडावा लागेल; परंतु त्याचबरोबर तुम्ही काहीही अन्नग्रहण न करतासुद्धा तो उपवास सोडू शकता. तुम्ही फक्त तीन पळ्या पाणी प्या. त्याने तुमचा उपवासही सुटेल आणि त्याचबरोबर महर्षी दुर्वास जेव्हा स्नान करून परत येतील, तेव्हा तुम्ही त्यांच्यासमवेत भोजन घ्या. तुम्ही जर माझ्या या सूचनेचं पालन केलंत, तर एकीकडे तुमचं व्रतही मोडलं जाणार नाही आणि त्याचबरोबर तुम्ही तुमच्या अतिथीचा मानही राखू शकाल, महर्षी दुर्वासांचा अपमान होणार नाही, असं होईल."

अंबरीशाला आपल्या गुरुजींचा सल्ला पटला. मग त्याने आपल्या हाताने तीन पळ्या पाणी प्राशन करण्यास सुरुवात केली.

पहिल्या दोन पळ्या पाणी पिऊन झाल्यानंतर त्याने तिसरी पळी हातात घेतली, इतक्यात दुर्वास ऋषी तिथे येऊन दाखल झाले. त्यांची नजर अंबरीशावर पडताच

ते रागाने ओरडून म्हणाले, "हे राजा! तू असला कसला यजमान? तू तर अतिथीच्या आगमनाची वाटही पाहू शकत नाहीस."

त्यावर अंबरीश राजा नम्रपणे त्यांना म्हणाला, "मुनीवर, असं करण्यात तुम्हाला दुखावण्याचा माझा अजिबात हेतू नव्हता. मी केवळ माझ्या गुरूंच्या उपदेशाचं पालन केलं. अजून मी अन्नाचा एक कणही ग्रहण केलेला नाही. मला केवळ माझा उपवास सोडण्याचा उपचार पार पाडायचा होता आणि तेवढ्यासाठी मी फक्त तीन पळ्या पाणी प्राशन करत होतो. अर्थात ही गोष्ट मी केवळ माझ्या प्रजेच्या कल्याणासाठीच करण्याचा विचार केला. माझे प्रजाजन म्हणजे माझी मुलंच आहेत आणि त्यांच्या भल्यासाठी जे काही करावं लागेल ते करणं, हे माझं कर्तव्य आहे. जर मी तसं केलं नसतं तर गेल्या वर्षभराचे माझे सर्वच प्रयत्न फोल गेले असते; परंतु माझ्या हातून चुकीने जर काही अपराध झाला असेल तर कृपया तुम्ही मला क्षमा करा."

पण दुर्वास मुनी मात्र अंबरीश राजाचं काहीसुद्धा ऐकून घ्यायला तयार नव्हते. ते त्याला म्हणाले, "आज मी इथे तुला माझ्या आत्म्याच्या तळापासून शाप देत आहे."

"मुनीवर! आपण कृपया जरा शांत व्हा आणि मी असं का केलं ते तरी समजून घ्या. माझ्यापुढे दुसरा काही पर्यायच नव्हता." राजा नम्रपणे हात जोडून त्यांची विनवणी करू लागला.

पण त्याच्याकडे मुळीच लक्ष न देता दुर्वास मुनी म्हणाले, "मी तुला आता शाप देणार आहे."

असं म्हणून त्यांनी आपले डोळे मिटून घेतले आणि आपल्या योगसामर्थ्याने अत्यंत कुरूप, विचित्र आणि भयानक असा एक प्राणी त्यांनी निर्माण केला. त्या प्राण्याला त्यांनी अंबरीश राजाचा वध करण्याची आज्ञा दिली.

अंबरीश राजाने डोळे मिटले. आता आपला मृत्यू अगदी समीप आलेला आहे, हे त्याला कळून चुकलं.

मग त्याने भगवान विष्णूंची करुणा भाकली, "हे भगवंता! मी गेली कित्येक वर्षं तुमची अगदी मनापासून उपासना केलेली आहे आणि माझ्या आठवणींप्रमाणे मी केवळ तुमचीच भक्ती केलेली आहे. तुम्ही माझ्या हृदयात चिरंतन वास करून आहात. तुम्ही माझ्या मनात सर्वत्र भरून आहात. मी जे वागलो त्यामागे माझा खरा हेतू काय होता, याची तुम्हाला पूर्णपणे कल्पना आहे. मी जे काही वागलो, ते जर योग्य आहे असं तुम्हाला वाटत असेल, तर तुम्ही कृपया माझं रक्षण करा."

भगवान विष्णू आपल्या वैकुंठातल्या निवासस्थानी बसून पृथ्वीवर चाललेल्या या सर्व घटनांचं बारकाईने निरीक्षण करत होते. त्यांनी ताबडतोब आपलं सुदर्शन चक्र

पृथ्वीवर सोडलं. ते अतिशय वेगाने पृथ्वीवर येऊन पोहोचलं आणि त्याने त्या विचित्र, घृणास्पद राक्षसी प्राण्याचा वध केला.

त्यानंतर मात्र ते सुदर्शन चक्र गरगर फिरत दुर्वास मुनींच्या मागे लागलं आणि त्यांचा पाठलाग करू लागलं. दुर्वास मुनी अचंबित झाले. आपला जीव वाचवण्यासाठी ते सैरावैरा पळू लागले. आपल्या कोपिष्ट स्वभावामुळे दुर्वास मुनी अनेकदा लोकांचा छळ करत आणि त्यांच्यापासून स्वतःचा जीव वाचवण्यासाठी लोकही असेच सैरावैरा धावत असत.

आज तशाच प्रकारे स्वतःचे प्राण वाचवण्यासाठी खुद्द दुर्वास मुनींवरच सैरावैरा धावण्याची वेळ आली होती. त्यांच्यासाठी हा अनुभव नवीन होता. आजवर त्यांनी हा अनुभव कधीच घेतलेला नव्हता. ते भयकंपित झाले. एकीकडे ते पळत होते तर स्वर्गातून आलेलं ते सुदर्शन चक्र त्यांच्या अगदी जवळून पुढे निघून जात होतं; त्यामुळे दुर्वास मुनींना पळता भुई थोडी झाली आणि ते पळतापळता सरळ वैकुंठाला जाऊन पोहोचले. त्यांनी थेट भगवान विष्णूंच्या पायावर लोटांगण घातलं.

"हे भगवान, मला क्षमा करा." दुर्वास मुनी विनवणी करत म्हणाले.

आता ते सुदर्शन चक्र दुर्वास मुनींच्या अवतीभोवती घिरट्या घालत होतं. जणू काही ते चक्र आपल्या स्वामींच्या म्हणजे भगवान विष्णूंच्या आज्ञेची वाट बघत होतं. मग भगवान विष्णूंनी सुदर्शन चक्राला थांबण्याची आज्ञा केली आणि ते दुर्वासांकडे पाहून म्हणाले, "महर्षी, तुम्ही तुमच्या रागावर जरा नियंत्रण ठेवत जा. तुम्ही तुमचं योगसामर्थ्य वापरून जर विनाकारण लोकांना असे शाप देत असाल, तर त्या सामर्थ्याचा काहीही उपयोग नाही. तुम्ही तुमचं सामर्थ्य वाया घालवत आहात.

"ऋषि-मुनींनी स्वभावतः शांत असलं पाहिजे; आतून तसंच बाहेरूनसुद्धा! अनेक ऋषी घोर तपश्चर्या करून, शक्ती प्राप्त करून घेतात आणि मग त्याचा असा दुरुपयोग करतात. तुम्ही एक गोष्ट लक्षात ठेवा, तुम्ही जर तुमच्या या कोपिष्ट स्वभावामुळे माझ्या कुठल्याही भक्ताला इजा करणार असाल, हानी पोहोचवणार असाल तर ते मी कदापि खपवून घेणार नाही.

"राजा अंबरीशाचं हृदय एखाद्या स्फटिकासारखं निर्मळ आहे. त्याच्या हातून काहीही प्रमाद घडलेला नाही. आजपासून राजा अंबरीश याचं नाव एकादशीच्या उपवासाशी कायमचं जोडलं जाईल. जो कोणी या एकादशीच्या उपवासाचा नेम धरील, त्याचं मी सदैव रक्षण करीन."

यामुळेच भारतामध्ये एकादशीचा उपवास प्रसिद्ध आहे आणि आजही लोक तो करत असतात.

❖

आश्चर्यकारक गोष्टींनी भरलेली पोतडी

एका ताऱ्याचा जन्म

उत्तानपाद राजाला दोन राण्या होत्या, सुरुची आणि सुनीती. प्रत्येक राणीला एक मुलगा होता. सुनीतीच्या मुलाचं नाव होतं ध्रुव आणि सुरुचीच्या मुलाचं नाव होतं उत्तम.

जसजसे दिवस जाऊ लागले, तसतसं उत्तानपाद राजाचं आपल्या एका पत्नीवरचं, म्हणजे सुरुचीवरचं प्रेम वाढू लागलं. ती तरुण होती; त्यामुळे राजा दिवसातला बराचसा वेळ तिच्या महाली तिच्याबरोबर आणि तिच्या मुलाबरोबर घालवत असे. सुनीती वयाने मोठी होती. ती अत्यंत स्वाभिमानी होती. आपल्या पतीचं आपल्यावर आणि आपल्या मुलावर आता प्रेम उरलेलं नाही याची जाणीव होऊन ती व्यथित होत असे.

एक दिवस ध्रुवबाळ राजाच्या दरबारात आला. त्याने पाहिलं, तर त्याचे वडील सिंहासनावर बसलेले होते आणि त्याचा सावत्र भाऊ उत्तम त्यांच्या मांडीवर खेळत होता. त्यांच्या शेजारीच राणी सुरुचीसुद्धा बसलेली होती. ध्रुवबाळ त्या वेळी वयाने खूपच लहान होता. शिवाय त्याला आपल्या वडिलांचं प्रेम पुरेसं मिळत नव्हतं, म्हणून तो धावतच राजापाशी जाऊन म्हणाला, ''तात, मलासुद्धा तुमच्या मांडीवर बसायचं आहे.''

मग उत्तानपाद राजाने त्याला आपल्या दुसऱ्या मांडीवर बसवून घेतलं. आता राजाचे दोन्ही पुत्र त्याच्या एकेका मांडीवर बसले होते.

पण ही गोष्ट सुरुचीला मात्र मुळीच आवडली नाही. राजाने फक्त आपल्या मुलाकडे लक्ष द्यावं आणि ध्रुवबाळाकडे त्याने मुळीच पाहू नये, असं तिला वाटत होतं; त्यामुळे तिने ध्रुवबाळाला वडिलांच्या मांडीवरून खाली खेचलं आणि ती त्याला रागावून म्हणाली, ''हे बघ ध्रुवबाळा, तू तुझ्या वडिलांच्या मांडीवर बसायचं नाहीस, समजलं? ही जागा फक्त माझ्या मुलांसाठीच राखीव आहे. तुला जर तुझ्या

वडिलांच्या मांडीवर बसायची इतकीच हौस होती, तर मग तू देवाकडे प्रार्थना करायची आणि माझ्या पोटी जन्म घ्यायचा. तू आता ताबडतोब इथून निघून जा बरं आणि परत लवकर इथे येऊ नकोस.''

ध्रुवबाळाने आपल्या वडिलांकडे पाहिलं पण उत्तानपाद राजाने काहीही न बोलता नुसती शरमेने मान खाली घातली. सुरुचीचं हे वागणं चुकीचं होतं याची त्याला पुरेपूर कल्पना होती. परंतु तरीसुद्धा तिला त्यावरून काही बोलण्याची त्याची हिंमतच नव्हती.

घडलेल्या गोष्टीमुळे ध्रुवबाळाचं मन दुखावलं गेलं. मग त्याने रडतरडत आपल्या आईच्या महाली जाऊन जे काही घडलं ते सगळं तिला सांगितलं; परंतु झाल्या गोष्टीला सुनीतीचा काहीच इलाज नव्हता. 'तू आणि मी तुझ्या वडिलांना आवडत नाही' असं तरी ती आपल्या लहान बाळाला कसं सांगणार? मग ती ध्रुवबाळाला जवळ घेऊन रडू लागली आणि म्हणाली, ''बाळा, मी एक दुर्दैवी स्त्री आहे आणि यामध्ये तुझा काहीच दोष नाही. खरी गोष्ट अशी आहे की, महाराजांचं माझ्यावर प्रेम नाही आणि म्हणूनच मला वाटतं, एखाद्या पित्याने आपल्या मुलावर जसं प्रेम करावं तसं काही ते तुझ्यावर प्रेम करत नाहीत. तू माझा मुलगा असल्यामुळेच हे असं होत आहे. आता त्यांचं मन वळवणं हे केवळ भगवान विष्णूंच्या हातामध्ये आहे.''

ध्रुवबाळाने आपल्या दोन्ही हातांनी स्वतःचे निरागस अश्रू पुसले आणि तो आईला म्हणाला, ''आई, हे भगवान विष्णू कोण गं?''

त्यावर आई म्हणाली, ''अरे बाळा, ते तर आपले रक्षणकर्ते आहेत. तू जर त्यांची मनोभावे प्रार्थना केलीस ना, तर ते नक्कीच तुझ्या या प्रश्नावर काहीतरी तोडगा सुचवतील अशी मला खात्री आहे.''

''ते सर्वांच्या अडचणी सोडवतात का गं?'' ध्रुवबाळ म्हणाला. आपल्या वडिलांच्या बाबतीत हे जे काही घडत आहे, ते भगवान विष्णू कसं काय सुधारणार, हेच त्याला कळत नव्हतं.

''होय रे बाळा; पण हे बघ, तू जर ऋषी-मुनींप्रमाणे घोर तपश्चर्या केलीस ना, तरच हे शक्य आहे.'' सुनीती म्हणाली.

''मग हे ऋषि-मुनी तपश्चर्येसाठी कुठे जातात गं?'' ध्रुवबाळाने विचारलं. त्याला आता आशेचा किरण दिसू लागला होता.

''अरे बाळा, ते अरण्यामध्ये किंवा पर्वतावरच्या एखाद्या गुहेमध्ये जाऊन तपश्चर्येला बसतात.'' सुनीती म्हणाली.

''पण मग त्यांना पावसाची, थंडी-वाऱ्याची किंवा उन्हाळ्याची भीती वाटत नाही का गं?''

"अरे बाळा, परमेश्वरच त्यांचं रक्षण करतो, कारण ते त्याचीच प्रार्थना करत असतात ना? हे जे ऋषि-मुनी असतात ना, ते अत्यंत धैर्यशाली असतात बरं का. तू त्यांच्या साहसाला अजिबात कमी लेखू नकोस. त्यांच्यावर जी काही संकटं येतील, त्यांचा ते अत्यंत हसतमुखाने सामना करतात. ही गोष्ट अर्थातच अजिबात सोपी नाही; पण ती अशक्यसुद्धा नाही." सुनीती म्हणाली.

ध्रुवबाळाला जे काही समजून घ्यायचं होतं ते त्याने आता समजून घेतलं होतं. तो उठला आणि सुनीतीला म्हणाला, "आई, मी आता ठरवलं आहे. मी आता भगवान विष्णूची आराधना करणार आहे. त्यासाठी मी तपश्चर्येला बसणार आहे. मला आता माझ्या वडिलांकडून काहीच नको. मला आता जे काही हवं असेल, ते मी भगवान विष्णूकडे मागेन. आता केवळ तेच माझे पिता आहेत आणि मला फक्त त्यांचीच गरज आहे. ते माझ्यावर नक्कीच कृपा करतील अशी मला खात्री आहे."

आता आपला बाळ आपल्यापासून दूर निघून जाणार, आपण त्याला कायमचे गमावून बसणार अशी बिचाऱ्या सुनीतीला धास्ती वाटू लागली. इतक्या लहान वयात हा ध्रुवबाळ आपल्याला सोडून बाहेरच्या जगामध्ये कुठेतरी एकटा निघून जाईल, याची तिला कल्पना नव्हती. ती त्याला जवळ घेऊन म्हणाली, "अरे ध्रुवबाळा, तू तर अजून एक लहान बाळ आहेस रे." असं म्हणून ती रडू लागली. ती खूप काळजीत पडली. "अरे बाळा, तुला कित्येक योजनं चालून डोंगरात किंवा दऱ्या-खोऱ्यात जावं लागेल. तिथे तू काय खाशील? कोणते कपडे घालशील? आपल्या आईशिवाय तू एकटा कसा राहशील? तुला जर तपश्चर्या करायचीच असली तर तू इथे माझ्याजवळ बसूनच कर ना."

ध्रुवबाळाला ते अजिबात पटलं नाही. "आई, तपश्चर्या जर अशी घरी राहून करता येत असती, तर सगळ्या ऋषि-मुनींनीसुद्धा तसं नसतं का केलं? मला काही झालं तरी परमेश्वराला भेटायचं आहे, तर मला जाऊ दे." तो आपल्या आईची विनवणी करून म्हणाला.

मग तिने त्याचं मन वळवण्याचा आणखी एक प्रयत्न करून पाहिला.

पण ध्रुवाचा निर्णय झाला होता. त्याच्या सावत्र आईने त्याची हेटाळणी केली होती. त्या अपमानाचं शल्य अजून त्याच्या मनात होतं. शिवाय त्याच्या स्वतःच्या आईने त्याला ईश्वराच्या शक्तीविषयी समजावून सांगितलं होतं आणि त्यावर त्याचा विश्वास बसला होता.

मग तो आपल्या आईचा आशीर्वाद घेऊन निघाला आणि जवळच्या अरण्याच्या दिशेने चालू लागला.

वाटेमध्ये त्याला नारदमुनी भेटले. एक लहान मुलगा एकटाच भगवान विष्णूंचं नामस्मरण करत चाललेला पाहून त्यांना आश्चर्य वाटलं. त्यांनी त्या मुलाला

थांबवलं आणि त्याच्याकडून सर्व हकिगत ऐकली. ध्रुवबाळाने आपल्या आईकडे परत जावं म्हणून नारदमुनींनी त्याची खूप समजूत काढण्याचा प्रयत्न केला. ते त्याला म्हणाले, ''हे बघ बाळा, तू ईश्वराचा शोध घेण्यासाठी निघाला आहेस ना? मग या कामामध्ये मी तुला मदत करतो.'' मग नारदमुनींनी त्याला एक गोष्ट समजावून सांगितली.

ते म्हणाले, ''ध्रुवबाळा, हे बघ, भगवान विष्णूंची प्रार्थना करण्यासाठी तुला अरण्यात जाण्याची काहीच गरज नाही. तू अजून खूप लहान आहेस. तपश्चर्या करायची म्हणजे नक्की काय करायचं हेसुद्धा तुला माहीत नाही. त्यापेक्षा तू भगवान विष्णूंची प्रार्थना कर. त्यांची स्तुतिस्तोत्रं गा आणि भगवान विष्णू तुझ्या आसपास असल्याची तुला प्रचिती येईल. हे बघ, ईश्वर सगळीकडे असतो. तो आपल्या हृदयात नेहमीच वास करत असतो; त्यामुळे तू ताबडतोब घरी निघून जा.''

परंतु ध्रुवबाळाला ते अजिबात पटलं नाही. तो म्हणाला, ''प्रत्येकाला देव त्याच्या त्याच्या पद्धतीने दिसतो. ईश्वरभक्तीचा प्रत्येकाचा मार्ग वेगळा असतो. परमेश्वरापर्यंत पोहोचण्याचे अनेक मार्ग आहेत. मी माझ्यासाठी हा मार्ग निवडलेला आहे आणि त्यावरूनच मी वाटचाल करणार आहे.''

आपण ध्रुवबाळाचं मन मुळीच वळवू शकणार नाही हे नारदमुनींच्या लक्षात आलं; त्यामुळे त्यांनी त्याला त्याने निवडलेल्या मार्गावरून वाटचाल करण्यासाठी एकटं सोडून दिलं.

ध्रुवबाळ चालतच होता. अखेर तो एका घनदाट अरण्यात येऊन पोहोचला. आता त्याचा प्रवास अधिकच कष्टप्रद झाला. त्याला वाटेत वन्य श्वापदंसुद्धा सामोरी आली. आपण संकटात आहोत असं त्याला कधीही वाटलं की, तो डोळे घट्ट मिटून घेई आणि भगवान विष्णूंची प्रार्थना करत असे. 'ओम नमो भगवते वासुदेवाय ।' किंवा 'ओम नमो नारायणा ।' या मंत्राचा तो जप करू लागे.

तो अर्ध्या रस्त्यामध्ये पोहोचल्यावर वाटेत काही चोर त्याच्यासमोर आले; पण इतक्या लहान मुलाची ती ईश्वरभक्ती पाहून त्यांना असं वाटलं की, हे कुणीतरी खास दैवी शक्ती लाभलेलं बालक असावं; त्यामुळे त्यांनी त्याला काहीसुद्धा इजा केली नाही.

ध्रुवबाळ हळूहळू पण अत्यंत सावधपणे अरण्याच्या मध्याच्या दिशेने चालू लागला. वाटेत त्याला एक नदी लागली. ही नदी म्हणजे पवित्र गंगा नदी होती. सभोवतालचं वातावरण शांतीने भरलेलं होतं. ध्रुवबाळ जणू खेचल्यासारखा त्या नदीच्या काठी गेला. त्याच्या समोरच्याच बाजूला एक पर्वत होता. त्या पर्वतावर चढून त्याने ध्यान-धारणेसाठी एक जागा शोधली आणि तिथे तो तपश्चर्येला बसला.

भगवान विष्णू स्वर्गातून ध्रुवबाळाचा हा खडतर प्रवास बारकाईने पाहत होते. ध्रुवबाळाने तपश्चर्येसाठी जागा शोधली असून तो तिथे जाऊन बसल्याचं त्यांनी पाहिलं आणि ते प्रसन्न झाले. त्यांना आता राहवेना आणि ते मूर्तस्वरूपात त्याच्यासमोर प्रकट झाले. ते त्याला म्हणाले, ''बाळा, तुझ्या परमभक्तीने मी प्रसन्न झालो आहे. तुला जे काही हवं असेल, ते तू माझ्याकडे माग.''

ध्रुवबाळ अनिमिष नेत्रांनी भगवान श्रीविष्णूच्या त्या सुंदर रूपाकडे बघत राहिला. त्याची नजर त्यांच्यावरून हटेना. अखेर तो नतमस्तक होऊन म्हणाला, ''मला फक्त तुमच्या जवळ राहायचं आहे. मला बाकी काहीही नको.''

भगवान विष्णू त्याला म्हणाले, ''बाळा, कालांतराने तू मला येऊन मिळणारच आहेस; पण अजून त्या गोष्टीला खूप अवकाश आहे. एक गोष्ट तू लक्षात घे, मी सततच तुझ्या अवतीभोवती असणार आहे; पण आता मात्र तू ताबडतोब तुझ्या घरी परत जा, कारण तुझ्या नशिबामध्ये तुझ्या वडिलांच्या नगरीचा राजा होणं लिहिलेलं आहे. तू तिथे जाऊन अत्यंत न्याय्य पद्धतीने राज्यकारभार कर आणि तुझ्या प्रजेचा सांभाळ कर. तुझ्या प्रजाजनांना तू आपल्या मुला-बाळांसारखं वागव. सगळ्या जगाने तुझी आठवण काढली पाहिजे. तू इतक्या लहान वयामध्ये फार मोठं कर्तृत्व गाजवून दाखवलेलं आहेस, म्हणूनच आकाशामधील एका ताऱ्याला मी तुझं नाव देतो आहे.''

असं म्हणून भगवान विष्णूंनी आकाशात दूरवर चमकणाऱ्या एका ताऱ्याकडे बोट दाखवलं आणि ते म्हणाले, ''त्या ताऱ्याकडे बघ. आजपासून सर्व जग या ताऱ्याला ध्रुव तारा म्हणूनच ओळखेल. जगभरातील सर्व प्रवाशांसाठी हा तारा दिशादर्शक म्हणून काम करेल. तो त्यांना मार्गदर्शन करून सुरक्षित स्थळी पोहोचवेल. तू आता परत जा आणि तुझी कर्तव्यं पूर्ण कर. तुझ्या प्रजाजनांना मार्गदर्शन कर. मी सतत तुझ्याबरोबरच असेन.''

ध्रुवबाळाने भगवान श्री विष्णूंच्या चरणी लोटांगण घातलं. मग त्याने मान वर करून पाहिलं, तेव्हा भगवान विष्णू अंतर्धान पावले होते.

ध्रुवबाळ पुन्हा एकदा आपल्या घराच्या दिशेने वाटचाल करू लागला. तो जेव्हा राजधानीमध्ये येऊन पोहोचला, तेव्हा त्याने पाहिलं, तर राजधानीत बंडाळी सुरू झाली होती. उत्तानपाद राजा नेभळट होता. तो आपली राणी सुरुची हिच्या आहारी गेला होता. तिचा त्याच्यावर वरचष्मा होता, तिने ध्रुवबाळाचा छळ केला होता. या सर्व गोष्टी प्रजेने पाहिल्या होत्या आणि त्याबद्दल आपला विरोध प्रकट करण्यास सुरुवात केलेली होती. लोकांनी केलेल्या विरोधामुळे अखेर उत्तानपाद राजाला आपली चूक कळून आली.

तेवढ्यात ध्रुवबाळ राजधानीत परत येत असल्याची वार्ता त्याला समजली. मग

तो आपल्या दुसऱ्या राणीकडे म्हणजेच ध्रुवबाळाची आई सुनीती हिच्याकडे गेला आणि तिच्याबरोबर ध्रुवबाळाची वाट पाहू लागला. नगरात लोकांनी गुढ्या-तोरणं उभारून ध्रुवबाळाच्या स्वागताची तयारी सुरू केली होती.

थोड्याच दिवसांत ध्रुवबाळ आपल्या आई-वडिलांना येऊन भेटला. त्याने आपल्या वडिलांना तसेच आपल्या सावत्र आईलासुद्धा क्षमा केली. त्यानंतर काही वर्षं लोटली. ध्रुवाचं शिक्षण पूर्ण झालं. त्याने राजनीती-शास्त्राचे धडे घेतले. उत्तानपाद राजाने त्याला आपला वारस नेमला. त्यानंतर कित्येक वर्षं ध्रुवाने राज्य केलं. कानपूर शहराच्या जवळ 'ध्रुव तिला' नावाचं एक ठिकाण आहे.

ध्रुवबाळाने आपल्या तपश्चर्येसाठी या जागेची निवड केली होती असं तिथले लोक मानतात.

आज आपण या जगात कुठेही प्रवास करत असलो, तरी आकाशाकडे पाहिल्यावर आपल्याला ध्रुवतारा दिसतो. त्यालाच 'ध्रुव नक्षत्र' असंसुद्धा म्हणतात. रोज रात्री आकाशात हा तारा उगवतो आणि आजही तो दिशादर्शक बनून लोकांना मार्गदर्शन करण्याचं काम करतो आहे.

❖

दृष्टी तशी सृष्टी

पांडवांचा सावत्र भाऊ कर्ण हा एक दिवस दुःखीकष्टी मनःस्थितीत बसलेला होता; त्यामुळे कृष्ण त्याला म्हणाला, ''तू माझ्याबरोबर चल. आपण रथातून फेरफटका मारून येऊ.'' मग कर्ण रथात चढून बसला आणि श्रीकृष्ण या रथाचा सारथी झाला. कृष्णाला पशु-पक्ष्यांचं, गाईगुरांचं, घोड्यांचं मन कळत असे, म्हणूनच तो एक उत्कृष्ट सारथी होता.

काही वेळानंतर ते दोघे गंगेच्या तीरावर येऊन पोहोचले आणि खाली उतरून तिथे बसले.

''हे कर्णा, तुला काय झालं आहे? तुझ्या मनात कसलं शल्य आहे ते मला सांग बरं. मी तुझा मित्र आहे, सखा आहे; मी तुझं सर्व काही ऐकून घेईन.'' कृष्ण म्हणाला.

कर्णाची मनःस्थिती खूप गंभीर होती. त्याला सखोल चर्चा करावीशी वाटत होती. मग कर्ण म्हणाला, ''हे कृष्णा, माझ्या मनाला एका गोष्टीचं शल्य आहे रे. माझी आई कुंती म्हणजेच तुझी आत्या. तिने मला जन्म देऊन तत्काळ माझा त्याग केला; पण तिने असं का केलं? मला माझ्या कुठल्या अपराधाची शिक्षा दिली?''

''हे कर्णा, तू माझ्याकडे बघ.'' कृष्ण म्हणाला. मग तो हसून पुढे म्हणाला, ''माझा जन्म तर कारागृहामध्ये झाला आणि माझ्या जन्माच्या आधीपासूनच मृत्यू माझ्यावर घाला घालण्यासाठी टपून बसलेला होता. माझ्याआधी जन्माला आलेल्या माझ्या सर्व भावांची अत्यंत निर्घृणपणे हत्या करण्यात आली होती. माझे प्राण वाचण्याची जरासुद्धा शक्यता नव्हती; पण मी वाचलो. ज्या रात्री माझा जन्म झाला, त्याच रात्री माझी माझ्या जन्मदात्या आई-वडिलांपासून ताटातूट झाली. आता यात माझा तरी काय बरं दोष होता? सांग मला.''

त्यावर कर्ण म्हणाला, ''गोपाला, तुझ्या आयुष्यात तुझ्यावर अनन्वित संकटं

आली याची मला कल्पना आहे; पण मी काही तुझ्यासारखा नाही. मी एक सामान्य मनुष्यप्राणी आहे. जन्मभर सगळ्या जगाकडून माझ्या वाट्याला फक्त अवहेलनाच आली. मला उपऱ्यासारखी वागणूक मिळालेली आहे. गुरू द्रोणाचार्य यांनी मला आपला शिष्य म्हणून स्वीकारलं नाही, कारण माझ्या आईने जन्मतःच माझा त्याग केला होता; त्यामुळे माझं संगोपन राजघराण्यात झालं नाही किंवा क्षत्रियकुलातही झालं नाही. राजकुमारांना जे शिक्षण प्राप्त होतं, ते मला कधीही प्राप्त होऊ शकलं नाही. मला कधीच चांगले गुरू मिळाले नाहीत.''

''अरे कर्णा, पण तू जेव्हा लहानाचा मोठा झालास, तेव्हा तुझ्या अवतीभोवती तलवारींचा खणखणाट, अश्वांचं खिंकाळणं आणि धनुष्यबाणांचे आवाज तरी होते. महागुरू परशुराम यांनी तुला शिक्षण दिलं. तू तर कितीतरी भाग्यवान आहेस. माझा जन्म राजघराण्यामध्ये झाला; पण तरीसुद्धा मी गाईगुरांमध्ये आणि गुराख्यांच्या मुलांमध्ये वाढलो. माझ्या बालपणी तर मला केवळ गोठा स्वच्छ करणं, जनावरांची निगा राखणं, शेणाने जमीन सारवणं आणि गाईचं दूध काढणं एवढंच शिक्षण मिळालं.''

त्यावर कर्ण म्हणाला, ''माझे दत्तक आई-वडील सोडून बाकी कोणीच माझ्यावर प्रेम केलं नाही.''

त्यावर कृष्ण म्हणाला, ''माझ्या बाबतीत मात्र याच्या अगदी उलट घडलं.'' त्यानंतर कृष्ण काही वेळ विचारमग्न अवस्थेत बसून राहिला. मग तो म्हणाला, ''मला अगदी जगावेगळं प्रेम लाभलं; पण त्याच बरोबर अनेक लोक माझ्या जिवावर उठले. मला जीवे मारण्याचे किती प्रयत्न झाले, याला तर गणतीच नाही.

सर्वांचं माझ्यावर सतत बारीक लक्ष असे. पूतना राक्षसीण तर स्तनपान देण्याच्या निमित्ताने मला मारायलाच निघाली होती. तृणवर्त राक्षसाने माझं अपहरण केलं होतं. तो एका वावटळीप्रमाणे येऊन मला आकाशमार्गे पळवून घेऊन गेला होता. त्यालाही माझा वध करायचा होता. माझी यशोदामाता एकदा नदीकाठी मला छकड्याच्या खाली सावलीत सुरक्षित झोपवून गेली होती, तेव्हा तर शकटासुर राक्षसाने त्याच छकड्याच्या खाली चिरडून मला ठार मारण्याचा प्रयत्नही करून पाहिला. माझा जीव घेण्याचे हे एवढे सगळे प्रयत्न झाले, तेव्हा मी काय वयाचा होतो रे कर्णा? अरे, मी तर एक अजाण बालक होतो. मला चालता येत नव्हतं की बोलतासुद्धा येत नव्हतं. आणि हो, लोकांना माझं दर्शनसुद्धा अशुभ वाटे. त्यांच्या आयुष्यामध्ये निर्माण झालेल्या अनेक समस्यांना मीच कारणीभूत आहे, अशी त्यांची समजूत होती. माझ्यामुळे अनेक लोकांनी माझ्या कंसमामांची धास्ती घेतली होती. माझे कंसमामा गोरगरिबांना लुटायचे आणि त्यांची खेडी उद्ध्वस्त करून जायचे. खरंतर कुठल्याही व्यक्तीचा मामा हा त्याचा सर्वांत जवळचा -

रक्ताचा नातेवाईक असतो. मामा नेहमी आपल्या भाच्यांवर प्राणांपलीकडे प्रेम करतो, जसं मी अभिमन्यूवर करतो. आपली परंपरा तर असं सांगते की, कोणत्याही मुलासाठी त्याचा मामा म्हणजे त्याच्या आई-वडिलांचं एकत्रित रूप असतं. मामा या व्यक्तीला सगळीकडे खूप आदर असतो; पण माझ्या आयुष्याकडे बघ ना. माझा सख्खा मामाच माझ्या जिवावर उठला होता. स्वतःचा जीव वाचवण्यासाठी मला त्याचा वध करणं भाग पडलं. केवढी मोठी शोकांतिका आहे ही!''

त्यावर कर्ण म्हणाला, ''गुरू परशुरामांनी मला खूप काही शिकवलं, त्यांनी त्यांच्या जवळची सर्व विद्या मला दिली आणि मीसुद्धा त्यांची खूप काळजी घेत असे; पण या काळजीपोटीच काही घटना घडल्या. एक दिवस गुरू परशुराम माझ्या मांडीवर डोकं ठेवून झोपलेले असताना एक मधमाशी माझ्या मांडीला दंश करू लागली; पण गुरू परशुरामांच्याच काळजीपोटी, त्यांची झोपमोड होऊ नये म्हणून मी तशाच वेदना सहन करत राहिलो; पण गुरुजी जेव्हा झोपेमधून जागे झाले, तेव्हा त्यांनी माझ्या पायातून वाहत असलेलं रक्त पाहिलं आणि त्यांना सत्य काय ते कळून चुकलं. माझ्या जागी कुणी ब्राह्मण शिष्य असता तर तो काही इतक्या वेदना सहन करू शकला नसता; परंतु मी क्षत्रिय असल्यामुळेच त्या सहन करू शकलो, ही गोष्ट त्यांच्या लक्षात आली.

गुरू परशुराम फक्त ब्राह्मण मुलांनाच आपली विद्या देत असत, हे मला ठाऊक असल्यामुळे त्यांच्याकडून ती विद्या प्राप्त करून घेण्यासाठी मी ब्राह्मण आहे अशी मी खोटीच बतावणी केली होती, हे त्यांच्या लक्षात आलं. ते संतप्त झाले. त्याचं फळ काय मिळालं? तर मला एक शाप मिळाला. ते मला म्हणाले, ''तू माझ्याकडून प्राप्त केलेल्या ज्ञानाची तुला जेव्हा सर्वाधिक गरज असेल, तेव्हाच त्याचा तुला विसर पडेल.''

त्यावर कृष्ण मोठ्याने हसून म्हणाला, ''अरे, मी जेव्हा लहान होतो, तेव्हा तर मला कुस्ती खेळण्यापलीकडे दुसरं काहीच शिक्षण मिळालेलं नव्हतं. मी जे काही शिकलो, ते स्वबळावर शिकलो. मला दुसऱ्या कोणीच काही शिकवलं नाही. मला प्राण्यांची, पशु-पक्ष्यांची भाषा समजते, त्यांचं मन मला कळतं, हे खरं म्हणजे माझं बलस्थान आहे, कारण मी मुळी या पशु-पक्ष्यांबरोबरच लहानाचा मोठा झालो; त्यामुळेच तर मी उत्कृष्ट सारथी बनलो. मला 'गोविंदा', 'गोपाला' अशा अनेक नावांनी लोक ओळखतात; पण ही नावंसुद्धा मला कशामुळे पडली आहेत बरं? मी गुराखी असल्यामुळेच! अखेर मला गुरुकुलामध्ये विद्यार्जनासाठी प्रवेश मिळाला; पण तोसुद्धा किती उशिरा! मी सोळा वर्षांचा झाल्यावर मला गुरुकुलात जाऊन शिकण्याची संधी मिळाली.''

''कृष्णा, मला खूप दुःख होतं रे. मला कशाचं दुःख होतं माहीत आहे का?

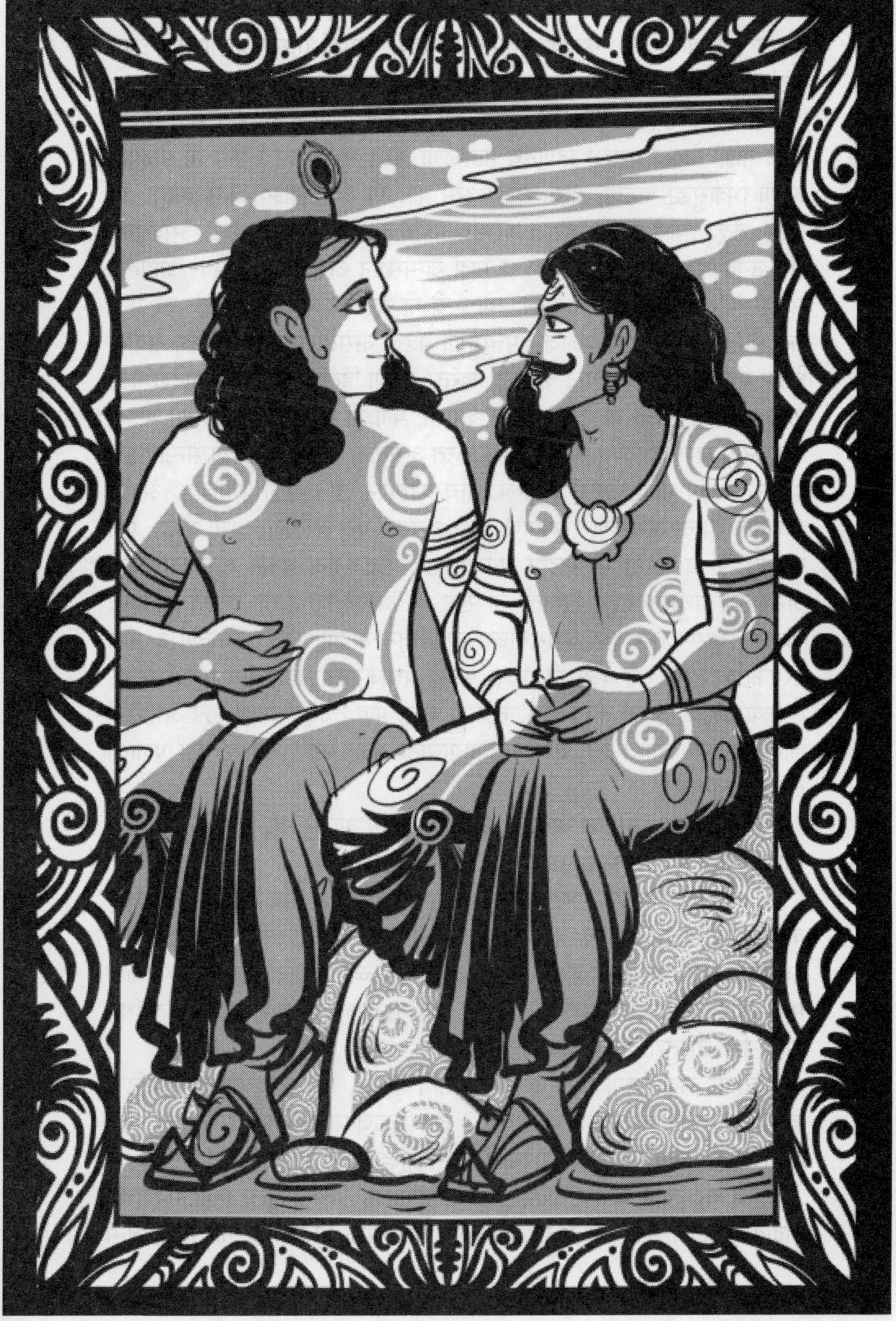

माझ्या सख्ख्या आईने, म्हणजे कुंतीमातेने माझ्या जन्माचं रहस्य माझ्यापाशी उघड केलं, ते केवळ तिच्या इतर मुलांचा जीव वाचवण्यासाठी. त्यापूर्वी नाही.''

ते ऐकून कन्हैया पुन्हा जोरजोरात हसू लागला. ''मी तुला काय सांगू कर्णा, लोक माझी केवळ गुराखी म्हणूनच हेटाळणी करत नाहीत तर त्यांना मी पळपुटा आणि भित्रासुद्धा वाटतो; याचं कारण असं की, मी जेव्हा माझ्या कंसमामाचा वध केला, तेव्हा त्याचे सासरे म्हणजे जरासंध महाराज संतप्त झाले. त्यांनी कंसवधाचा सूड उगवण्याचं ठरवलं; त्यामुळे ते माझं जन्मस्थान असलेल्या मथुरेवर आपल्या सर्व सैन्यानिशी चाल करून आले. त्या वेळी मी जर तिथे थांबलो असतो, तर माझे सर्व सैनिक आणि माझे प्रजाजन मृत्युमुखी पडले असते; त्यामुळे मी त्या सर्वांना घेऊन मथुरानगरी सोडून पळ काढला. खरंतर माझ्या हितचिंतकांनी जो उपदेश मला केला होता, त्यापेक्षा मी खूपच वेगळं वागलो; पण मी जे काही वागलो, ते माझ्या प्रजाजनांचे प्राण वाचवण्यासाठीच! असं करत असताना माझ्या स्वतःच्या सन्मानाला, प्रतिष्ठेला खूप मोठा कलंक लागला. याच कारणाने लोक मला 'रणछोड' असंही म्हणतात. याचा अर्थ ज्याने रणांगणावरून घाबरून पळ काढला, असा योद्धा; पण त्याची पर्वा न करता मी माझ्या सर्वच्या सर्व प्रजाजनांना घेऊन यमुनेच्या काठी असलेल्या मथुरानगरीहून निघालो तो खूप दूर असलेल्या द्वारकानगरीत जाऊनच थांबलो; कारण त्या दुष्ट जरासंधाच्या तावडीतून माझ्या प्रजेला वाचवणं हे माझं परमकर्तव्य होतं. त्या वेळी मी फक्त माझ्या प्रजाजनांच्या हिताचाच विचार केला. त्यांच्यासाठी जे करणं योग्य होतं, तेच मी केलं; पण त्यामुळे माझी खूप अपकीर्ती झाली. माझ्या प्रजाजनांचे प्राण वाचवण्यासाठी मला माझी सर्व प्रतिष्ठा पणाला लावावी लागली.''

''पण कृष्णा, तू एका बाबतीत खूप नशीबवान आहेस; ती म्हणजे तुला पत्नी म्हणून तुझ्यावर प्रेम करणाऱ्या अनेक स्त्रिया लाभल्या.''

''अरे कर्णा, तू एक गोष्ट समजून का घेत नाहीस? या सर्व स्त्रियांशी मी विवाह करण्यामागे केवळ दोनच कारणं होती. एक तर त्यांच्यातल्या काही स्त्रियांना स्वतःलाच माझ्याशी विवाह करायचा होता आणि बाकीच्या स्त्रियांचा जीव वाचवण्यासाठी मला त्यांच्याशी विवाह करणं भाग पडलं; पण तुझ्याकडे तर तुझा परममित्र दुर्योधन आहे ना? तो तुझी किती काळजी करतो.''

त्यावर कर्ण म्हणाला, ''पण मला सांग कृष्णा, मी जर दुर्योधनाला पाठिंबा दिला, तर त्यात मी चुकीचं काय केलं? त्याने आजवर कितीतरी वेळा मला मदत केली आहे. त्याने मला एका राज्याचं राजेपदसुद्धा दिलं आहे.''

''ते तर त्याने केलंच आहे.'' कृष्ण म्हणाला. ''त्याने तुला एका राज्याच्या गादीवर बसवलं आणि तू राजाही झालास; पण माझा विचार कर ना. माझा जन्म

खरंतर राजघराण्यात झाला; पण तरीसुद्धा मला कधीच कुठल्याही सिंहासनाचा लाभ मिळाला नाही. एक मात्र खरं की, आत्तासुद्धा माझं स्थान खूपच उंचावर आहे, कारण असं की, सर्व लोकांना उच्च स्थानावर बसलेले मित्र असतात; पण मला तर अत्युच्च स्थानावर बसलेले कितीतरी शत्रू आहेत. उदाहरणार्थ - जरासंध किंवा माझा आतेभाऊ शिशुपाल आणि माझे मेहुणे असलेले विंद आणि अनुविंद हे सगळेच मोठमोठे राजे आहेत.''

असं म्हणून कृष्णाने भलामोठा सुस्कारा सोडला. मग तो म्हणाला, ''आणि तरीसुद्धा मला एक गोष्ट माहीत आहे. आता आपल्या सर्वांसमोर हे युद्ध येऊन ठेपलेलं आहे. या युद्धामध्ये दुर्योधनाचा विजय झालाच, तर त्या विजयाचं संपूर्ण श्रेय तुलाच मिळेल कर्णा! कारण तुला जरी परशुरामांनी शाप दिलेला असला, तरी जग मात्र तुला अर्जुनाइतकाच महापराक्रमी धनुर्धारी म्हणूनच ओळखतं; पण समजा, या युद्धामध्ये युधिष्ठिराचा विजय झाला तर सर्वजण या युद्धाबद्दल मला दोषी धरतील, कारण सर्वांनाच असं वाटतं की, हे युद्ध घडवून आणण्यात माझाच हात आहे.

''खरंतर प्रत्येकाचं आयुष्य हे आव्हानांनी भरलेलं असतं. आयुष्य हे सोपं नसतं. अगदी दुर्योधनाचं आयुष्यसुद्धा सोपं नव्हतं. दुर्योधनाचे वडील अंध होते. त्या गोष्टीमुळे त्याला कितीतरी त्रास सहन करावा लागला. त्याचप्रमाणे युधिष्ठिरावरही काही कमी संकटं आलेली नाहीत, कारण त्याचे वडील फार लवकर मरण पावले. अशा प्रकारे आव्हानं तर प्रत्येकाच्याच आयुष्यात असतात रे. फक्त आपण त्यांच्याकडे कुठल्या दृष्टीने बघतो हे महत्त्वाचं आहे.''

एवढं बोलून कृष्ण बोलायचा थांबला. कर्ण त्याचं बोलणं अगदी मनापासून ऐकत होता.

''पण मग योग्य आचरण म्हणजे काय करायचं?'' कर्ण म्हणाला. ''खरा धर्म कुठला?''

त्यावर कृष्ण हसून म्हणाला, ''काय योग्य आहे हे ओळखणं आणि योग्य त्याच मार्गावरून सतत वाटचाल करणं. मग आपल्याभोवतीचं जग कसंही वागत असलं तरी! हेच ते तत्त्व आहे. आपल्यावर अन्याय झाला, आपला कोणी अपमान केला, तरीसुद्धा आपण आपल्या वागण्यामध्ये बदल करायचा नाही. आयुष्यात आपल्या मनासारख्या गोष्टी घडत नाहीत; पण आपण त्या घडवून आणायच्या असतात. मीही तसंच करतो.'' असं म्हणून कृष्ण तेथून निघून गेला. त्यानंतर कितीतरी वेळ कर्ण तिथेच विचार करत बसून राहिला.

❖

साधी राहणी

खूप खूप वर्षांपूर्वी एक अतिशय विद्वान ऋषी होऊन गेले. त्यांचं नाव होतं कौशिक ऋषी.

एक दिवस ते एका झाडाखाली ध्यान-धारणेसाठी बसले होते, त्याच वेळी त्या झाडाच्या फांदीवर एक करकोचासुद्धा बसला होता. अचानक त्याची विष्ठा त्या ऋषींच्या अंगावर पडली. त्या प्रकाराने ते ऋषी अत्यंत क्रोधित झाले. त्यांनी रागाने त्या पक्ष्याकडे पाहिलं. त्यांच्या डोळ्यांत अंगार फुलला होता; त्यामुळे तो पक्षी तिथल्या तिथे जळून खाक झाला. आपण आपल्या योगसामर्थ्याने केवळ एका नजरेमध्ये एका जिवंत पक्ष्याची राखरांगोळी करू शकतो या गोष्टीचा त्या ऋषींना मनातून गर्व झाला.

दुसऱ्याच दिवशी हे कौशिक ऋषी त्या नगराच्या बाहेरच्या बाजूला असलेल्या एका घरामध्ये भिक्षा मागण्यासाठी गेले. त्या घरची गृहिणी आपल्या मुलाबाळांना जेवायला वाढण्यामध्ये गुंतलेली होती; त्यामुळे घराबाहेर येऊन कौशिक ऋषींना भिक्षा वाढायला तिला थोडा उशीर झाला. ऋषींनी क्रोधित नजरेने तिच्याकडे पाहिलं; पण आश्चर्याची गोष्ट अशी की, ती स्त्री त्यांच्याकडे पाहून म्हणाली, ''मी काही करकोचा नाही. तुम्ही तुमच्या नजरेने मला भस्मसात करू शकणार नाही.''

ती स्त्री असं काही म्हणेल याची कौशिक ऋषींनी अपेक्षाच केली नव्हती; त्यामुळे ते लज्जित झाले. ते तिच्यापुढे नतमस्तक होऊन म्हणाले, ''काल जो काही प्रकार घडला, त्याविषयी तुम्हाला कसं बरं समजलं? कारण वनामध्ये त्या वेळी तो करकोचा आणि मी सोडून दुसरं कुणीच नव्हतं, तेव्हा कृपया हा काय प्रकार आहे, ते तुम्ही मला स्पष्ट करून सांगा.''

त्यावर ती स्त्री म्हणाली, ''मी काही तुमच्यासारखी विद्वान नाही. मी तर एक साधी गृहिणी आहे; पण मी तुम्हाला फक्त एकच गोष्ट सांगते. एका गृहिणीचं

आयुष्य हे एका ऋषीच्या आयुष्यापेक्षा फारच गुंतागुंतीचं असतं. माझ्यावर खूप जबाबदाऱ्या आहेत. मला माझ्या मुलांचा सांभाळ करावा लागतो. माझ्या घरात माझे म्हातारे सासू-सासरे आहेत. मला त्यांची देखभाल करावी लागते. आलेल्या पै-पाहुण्यांचं स्वागत करावं लागतं आणि माझ्या पतीच्या अपुऱ्या उत्पन्नामध्ये मला माझ्या कुटुंबाचा उदरनिर्वाहसुद्धा करावा लागतो; पण मी माझी सर्व कामं अत्यंत प्रामाणिकपणे पार पाडते. हे जग गृहिणीला नेहमीच गृहीत धरतं. गृहिणी कुटुंबासाठी अर्थार्जन करत नाहीत असंही लोक आम्हा गृहिणींबद्दल बोलतात; पण ही गोष्ट खरी नाही, हे कोणतीही गृहिणी तुम्हाला सांगू शकेल. माझे गुरू तर मला असं म्हणतात की, मी माझं कर्तव्य अत्यंत प्रामाणिकपणे पार पाडत असल्यामुळेच अशा छोट्याछोट्या गोष्टी समजण्याची क्षमता माझ्या अंगी आली आहे.''

त्यावर कौशिक ऋषी स्मितहास्य करून म्हणाले, ''तुमचे गुरू कोण आहेत? मला त्यांच्याकडे जाऊन शिकायचं आहे.''

त्यावर ती स्त्री म्हणाली, ''माझ्या गुरुजींचं नाव धर्मव्याध असं आहे आणि ते या नगरातच राहतात.'' मग तिने ऋषींना त्या गुरुजींचा पत्ता दिला. त्यानंतर कौशिक ऋषी ताबडतोब धर्मव्याधांच्या शोधात निघाले.

त्या स्त्रीचे गुरू धर्मव्याध म्हणजे दुसरंतिसरं कुणी नसून चक्क एक खाटीक होता, हे पाहून कौशिक ऋषींना आश्चर्याचा धक्का बसला. हा खाटीक दुकानाची साफसफाई करत होता. त्याचबरोबर तो एकीकडे कापलेले मांसाचे तुकडे व्यवस्थित कापून नीट रचूनसुद्धा ठेवत होता. ते पाहिल्यावर कौशिक ऋषी त्याच्या दुकानासमोर जागच्या जागी खिळल्यासारखे उभे राहिले. सहज त्यांच्या मनात आलं, ''या खाटकाकडून मला काय ज्ञान मिळणार आहे?'' आणि ते तिथून निघून जाण्यासाठी मागे फिरले.

तेवढ्यात धर्मव्याधाने वर पाहिलं आणि ऋषींना हाक मारून तो म्हणाला, ''या नगराबाहेरच्या घरात राहणाऱ्या त्या गृहिणीनेच तुम्हाला नक्की माझ्याकडे पाठवलेलं दिसतं आहे. या, या. असे आत या.''

त्याच्या तोंडचे ते शब्द ऐकून कौशिक ऋषींना पुन्हा आश्चर्याचा धक्काच बसला, त्याचं कारण असं की, त्या काळी दूरध्वनीसारखी संपर्कमाध्यमं नव्हती.

''हो, त्या गृहिणीनेच मला तुमच्याकडे पाठवलं आहे.'' कौशिक ऋषी म्हणाले. ''पण मला एक सांगा, तुमच्यापासून इतक्या दूरच्या अंतरावर घडलेली गोष्ट तुम्हाला कशी काय समजली?''

''त्याचं असं आहे, माझ्या घरी माझे वृद्ध आई-वडील आहेत. मी त्यांची अत्यंत मनोभावे सेवा करतो. तुम्ही माझ्या अवतीभोवती पाहा. हे माझं काम आहे आणि तेसुद्धा मी नेहमी अतिशय उत्तम प्रकारे पार पाडतो. त्याचप्रमाणे माझ्या

उत्पन्नातला काही हिस्सा मी नियमितपणे गोरगरिबांना दान करतो. मी रोजच नित्यनेमाने ध्यान करतो आणि माझं जीवन मी अत्यंत प्रामाणिकपणे जगण्याचा प्रयत्न करतो. ही माझी अतिशय साधी राहणी आहे आणि त्यामुळेच या भोवतालच्या विश्वामध्ये ज्या काही गोष्टी घडत असतात त्या मला आपोआप समजतात. ही क्षमता केवळ माझ्या साध्या राहणीमुळेच माझ्यामध्ये आलेली आहे आणि म्हणूनच तुम्हाला माझ्याकडे कोणी पाठवलं, हे मला लगेच समजलं. तुम्ही झाडाखाली बसून खूप कठोर तपश्चर्या केलीत. तुम्ही एखाद्या पक्ष्याची नुसत्या नजरेने राखरांगोळी करू शकालही; पण मला विचाराल, तर खऱ्या अर्थाने जगणं म्हणजे आपली सर्व कर्तव्यं पार पाडणं आणि इतरांना यथाशक्ती मदत करणं हेच आहे.''

याआधी आपण किती दुराभिमानाने वागत होतो याची कौशिक ऋषींना आता जाणीव होऊन ते लज्जित झाले. त्या धर्मव्याधाच्या विनयशीलतेचं त्यांना मनोमन कौतुक वाटलं. मग त्यांनीसुद्धा आपल्या अंगच्या दुराभिमानाचा आणि अहंकाराचा त्याग केला आणि तेदेखील त्यांच्या रोजच्या आयुष्यामध्ये इतरांना जमेल तेवढी मदत करू लागले.

अशा रीतीने या धर्मव्याधासारख्या एका साध्यासुध्या खाटकाने कौशिक ऋषींना आयुष्य जगण्याचा एक निराळाच मार्ग दाखवला आणि त्यांना जगण्याचा एक नवा दृष्टिकोन दिला.

❖

अजिंक्य राजपुत्र

हंस आणि डिंबिक हे असुर राजपुत्र होते. एक दिवस ते दोघे भगवान श्री शंकराची आराधना करण्यासाठी तपश्चर्येला बसले. भगवान शंकरांना प्रसन्न करून, त्यांच्याकडून असं वरदान प्राप्त करून घ्यायचं की, ज्यामुळे आपण या जगामध्ये नेहमी अजिंक्यच राहू, आपल्याला कोणीही, कधीही पराभूत करू शकणार नाही, असं त्या दोघांनी ठरवलं होतं.

त्यानंतर त्या दोघा असुरांनी भगवान श्री शंकरांची घोर तपश्चर्या करण्यास सुरुवात केली. हे असुर जेव्हा कधी परमेश्वराची आराधना करतात, तेव्हा ते ती अत्यंत मनापासून करतात. ते अत्यंत कठोर आणि उग्र तपश्चर्या करतात. काही असुर तर अन्नपाण्याविनाही तपश्चर्या करतात, तर काही केवळ एका पायावर उभं राहून किंवा झाडाला उलटं टांगून घेऊनसुद्धा अशा प्रकारची तपश्चर्या करतात. ते आपल्या शरीराला अतोनात कष्ट देतात. तपश्चर्येचा जो मार्ग ते अवलंबतात, तो फार प्रभावी असतो; त्यामुळे कालांतराने देव त्यांच्यावर प्रसन्न होतात आणि ते बरेच वेळा त्यांच्यासमोर प्रकटसुद्धा होतात.

हंस आणि डिंबिक या दोघांनी अशा प्रकारे इतकी उग्र तपश्चर्या केली की, अखेर भगवान शंकरांना त्यांच्यासमोर प्रकट व्हावंच लागलं.

साक्षात शंकर महादेवांना आपल्यासमोर प्रकट झालेलं पाहून त्या दोन्ही असुरांचा आनंद गगनात मावेना. ते म्हणाले, ''हे भगवान! तुमचं दर्शन घडणं ही आमच्यासाठी महद्‌भाग्याची गोष्ट आहे.''

भगवान शंकरांनी मात्र क्षणाचाही वेळ न दवडता थेट मुद्द्यालाच हात घातला. ''भक्तांनो, सांगा, तुम्हाला माझ्याकडून काय वरदान हवं?'' त्यांनी विचारलं.

त्या दोन्ही असुरांनी एकमेकांकडे पाहिलं आणि ते स्मितहास्य करून म्हणाले, ''हे भगवान, तुम्ही आम्हाला असा वर द्या की, ज्यामुळे आमचा मृत्यू कुठल्याही

शस्त्राने होणार नाही, त्याचप्रमाणे कोणतीही एक व्यक्ती आमचा वध करू शकणार नाही.''

त्यांच्या त्या मागणीने भगवान शंकर चिंतित झाले. 'या असुरांनी आपल्या शक्तीचा वापर करून, इतरांच्या कल्याणासाठी किंवा चांगल्या कामासाठी वर मागून घ्यायला काय हरकत आहे?' असा विचार त्यांच्या मनात आला; परंतु काही झालं तरी आपल्या भक्तांची इच्छा पूर्ण करणं हे त्यांचं कर्तव्यच होतं. मग ते होकारार्थी मान हलवून म्हणाले, ''तथास्तु.''

त्यानंतर ते तिथून अंतर्धान पावले.

हंस आणि डिंबिक हर्षभरित झाले. आता या संपूर्ण जगावर आपलं अधिराज्य चालणार. आता आपण आपल्याला पाहिजे तसं वागू शकणार. या गोष्टीचा त्यांना खूप आनंद झाला होता.

त्यामुळे काही दिवसांतच त्या दोन्ही असुरांनी जगात धुमाकूळ घालण्यास सुरुवात केली. ते तिन्ही लोकांत उत्पात घडवून आणू लागले. कोणीही त्यांना पराभूत करूच शकत नव्हतं. त्यांना मिळालेल्या वरदानामुळे ते दोघे असुर खरोखरच अजिंक्य झाले होते.

त्या दोन असुरांची कीर्ती राजा जरासंधाच्या कानावर जाऊन पोहोचली. आपल्या साम्राज्याचा विस्तार करण्यासाठी आपल्याला जर दोन असे बलाढ्य आणि अजिंक्य सेनापती मिळाले, तर किती चांगलं होईल, असं त्याच्या मनात आलं. मग त्याने हंस आणि डिंबिक या दोन असुरांना निमंत्रण धाडलं. त्या दोघांनाही जरासंधाविषयी खूप आदर वाटत असे; अर्थातच त्यामुळे त्यांनी आनंदाने या निमंत्रणाचा स्वीकार केला.

त्यानंतर त्या तिघांनी मिळून संपूर्ण जगावर अधिराज्य गाजवण्यास सुरुवात केली. ते तिघे मिळून त्रिमूर्तींच्यासुद्धा वरचढ होऊन बसले; परंतु ते त्यांच्या अंगातली ही विशिष्ट शक्ती केवळ दुष्कृत्यं करण्यातच वाया घालवत होते.

त्यांनी लोकांचा इतका अनन्वित छळ सुरू केला की, अखेर लोकांनी भगवान विष्णूंची करुणा भाकली. ''हे परमेश्वरा, तू या दुष्टांच्या तावडीतून आमची सुटका कर, नाहीतर मग आम्हालाच या जगातून घेऊन जा. आम्हाला आता हा छळ सहन होत नाही.''

त्यामुळे भगवान विष्णू म्हणाले, ''हे पाहा, तुम्ही काही काळजी करू नका. मी तुमच्या सर्व समस्या लवकरात लवकर दूर करीन.''

राजा जरासंधाला दोन मुली होत्या. त्यांची नावे होती अस्ती आणि प्राप्ती. मथुरेचा राजा कंस या दोघांचा पती होता. तो तर आपल्या सासऱ्यापेक्षाही जास्त दुष्ट होता. कंसाने या दोन असुरांना आपल्या सासऱ्याकडून काही काळासाठी मागून

घेतलं. तो आपल्या सासऱ्यांना म्हणजे जरासंधाला म्हणाला, "महाराज, तुमच्या या दोन सेनापतींविषयी मी खूप काही ऐकलेलं आहे. काही दिवसांसाठी तुम्ही यांना माझ्याकडे पाठवता का? या दोघा असुरांची माझ्या राज्यविस्ताराच्या कामी मला खूप मदत होईल."

जरासंध आपल्या जावयाच्या या विनंतीचा अव्हेर करू शकला नाही. मग त्याने आपल्या त्या दोन सेनापतींना अतिशय जड अंतःकरणाने निरोप दिला. कंस हा हंस आणि डिंबिक यांच्याइतका अनुभवी नव्हता; त्यामुळे लवकरच ते दोघे त्याचे खास विश्वासातले सल्लागार बनले. काही काळातच कंसाचा त्यांच्यावर इतका विश्वास बसला की, तो सगळ्याच कामांसाठी त्यांच्यावर अवलंबून राहू लागला. त्यांच्या सल्ल्याशिवाय तो एक पाऊलही उचलेना. पुन्हा एकदा त्या तिघांनी मिळून जनतेवर घोर अत्याचार करण्यास सुरुवात केली.

याच सुमाराला कधीतरी कृष्ण मथुरेला आला होता. त्याला तिथे एका मल्लयुद्धात सहभागी व्हायचं होतं. त्याने त्या युद्धात चाणूर नावाच्या एका राक्षसाचा वध केला; त्यामुळे संतप्त झालेला कंस आता स्वतः रिंगणात उतरला. कृष्णाने ताबडतोब त्याचाही वध केला. आता आखाड्यात सर्वत्र शांतता पसरली. इतक्या बलाढ्य सर्वशक्तिमान राजाचा कुणीतरी असा आखाड्यात वध करील, अशी कुणी कधी कल्पनाही केली नव्हती. हंस आणि डिंबिक यांनी एकमेकांकडे पाहिलं. त्यांचा राजा मरण पावला होता.

बघताबघता आजूबाजूच्या शांततेचा भंग झाला. इतके दिवस राजाच्या दबावाखाली दडपली गेलेली जनतासुद्धा मग बंड करून उठली. सर्व प्रजाजनांनी राजाच्या सेनेवर हल्ला चढवला. कृष्णाने आपल्याबरोबर आलेल्या मित्रमंडळींना त्या बंडाळीमध्ये सहभागी होण्याची खूण केली. त्याचे मित्रसुद्धा प्रजेच्या बाजूने सैनिकांशी लढू लागले. काही क्षणांमध्येच सर्वत्र नुसता गोंधळ माजला. परिस्थिती आटोक्याबाहेर गेली.

हंस आणि डिंबिक संतप्त जनतेला नियंत्रणाखाली आणण्याचा प्रयत्न करू लागले; पण त्या सर्व गडबड, गोंधळामुळे त्या दोघांची ताटातूट झाली. अखेर त्या गर्दीत हंस जमिनीवर कोसळून चिरडला गेला. संतप्त जमावाने त्याला पायदळी तुडवलं आणि त्याची शुद्ध हरपून तो खाली पडला.

कृष्णाच्या सोबत्यांनी आपल्या भगवान कृष्णाकडे पाहिलं. कृष्णाने त्यांना केवळ एकच इशारा केला आणि त्यांच्यातील एकजण जोरात ओरडला, "हंस मरण पावला; कृष्णदेवांचा जयजयकार असो."

बघताबघता जमावातला प्रत्येकजण कृष्णाचा जयजयकार करू लागला. हंस असुर मरण पावल्याची बातमी सर्वत्र पसरली.

मग डिबिंक जागच्या जागी थांबला. तो इकडेतिकडे बघू लागला. त्याला दूरवरून आपल्या भावाचं जमिनीवर पडलेलं निश्चल शरीर दिसलं. मग त्याला त्या वरदानाची आठवण झाली. हंसाला कुठल्याही शस्त्राने मृत्यू आलेला नव्हता किंवा कोणत्याही एका व्यक्तीने त्याचा वध केलेला नव्हता. त्याला एका मोठ्या जमावाने पायदळी तुडवून ठार मारलं होतं. अखेर कृष्णाने डाव साधला होता. आता उर्वरित आयुष्य आपल्या भावाशिवाय काढायचं, ही कल्पनाच डिबिंकला सहन होईना. आपण आपल्या भावाशिवाय जगूच शकणार नाही, हे त्याला आता पूर्ण कळून चुकलं.

मग त्याने समोरून आपल्यावर चाल करून येत असलेल्या जमावाकडे पाहिलं. संतप्त जमाव आपल्यालाही अशाच प्रकारे पायदळी तुडवून ठार मारल्याशिवाय राहणार नाही, हे त्याला कळून चुकलं. 'त्यांच्या हातून मरण्यापेक्षा आपण स्वतःच मरण पत्करलेलं काय वाईट?' असं त्याच्या मनात आलं.

मग डिंबिक जमावाकडे पाठ फिरवून, जीव मुठीत धरून यमुना नदीच्या दिशेने पळत सुटला. पाहतापाहता तो नदीच्या पात्रापाशी आला. नदीचं पाणी खूप वेगात उसळी मारून खळाळत वाहत होतं. त्याने नदीच्या पात्रात उडी घेऊन प्राण सोडण्याचा निश्चय केला. जमाव अजूनही त्याच्या मागे लागलेला होता. जमाव आपल्यापर्यंत येऊन पोहोचण्याआधीच डिंबिकाने नदीच्या पत्रात उडी मारली. तो काही क्षणांतच मृत्युमुखी पडला. त्याला नदीत पडून मरताना पाहून जमलेल्या लोकांनी आनंद व्यक्त केला आणि ते सर्वजण मागे फिरून पुन्हा एकदा त्या आखाड्यापाशी येऊन पोहोचले.

त्यानंतर जरा वेळाने हंसाला शुद्ध आली. त्याने आजूबाजूला पाहिलं, तर त्याला सर्वजण आनंदाने जल्लोष करत असलेले दिसले. त्यांच्यातल्या काहींच्या तोंडून त्याने डिंबिकाच्या मृत्यूची बातमीसुद्धा ऐकली. डिंबिकाने स्वतः नदीत उडी घेऊन जीव दिला असल्याचं त्याच्या कानावर आलं. त्याचप्रमाणे सर्वत्र कृष्णाचा जय-जयकार चालू असलेलासुद्धा त्याने ऐकला.

मग डिंबिकाने जसा विचार केला होता, तसाच विचार हंसानेसुद्धा केला. आपला बंधू डिंबिक याचा कुठल्याही अस्त्राने वध झालेला नाही, त्याचप्रमाणे एखाद्या मानवाच्या हातून त्याला मृत्यू आलेला नाही, हे त्याला कळून चुकलं. भगवान शंकरांनी आपल्याबरोबर हा चांगलाच खेळ खेळला आहे, असं त्याच्या मनात आलं. आता उरलेलं आयुष्य आपल्या भावाशिवाय जगण्याची कल्पनाही त्याला सहन होईना. आपण आपल्या भावाशिवाय क्षणभरही जगू शकणार नाही, असं त्याला मनातून वाटत होतं; त्यामुळे डिंबिकाने जसं स्वतःला संपवलं तसंच आपणही करायचं, असं त्याने ठरवलं.

मग हंससुद्धा यमुना नदीच्या दिशेने जीव खाऊन पळत सुटला आणि त्याने यमुना नदीच्या पात्रात उडी घेऊन स्वतःला संपवलं.

श्रीकृष्णाला जेव्हा त्या दोन्ही बंधूंच्या मृत्यूविषयी समजलं, तेव्हा त्याला त्यांच्या अज्ञानाची कीव आली. हंस आणि डिंबिक यांना स्वतःच्या अमरत्वाविषयी वाटणाऱ्या खात्रीचं ते अज्ञान होतं.

''जिवासोबत त्याच्या मृत्यूचाही जन्म होत असतो. तुम्ही तुमच्या नियतीला फसवण्याचा प्रयत्न केलात, तर तुमची हार निश्चित असते.'' श्रीकृष्ण गंभीरपणे उद्गारला.

❖

देहान्त शासनाची मागणी करणारी राजकुमारी

तामिळनाडू राज्यातील दक्षिण भागात भगवान विष्णूंचा निस्सीम भक्त राहात होता. त्याचं नाव होतं पुण्यनिधी.

एक दिवस भगवान श्रीविष्णू आणि त्यांची पत्नी लक्ष्मी उभयता आपल्या स्वर्गातील निवासस्थानी, म्हणजे वैकुंठामध्ये संवाद करत होते. त्यांच्यात एका विषयावर चर्चा चालू होती. लक्ष्मी आपल्या पतींना म्हणाली, ''मी धनाची देवता असल्यामुळे माझ्या भक्तांची संख्या तुमच्यापेक्षा कितीतरी जास्त आहे आणि त्या सर्वांची माझ्यावर अतिशय निष्ठा आहे.''

त्यावर स्मितहास्य करून भगवान विष्णू म्हणाले, ''प्रिये, अगं कुणाच्या भक्तांची संख्या किती जास्त आहे हे मुळीच महत्त्वाचं नाही. त्या भक्तांची भक्ती, त्यांच्या अंगचे गुण, त्यांची निष्ठा आणि त्यांचा प्रामाणिकपणा हे सर्व गुण जास्त महत्त्वाचे आहेत. तू जोवर तुझ्या भक्तांवर धनाचा वर्षाव करतेस, तोपर्यंतच ते तुझी भक्ती करतात. एकदा तू त्यांना धन देणं बंद केलंस ना की, ते तुझी भक्ती करणं थांबवतील.''

हे ऐकल्यावर अर्थातच लक्ष्मी नाराज झाली. ती म्हणाली, ''तुम्हाला फक्त असं वाटतं. सत्य हे आहे की, कुठलाच भक्त कुठल्याही देवतेची कायमस्वरूपी भक्ती करू शकत नाही.''

त्यावर भगवान विष्णू म्हणाले, ''असं मुळीच नाही. माझ्या काही भक्तांवर खरोखरच कुठलीही परिस्थिती ओढवली किंवा त्यांच्यावर कितीही संकटं आली, तरी ते माझी भक्ती करणं थांबवत नाहीत. त्यांची माझ्यावर खरोखरच अढळ निष्ठा आहे. असाच एक भक्त म्हणजे पुण्यनिधी.'' असं सांगून भगवान विष्णूंनी आपल्या पत्नीपाशी आपल्या भक्ताचं, पुण्यनिधीचं गुणगाण करण्यास सुरुवात केली.

त्यावर विष्णुपत्नी लक्ष्मी म्हणाली, ''हे भगवान, माझा तुमच्या शब्दांवर

विश्वास नाही; त्यामुळे तुमचं म्हणणं पडताळून पाहण्यासाठी मी स्वतःच तुमच्या या भक्ताची परीक्षा घेईन.''

त्यावर भगवान विष्णूंनी केवळ स्मितहास्य केलं.

आपण काय करायचं ठरवलं आहे याची आपल्या पतीला काहीही कल्पना न देता विष्णुपत्नी लक्ष्मी पृथ्वीवर आली. पृथ्वीवर येताच तिने एका आठ वर्षांच्या निरागस, गोड मुलीचं रूप धारण केलं.

त्या वेळी राजा पुण्यनिधी आणि त्याची राणी हे दोघेही एका यात्रेला निघाले होते. रस्त्यातच त्यांना ती लहान, गोड आठ वर्षांची मुलगी भेटली. अर्थातच ही स्वतः देवी लक्ष्मीच होती; पण त्यांना त्याची कल्पना नव्हती. ही मुलगी करुणपणे रडत होती. पुण्यनिधी मायेने तिला म्हणाला, ''बाळा, तुझं नाव काय? तुझे आई-वडील कुठे आहेत? मी तुला त्यांच्याकडे पोहोचवतो. तुला पाहिजे ती मदत करतो.''

त्यावर ती लहान मुलगी म्हणाली, ''मी अनाथ आहे. लोकांनी मला असं सांगितलं की, या नगरीचा राजा खूप कनवाळू आहे आणि तो भगवान विष्णूंचा मोठा भक्त आहे. मी इथे त्याच्याच शोधात आले आहे. तो राजा मला नक्की मदत करेल.''

त्यावर पुण्यनिधी मनापासून हसून म्हणाला, ''अगं बाळा, म्हणजे तू तर माझाच शोध घेत आहेस; कारण या नगरीचा राजा तर मीच आहे. तू माझ्या घरी चल. मला आणि माझ्या पत्नीला मूलबाळ नाही. तू आमची मुलगी होऊन आमच्याबरोबर आमच्या राजवाड्यामध्ये राहा. आम्ही तुझा आमच्या मुलीप्रमाणे सांभाळ करू.''

त्यावर ती मुलगी म्हणाली, ''महाराज, मलासुद्धा तसं करायला नक्कीच आवडेल; पण मी तुमच्याकडे येण्याआधी माझीसुद्धा एक अट आहे. माझ्यावर कोणीही, कधीही, कसलीच सक्ती करता कामा नये. मला जर एखादी गोष्ट करायची नसेल, तर दुसऱ्या कुणीही माझा हात पकडून, खेचून मला ती गोष्ट करण्यास भाग पाडलेलं मला चालणार नाही. तुम्हाला जर माझी ही अट मान्य असेल, तरच मी तुमच्यासोबत तुमच्या राजवाड्यामध्ये येऊन तुमच्याबरोबर राहायला तयार आहे.''

त्यावर राणी हसून म्हणाली, ''बाळा, आमच्या या नगरीमध्ये आम्ही मुलींना खूप जपतो. त्यांना आदराने वागवतो. शिवाय तू तर आमची मुलगी म्हणजे राजकन्या; तुला तर असं कोणीच वागवणार नाही.''

पण लक्ष्मी अजूनही त्यांचं हे म्हणणं मान्य करायला तयार नव्हती. ती म्हणाली, ''पण समजा, यदाकदाचित तसं कधी चुकून जर घडलंच, तर मग तुम्ही

काय कराल?''

राजा तिची समजूत घालत म्हणाला, ''हे बघ बाळा, तुझ्या मनाविरुद्ध कुठलीही गोष्ट करायला तुला कधी कोणी भाग पाडलं किंवा कोणी तुझा हात धरून ओढला तर त्या व्यक्तीला देहान्ताची शिक्षा मिळेल.''

''पण तुम्ही दिलेला शब्द पाळालच, असं कशावरून?'' लक्ष्मीने विचारलं.

''हे बघ, मी भगवान विष्णूंना साक्ष ठेवून तुला तसं वचन देत आहे.''

त्यावर लक्ष्मीने मान हलवून होकार दिला आणि ती राजा-राणीच्या समवेत जायला निघाली. तिला घेऊन राजा-राणी राजवाड्यात आल्यावर तिथे अत्यंत आनंदाचं वातावरण पसरलं. इथून पुढे लोक तिला लक्ष्मीबाला म्हणूनच ओळखू लागले. लक्ष्मीबाला कुठल्याही मुक्त बालिकेसारखीच होती. तिचा राजवाड्यामध्ये सर्वत्र अगदी मुक्तपणे संचार असे. ती अनेकदा फुलं गोळा करून, त्यांच्या माळा करायची आणि खेळायची. ती राजाच्या आयुष्यात आल्यानंतर त्याच्या राज्याची खूप भरभराट झाली. त्याने या सुखसमृद्धीचं आणि भरभराटीचं सर्व श्रेय राजकन्येला दिलं.

इकडे वैकुंठामध्ये भगवान विष्णू आपल्या पत्नीची, म्हणजे लक्ष्मीची वाट बघत बसले होते; पण ती दीर्घकाळ परतच आली नाही. मग त्यांनी आपल्या सामर्थ्याने तिचा शोध घेतला. ती आता नेमकी कुठे आहे, कशासाठी गेलेली आहे; हे त्यांनी शोधून काढलं. मग ते स्वतः एका लहान आठ वर्षांच्या मुलाचं रूप धारण करून पृथ्वीतलावर आले. या मुलाचा चेहरा इतका निष्पाप आणि निरागस होता की, त्याला बघता क्षणी लोकांना त्याला जवळ घेण्याची इच्छा होई.

मग हा लहान मुलगा राजवाड्याबाहेर असलेल्या उद्यानापाशी जाऊन उभा राहिला. तिथून हा मुलगा आतमध्ये खेळत असलेल्या लक्ष्मीबालेकडे पाहू लागला.

लक्ष्मीबाला उद्यानात आपल्या बरोबरीच्या मित्र-मैत्रिणींबरोबर खेळत होती. तिचं लक्ष या मुलाकडे गेलं. ती आपल्या मित्र-मैत्रिणींना म्हणाली, ''बाहेर उभ्या असलेल्या त्या गरीब बिचाऱ्या मुलाकडे बघा. तो नुसता बाहेर उभा राहून आपली गंमत बघतो आहे. त्यालासुद्धा आपल्याबरोबर खेळावंसं वाटत असेल. आपण त्याला आत बोलावून घेऊ आणि आपल्याबरोबर खेळायला सांगू.''

लक्ष्मीच्या मित्र-मैत्रिणींनी त्या मुलाला राजवाड्याच्या उद्यानात आपल्याबरोबर खेळायला बोलावून घेतलं. ते सर्वजण लपंडाव खेळत होते. खेळताखेळता मूळ विष्णू असलेल्या त्या लहान मुलावर डाव आला. सर्व मुलं लपून बसली आणि तो मुलगा त्यांना शोधू लागला. त्या सर्व खेळणाऱ्या मुलांसाठी तो केवळ एक खेळ होता; पण लक्ष्मी आणि विष्णू मात्र विष्णूभक्त असलेल्या राजा पुण्यनिधीची तेव्हा परीक्षा घेत होते. मुळात विष्णू असलेल्या त्या मुलाने लपून बसलेल्या लक्ष्मीबालेचा

शोध घेण्याचा प्रयत्न केला. अखेर ती त्याला सापडली. मग तिचा हात धरून, जोरात खेचत त्याने तिला बाहेर काढण्याचा प्रयत्न केला.

"मला लक्ष्मीबाला सापडली, मला लक्ष्मीबाला सापडली." तो मुलगा आनंदाने ओरडत म्हणाला.

त्यावर आजूबाजूला लपून बसलेली सर्व मुलं घाईघाईने बाहेर आली. लक्ष्मीबालेचा हात कुणीही खेचायचा नाही, अशी राजाज्ञा असल्याची सर्वच मुलांना कल्पना होती; परंतु खेळाच्या भरात ती मुलं त्या नवीन आलेल्या मुलाला या गोष्टीची कल्पना द्यायला विसरली होती.

काही क्षणांतच ते सर्वजण लक्ष्मी आणि विष्णूभोवती जमा झाले.

लक्ष्मीबाला जोरजोरात किंचाळू लागली, आरडाओरडा करू लागली. "माझा हात खेचण्याची तुझी हिंमत तरी कशी झाली? आता मी माझ्या वडिलांना तुझं नाव सांगते." ती रडतरडत म्हणाली.

"पण का? मी काय केलं?" तो मुलगा म्हणाला.

त्यावर एक मुलगा पुढे येऊन म्हणाला, "मला माफ कर. लक्ष्मीबालेचा हात कोणीही खेचायचा नाही असा इथला नियम आहे आणि ही गोष्ट आम्ही तुला सांगायला विसरलो. हा नियम फार कडक आहे. आता राजा आणि राणी चिडतील."

त्याच वेळी राजा पुण्यनिधी उद्यानाजवळून चाललेला होता. लक्ष्मीबालेच्या किंकाळ्या ऐकून तो घाईने तिकडे धावला. लक्ष्मीच्या भोवती सर्व मुलांची गर्दी जमलेली होती. त्या गर्दीच्या मधोमध एक आठ वर्षांचा निरागस मुलगा कावऱ्याबावऱ्या चेहऱ्याने उभा होता.

आपले वडील तिथे आल्याचे पाहून लक्ष्मीबालेने ताबडतोब त्यांच्याकडे धाव घेतली. ती म्हणाली, "तात, आम्ही लपाछपीचा खेळ खेळत होतो, त्या वेळी हा मुलगा तिथे आला आणि त्याने माझा हात खेचला. आता त्याला तुम्ही देहान्ताची शिक्षा ठोठावली पाहिजे."

राजाने त्या लहानशा मुलाकडे पाहिलं आणि त्याला मनातून खूप गलबलून आलं.

"पण महाराज! मी तर काहीच चूक केलेली नाही." मूळ विष्णूच असलेला तो मुलगा म्हणाला. "मी बाहेर उभा होतो. या मुलांनीच मला आत खेळायला बोलावून घेतलं. मला तुमच्या या नियमाची काहीही माहिती नव्हती आणि ती मुलंसुद्धा मला या नियमाविषयी सांगायला विसरली होती; त्यामुळे मी नेहमीसारखाच खेळत होतो."

"बाळा, तू कोण आहेस?" राजाने त्याला हळुवार आवाजात विचारलं.

"मी अनाथ आहे. माझ्याकडे लक्ष्मीसुद्धा नाही; त्यामुळे मी निष्कांचन आहे.

तुम्ही तर या नगरीचे राजे आहात. आता माझं नशीब तुमच्या हाती आहे. आता तुम्हीच मला सांगा, माझ्या हातून अजाणता घडलेल्या या अपराधाची इतकी कठोर शिक्षा मला मिळणं योग्य आहे का?''

राजाकडे यावर काहीच उत्तर नव्हतं.

त्यावर लक्ष्मी राजाकडे बघत म्हणाली, ''मी जेव्हा तुमच्याकडे राहायला आले, तेव्हा तुम्ही भगवान विष्णूंच्या साक्षीने मला एक वचन दिलं होतं. तुम्ही तुमच्या भगवान विष्णूंना स्मरून मला दिलेलं ते वचन पाळा. आता ते तुमचं कर्तव्य आहे.''

आता मात्र राजा खरोखरच धर्मसंकटात सापडला होता. त्या लहान मुलाला आपण घालून दिलेल्या या नियमाची काहीच कल्पना नव्हती, त्याचप्रमाणे तो खेळ खेळत असताना त्याच्या मनात कुठलाही वाईट हेतू नव्हता. त्याने लक्ष्मीबालेचा हात केवळ खेळण्याच्या भरात ओढला होता, या गोष्टीची राजाला पूर्ण कल्पना होती; त्यामुळे आपण या मुलाला त्यासाठी जर देहान्ताची शिक्षा ठोठावली, तर एका निरपराध मुलावर घोर अन्याय होईल याची राजाला पूर्ण कल्पना होती; पण त्याचबरोबर आपण जर या मुलाला शिक्षा दिली नाही, तर आपण भगवान विष्णूंना साक्षी ठेवून आपल्या मुलीला जे वचन दिलं ते मोडलं, असा त्याचा अर्थ होईल. मग राजा आपल्या सेवकांकडे वळून म्हणाला, ''या मुलाला अतिथी कक्षात घेऊन जा आणि त्याला आपला अतिथी असल्याप्रमाणे वागणूक द्या. उद्या सकाळी मी या गोष्टीचा न्याय-निवाडा करीन.''

राजाने आणि राणीने ती रात्र तळमळून काढली. दोघांनाही झोप लागेना. राणीलासुद्धा घडल्या गोष्टीचं वाईट वाटत होतं. ''या समस्येवर काहीतरी तोडगा नक्कीच असेल.'' ती म्हणाली; परंतु खरंतर त्या दोघांना सगळीकडे अंधारच अंधार दिसत होता. आशेचा एकसुद्धा किरण दिसत नव्हता. आता या बाबतीत आपण कोणाचा सल्ला घ्यावा, तेच त्यांना कळेना.

अखेर रात्र सरली. पहाट उजाडली तरी अजूनदेखील राजाला या समस्येवर न्याय्य आणि योग्य तोडगा सापडलेला नव्हता. मग राजा पहाटेच्या वेळी जवळच्या नदीवर स्नानासाठी गेला.

राजाला तिथे एक वयोवृद्ध माणूस दिसला. एका अनामिक शक्तीने राजा त्या वयोवृद्ध माणसाकडे खेचला गेला. त्या वृद्ध माणसाचं राजाकडे लक्ष जाताच तो म्हणाला, ''महाराज, तुम्ही असे उदास का दिसता? मी एक साधा गरीब साधू आहे; पण मी तुम्हाला काही मदत करू का?''

त्यावर राजाने एक दीर्घ निःश्वास सोडला आणि आपली समस्या त्या साधूला सांगितली.

''यावर एक उपाय आहे,'' तो साधू म्हणाला. ''शिबी राजाची गोष्ट तर

तुम्हाला माहीत आहे ना? एका कबुतराला दिलेलं वचन मोडायला लागू नये म्हणून तो स्वतःच्या मांडीचं मांस कापून त्याला द्यायला तयार झाला होता. आपल्या देशाच्या इतिहासामध्ये अशी कितीतरी उदाहरणं सापडतील; त्यामुळे तुम्हाला जर दिलेलं वचनही पाळायचं असेल आणि त्याचबरोबर त्या मुलावर अन्यायही होऊ द्यायचा नसेल तर तुम्ही त्यासाठी स्वतःचं आयुष्य पणाला लावलं पाहिजे; ते भगवान विष्णूंना अर्पण केलं पाहिजे. आपल्या शास्त्रांमध्ये असं करण्यास संमती आहे. तसं केलं म्हणजे ती शिक्षाही पूर्ण होईल आणि कुणावरही अन्याय न होता आयुष्याचा समतोल सुरक्षित टिकून राहील."

हे ऐकून राजाने सुटकेचा निःश्वास सोडला. त्याच्या हृदयावरचं फार मोठं ओझं दूर झालेलं होतं. "त्या मुलाच्या बदल्यात मी माझे प्राण पणाला लावायला निश्चितच तयार आहे." तो म्हणाला.

मग तो राजा नदीकडे गेला आणि त्याने नदीत एक डुबकी मारली. तो हात जोडून, विष्णूंना नमन करून म्हणाला, "भगवान विष्णू, तुम्ही सर्वशक्तिमान आहात आणि मी अगदी अंतःकरणापासून तुमची आराधना करत आहे. मी कुठल्या परिस्थितीत सापडलो आहे याची तुम्हाला कल्पना आहे. एकीकडे मला मी दिलेलं वचनही पाळायचं आहे आणि न्याय्य वृत्तीने पण वागायचं आहे. मी तुम्हाला साक्षी मानून जे वचन दिलेलं आहे, ते माझ्या जीवनापेक्षा कितीतरी जास्त महत्त्वाचं आहे. माझं जीवित त्यापुढे कःपदार्थ आहे."

असं म्हणून राजा नदीच्या पात्रात खोलवर जाऊ लागला. त्याने प्राणत्याग करण्याची तयारी सुरू केली. अचानक पुण्यनिधी राजाला एक जाणीव झाली. कुणीतरी त्याला नदीच्या पात्रात वरच्या बाजूला खेचत होतं. त्याने जेव्हा बाहेर येऊन मोकळ्या हवेत दीर्घ श्वास घेत, डोळे उघडून समोर पाहिलं, तेव्हा साक्षात भगवान विष्णू आणि लक्ष्मीदेवी तिथे उभे होते.

भगवान विष्णूंच्या चेहऱ्यावर स्मितहास्य विलसत होतं. ते म्हणाले, "पुण्यनिधी, अरे, तुझ्या घरी राहात असलेली ती मुलगी म्हणजे दुसरीतिसरी कोणी नसून साक्षात माझी पत्नी लक्ष्मीच होती आणि तो लहानगा मुलगा म्हणजे मीच होतो. त्याचप्रमाणे नदीकाठी तुला जे साधूमहाराज भेटले, ते साक्षात ब्रह्मदेव होते. माझ्यावर तुझी किती श्रद्धा आणि निष्ठा आहे याची परीक्षा घेण्यासाठी लक्ष्मीने ते बालिकेचं रूप घेतलं होतं. तू या कसोटीला उतरला आहेस."

त्यानंतर लक्ष्मीदेवीकडे पाहत ते उद्गारले, "प्रिये! आता परिणाम पाहा!"

लक्ष्मीदेवी गोड हसत पुण्यनिधीकडे वळून म्हणाली, "मी एक तरुण स्त्री म्हणूनच या जगात आले आणि समुद्रमंथनानंतर लगेचच भगवान विष्णूंचा आणि माझा विवाह झाला. बालपण कसं असतं याचा मला अनुभवच नाही. मला माता-

पित्याचं सुखसुद्धा कधी मिळालं नाही, कधी मित्र-मैत्रिणी मिळाल्या नाहीत; पण मी जेव्हा तुझ्याबरोबर आणि तुझ्या पत्नीबरोबर राहिले, तेव्हा तुम्ही मला मात्या-पित्यांचं प्रेम दिलंत, सुख दिलंत; त्याबद्दल मीच तुमची ऋणी आहे. आता इथून पुढेसुद्धा या नगराची अशीच भरभराट होऊ दे, ही इथली समृद्धी टिकून राहू दे, असा मी तुला आशीर्वाद देते.'' लक्ष्मीमातेच्या चेहऱ्यावर तेज विलसत होतं.

भगवान विष्णू म्हणाले, ''हे पुण्यनिधी राजा, तुला जे काही हवं असेल ते तू माझ्याकडे माग, कारण तू आता माझा सासरासुद्धा आहेस.''

''भगवान, तुम्ही दोघे इथे आहात, आता मला आणखी काहीच नको. माझी तुम्हाला फक्त एकच विनंती आहे, ती म्हणजे तुम्ही कोणत्या ना कोणत्या तरी रूपात माझ्या या नगरीत कायमचं वास्तव्य करून राहा.''

त्यावर भगवान विष्णू मान हलवून म्हणाले, ''मी भविष्यकाळात मनुष्यावतार धारण करून श्रीरामचंद्र म्हणून या पृथ्वीतलावर जन्म घेईन. माझ्या या अवतारामध्ये मी लंकाधिपती रावण या दुष्ट राजाचा वध करीन. मी जेव्हा त्या युद्धावरून परत येईन, तेव्हा मी तुझ्या राज्यात एक शिवमंदिर उभारीन. एका विद्वान दशग्रंथी ब्राह्मणाची हत्या करण्याचं पातक माझ्या हातून त्या अवतारामध्ये झालेलं असेल. त्यातून मुक्त होण्यासाठी मी त्या मंदिरात ईश्वराची प्रार्थना करीन. मग त्या मंदिराला सर्वजण रामेश्वराचं मंदिर म्हणून ओळखतील. कालांतराने या जागी आणखी एक अतिशय मोठं मंदिर उभारण्यात येईल. त्या मंदिरातच लक्ष्मीबरोबर मीसुद्धा वास करून राहीन आणि लोक मला सेतुमाधव म्हणून ओळखतील. या मंदिरात जे कोणी भाविक दर्शनासाठी येतील, त्यांना माझंसुद्धा दर्शन घडेल. त्यांनी जर सेतुमाधव तीर्थामध्ये स्नान करून, मग माझं दर्शन घेतलं तरच त्यांना या यात्रेचं पुण्य प्राप्त होईल. या नगराची इथून पुढेही अशीच भरभराट होत राहील.''

एवढं बोलून विष्णू आणि लक्ष्मी अंतर्धान पावले.

आजही प्रचंड मोठ्या अशा रामेश्वर मंदिराच्या एका भागात सेतुमाधवाचं मंदिर असल्याचं आपल्याला दिसतं.

❖

इंद्र झाले पांडव

खूप खूप वर्षांपूर्वी देव-देवता आणि ऋषि-मुनी यांनी एकत्र येऊन नैमिषारण्यामध्ये एका महायज्ञाला सुरुवात केली. हे नैमिषारण्य म्हणजेच आत्ताचा उत्तर प्रदेश. या महायज्ञाच्या व्यवस्थापनाचं काम त्यांनी मृत्यूची देवता असलेल्या यमराजांकडे सोपवलं. या कामात यमराज इतके व्यग्र होऊन गेले की, ते आपली पृथ्वीतलावरची कामं नेहमीप्रमाणे पार पाडू शकेनासे झाले; त्यामुळे दीर्घकाळ पृथ्वीतलावर कुणाचाच मृत्यू झाला नाही.

देवाधिराज इंद्र जरासा उतावीळ स्वभावाचा, अपरिपक्व आणि थोडा उद्धट होता. आपलं स्थान कोणीतरी हिरावून घेईल अशी भीती त्याला मनातून सतत वाटत असे. त्याने मनात असा विचार केला, 'जर पृथ्वीतलावरची माणसं मृत्युमुखी पडत नसतील तर मग देवांमध्ये आणि माणसांमध्ये काय फरक राहिला? आम्हा देवांचं महत्त्व कालांतराने कमी होत जाईल. कोणीच आमची आराधना करणार नाही. यमराजांना त्यांच्यावरच्या जबाबदारीचा कसा काय विसर पडला? आता मलाच यमराजांना त्यांच्या कर्तव्याची जाणीव करून द्यायला हवी.'

इंद्रदेव तातडीने ब्रह्मदेवाकडे जाऊन म्हणाले, "हे भगवान, प्रत्येक मनुष्यप्राणी जन्मल्यानंतर काही काळाने मृत्यू पावतो, हा निसर्गाचा नियम आहे; पण यमराजांना त्यांच्या कर्तव्याचा विसर पडलेला दिसतो. सध्या जे काही चालू आहे, ते तुम्ही घालून दिलेल्या नियमांच्या विरुद्ध नाही का?"

त्यावर ब्रह्मदेव हसून म्हणाले, "हे बघ इंद्रा, तू काहीच काळजी करू नकोस. लवकरच हा महायज्ञ संपन्न होईल आणि मग त्यानंतर यमराजदेखील त्यांची जबाबदारी पार पाडतील. तू जरा धीर धर. इथला प्रत्येकजण आपापल्या कामाचं महत्त्व जाणून आहे."

पण इंद्राचं अजूनही समाधान झालेलं नव्हतं. आता आपण स्वतः यमराजांशी

बोलून त्यांना त्यांच्या जबाबदारीची जाणीव करून द्यावी असं त्याने ठरवलं.

त्यामुळे तो अरण्यामध्ये यमराजांच्या शोधात निघाला. चालतचालत तो गंगा नदीपाशी आला. तो गंगा नदीच्या पात्रातून पलीकडे चालत निघाला, तेवढ्यात त्याला पाण्यात एक सुवर्णकमळ तरंगत चाललेलं दिसलं. ते पाहून तो मंत्रमुग्ध झाला. त्याने आजवर कधीही इतकं सुंदर सुवर्णकमळ पाहिलेलं नव्हतं; त्यामुळे साहजिकच हे कमळ नक्की कुठून आलेलं आहे याचा शोध घेण्याचा त्याने प्रयत्न केला.

त्या कमळाच्या स्रोताचा शोध घेताघेता तो काही टेकड्यांच्या जवळ येऊन पोहोचला. तिथे एक सुंदर तरुणी मूक रुदन करत बसली होती. तिच्या डोळ्यांतून टपटप खाली पडत असलेल्या एकेका अश्रूपासून एकेक सुवर्णकमळ तयार होत होतं. मग इंद्र त्या तरुणीपाशी जाऊन तिला म्हणाला, “हे तरुणी, तू कोण आहेस? तू का रडते आहेस?”

त्यावर ती तरुणी काहीही न बोलता उठून, पाठ फिरवून त्या टेकडीच्या दिशेने चालू लागली. इंद्रदेव तिच्या सौंदर्याने मोहित झाला होता, तोही तिच्या पाठोपाठ निघाला. चालताचालता तो त्या टेकडीच्या माथ्यापर्यंत जाऊन पोहोचला.

तिथे एक तरुण सुंदर जोडपं चतुरंगाचा (बुद्धिबळाचा) खेळ खेळत बसलं होतं. आपण साक्षात देवाधिराज इंद्र असल्यामुळे आपण जेव्हा कोणाच्याही समोर जाऊन उभे राहू, तेव्हा त्यांनी आपल्याला आदर दाखवण्यासाठी उठून उभं राहिलं पाहिजे, अशी इंद्राची अपेक्षा होती; परंतु ते जोडपं खेळामध्ये इतकं रममाण झालेलं होतं की, इंद्र त्यांच्या अगदी जवळ जाऊन उभा राहिला तरी त्यांचं त्याच्याकडे लक्षच गेलं नाही. अर्थातच कोणीही उठून उभं राहिलं नाही; त्यामुळे इंद्राचा अपमान झाला.

इंद्र कधीही बाहेर पडताना स्वतःचं अस्त्र - वज्र घेऊनच बाहेर पडत असे. आपल्याला मिळालेल्या वागणुकीमुळे अपमानित झालेल्या इंद्राने त्या जोडप्यातल्या तरुणाच्या अंगावर आपलं वज्र उगारलं. त्याच क्षणी त्या तरुणाने मान वर करून इंद्राकडे पाहिलं. त्याच्या एका कटाक्षाने इंद्राचं शरीर जागच्या जागी थिजलं. त्याला आपल्या शरीराचा कुठलाही भाग हलवता येईना. आपल्या बाबतीत हे काय घडतं आहे, हे इंद्राला कळेना. पुन्हा एकदा तो तरुण खाली वाकून, आपल्या खेळात मग्न होऊन गेला. त्या जोडप्याचा तो डाव संपुष्टात येईपर्यंत इंद्र तसाच थिजलेल्या अवस्थेत तिथे उभा होता. अखेर त्यांचा डाव संपल्यावर मग त्या तरुणाने इंद्राला हाक मारली.

त्यानंतर इंद्राला हालचाल करता येऊ लागली.

मग त्या तरुणाने इंद्राकडे पाहिलं आणि तो म्हणाला, “हे इंद्रा, तू देवांचा राजा आहेस खरा; परंतु ते पद भूषवण्याची तुझी खरोखर पात्रतासुद्धा नाही. तू स्वतः

अत्यंत धनाढ्य आणि बलशाली असल्याचा तुला गर्व आहे; पण सत्य गोष्ट अशी आहे की, माझ्या इथे जो कुणी येतो, तो माझ्याहून अधिक सामर्थ्यशाली असूच शकत नाही. तुला जर आपल्या सामर्थ्याचा इतकाच गर्व असेल तर एक काम कर, तुला समोरच्या बाजूला जो पर्वत दिसतो आहे ना, तो सर्वशक्तीनिशी इथल्या इथे मला पालथा करून दाखव.''

हे ऐकल्याबरोबर इंद्राने त्या पर्वताच्या जवळ जाऊन तो पर्वत उलटा करून टाकण्याचा आटोकाट प्रयत्न केला; पण तो पर्वत रेसभरसुद्धा हलला नाही.

त्यानंतर मात्र तो तरुण स्वतः उठून पर्वतापाशी गेला आणि त्याने अत्यंत लीलया तो पर्वत पालथा करून टाकला. इंद्राने जवळ जाऊन पाहिलं, तर त्या पालथ्या झालेल्या पर्वताच्या खाली चार पुरुष होते. ते सर्वजण दीर्घकाळापासून तिथेच चिकटून राहिल्यासारखे दिसत होते.

तो तरुण म्हणाला, ''हे इंद्रा, तूसुद्धा त्यांच्यासारखाच आहेस. तू असं कर, त्यांच्या जवळ जा आणि त्यांच्या शेजारी पडून राहा. तू त्यांच्यासारखाच पाचवा निघालास.''

त्यावर इंद्र काकुळतीला येऊन त्या तरुणाच्या पाया पडला आणि त्याची विनवणी करत म्हणाला, ''मला माफ करा. माझी खरंच चूक झाली; पण तुम्ही कोण आहात, ते तरी सांगा.''

त्या क्षणी त्या तरुण जोडप्याचं रूपांतर शंकर भगवान आणि देवी पार्वती या उभयतांमध्ये झालं.

शंकर भगवान म्हणाले, ''अरे इंद्रा, हा कैलास पर्वत असून तू आमच्या निवासस्थानी आलेला आहेस. एक लक्षात ठेव इंद्रा, तुझ्याजवळ आज जे काही आहे, ते तुला केवळ तुझ्या पदामुळे प्राप्त झालेलं आहे; पण तू जर असाच उद्धटपणे वागत राहिलास आणि तुला स्वतःच्या स्थानाबद्दल जर सतत असंच असुरक्षित वाटत राहिलं, तू इतरांचा मत्सर करत राहिलास, तुझी ही उतावीळ वृत्तीदेखील अशीच राहिली, तर मात्र तू तुझ्या सिंहासनावर फार काळ टिकू शकणार नाहीस. पृथ्वीतलावर मानवांचा बऱ्याच दिवसांमध्ये मृत्यू झालेला नाही, हे पाहून तुला त्यांचा मत्सर वाटू लागला. ब्रह्मदेवांनी तुला खरंतर वाट बघण्यास आणि जरा धीर धरण्यास सांगितलं होतं; पण तू त्यांचंसुद्धा ऐकलं नाहीस आणि स्वतः या बाबतीमध्ये ढवळाढवळ करायला गेलास; पण वाटेत तुला एक सुंदर तरुणी भेटताच तू क्षणाचाही विचार न करता तिच्या पाठोपाठ इकडे निघून आलास. ती तरुणी कुठे जात असेल, याचा तू विचारसुद्धा केला नाहीस. तू अचानक कुणाच्याही समोर येऊन उभा राहिलास की, त्यांनी ताबडतोब तुला आदर दाखवण्यासाठी उठून उभं राहावं अशी तुझी इच्छा असते; पण तू मात्र त्यांचा अजिबात आदर करत

नाहीस. म्हणून तर असुरांशी आणि मानवांशी होणाऱ्या युद्धातसुद्धा तुझा अनेक वेळा पाडाव होतो. तू एकदा पराभूत झालास की, तुझी जागा घेण्यासाठी एक नवीन इंद्र निर्माण होऊन तो तुझ्या स्थानी देवाधिराज होऊन बसतो. तुला समोर जे चार पुरुष दिसताहेत ते तुझ्या आधी होऊन गेलेले चार इंद्र आहेत. त्यांच्या वर्तणुकीमुळे त्यांना असं इकडे पडून राहण्याची शिक्षा मिळाली आणि आता तूसुद्धा त्यांच्यात जा.''

ते ऐकून इंद्र घाबरला. त्याने भगवान शंकरांची क्षमायाचना करण्यास सुरुवात केली. तो म्हणाला, ''हे भगवान, तुम्ही मला मदत करा. मला तिथे असं कायमचं पडून राहायचं नाही.'' त्याचं बोलणं ऐकून तिथे पडून असलेल्या त्या इतर चारही पुरुषांनी भगवान शंकरांना हाका मारून दयायाचना करण्यास सुरुवात केली.

भगवान शंकरांना त्या सर्वांची दया आली. ते म्हणाले, ''तुम्हाला तुमच्या अपराधांची शिक्षा म्हणून माणसाचा जन्म घेऊन पृथ्वीवर जावं लागेल; पण अर्थात तिथे तुम्ही सज्जन आणि चांगली माणसं म्हणूनच जन्म घ्याल. तुम्ही अत्यंत साहसी आणि धैर्यशाली योद्धे व्हाल. तुमच्या हातून जी काही पुण्यकर्मं घडतील, त्याबद्दल तुमचा सर्वत्र उदोउदो होईल. तुमच्या पराक्रमामुळे, सत्कृत्यांमुळे तुम्ही लोकांच्या चिरकाल स्मरणात राहाल. तुम्ही तुमच्या मानवी शरीराचा त्याग करून, इकडे परत आल्यानंतरही पृथ्वीवरील लोक चिरकाल तुमची आठवण काढतील. पृथ्वीतलावर असताना तुम्ही भगवान विष्णूंच्या मदतीने धर्माचे रक्षण करण्यासाठी दुष्टांचं निर्दालन कराल. जी स्त्री तुम्हाला इथे घेऊन आली, ती तुमच्या मानव अवतारामध्ये तुमची पत्नी म्हणून तुमच्याबरोबर राहील. तुमचं पृथ्वीवरचं जीवितकार्य संपुष्टात आल्यावर तुम्ही सर्वजण स्वर्गात परत याल.''

त्यानंतर ते पाचही इंद्र एकमुखाने म्हणाले, ''आम्ही तुमच्या शब्दांचा मान राखू आणि तुम्ही आम्हाला दिलेली शिक्षा आम्ही भोगून पूर्ण करू; पण हे भगवान शंकरा, याआधी श्रीविष्णू, यमराज, वायुदेव तसंच देवांचे वैद्य अश्विनीकुमार या सर्वांनीच मानवी अवतार धारण करून पृथ्वीवर राहण्याचा अनुभव घेतलेला आहे; त्यामुळे त्यांनी आम्हाला वेळोवेळी मार्गदर्शन करावं, अशी आमची विनंती आहे.''

त्यावर भगवान शंकरांनी होकारार्थी मान हलवून या गोष्टीला मान्यता दिली. आता भगवान शंकर त्या सुंदर तरुणीकडे वळून म्हणाले, ''या पाचही पुरुषांच्या आयुष्यात तुझं स्थान सर्वांत महत्त्वाचं राहील. सध्या पृथ्वीतलावर सर्वत्र अधर्म पसरलेला असल्याने निसर्गाचा समतोल ढळलेला आहे. तो स्थिरस्थावर होण्यासाठी तिथे युद्ध घडून यायला हवं. त्या युद्धानंतरच तिथला धर्म पुनःप्रस्थापित होईल. पृथ्वीतलावर हे युद्ध घडून येण्यासाठी तू कारणीभूत ठरशील.''

एवढं बोलून भगवान शंकर अंतर्धान पावले. तिथून ते भगवान विष्णूंकडे गेले. विष्णू त्यांना म्हणाले, ''हे शिव, आपण काहीही काळजी करू नये. मी स्वतः या

काळात पृथ्वीतलावर कृष्णावतारात जन्म घेणार आहे. माझा सर्प आदिशेष हा बलराम म्हणून जन्माला येणार आहे. द्रौपदी ही माझी भगिनी असेल आणि महायुद्ध घडून येण्यास तीच कारणीभूत होईल; पण सर्व पांडवांच्या मदतीने अधर्माचं निर्दालन मीच करेन. हे पाच इंद्र पाच बंधूंच्या रूपात जन्म घेतील. मी सतत त्यांच्या बरोबर राहीन, त्यांना उपदेश करीन, मार्गदर्शन करीन आणि त्यांच्यावर सतत नजर ठेवीन. अखेर पृथ्वीतलावर धर्माची पुनर्स्थापना होईल.''

पृथ्वीवर अवतरल्यावर जो यमराजाची मदत घेईल, तो धर्मराज म्हणून जन्माला येणारा पांडव असेल.

जो वायुदेवाची मदत घेईल, तो भीम नावाचा पांडव असेल.

आत्ताचा इंद्र हा अर्जुनाच्या रूपात जन्माला येईल.

दोन्ही अश्विनीकुमारांची मदत घेणारे दोन पांडव म्हणजे नकुल आणि सहदेव असतील.

अशा रीतीने संपूर्ण महाभारत हे भगवान शंकरांच्या कल्पनेतून तयार झाले.

नैमिषारण्य, ज्याला आज नीमसार म्हणून ओळखले जाते, ते ठिकाण उत्तर प्रदेशात आहे.

❖

आळशी तत्त्वज्ञ

भरत हा एक थोर राजा होता. तो आपल्या प्रजेची अगदी उत्तम काळजी घ्यायचा. तसेच आपली कौटुंबिक कर्तव्यंसुद्धा अगदी उत्तम रीतीने पार पाडायचा. तो जेव्हा वृद्ध झाला, तेव्हा मात्र तो सर्वसंग परित्याग करून एका अरण्यात निघून गेला. तिथे ध्यानधारणा करून आत्मसाक्षात्कार प्राप्त करणं हे त्याचं अंतिम ध्येय होतं.

थोड्याच दिवसांत भरताला आपल्या या नवीन आयुष्याची सवय झाली. एक दिवस तो स्नानासाठी नदीवर गेलेला असताना, त्याला जवळूनच एका सिंहाची गर्जना ऐकू आली.

भरत तातडीने त्या आवाजाच्या दिशेने धावला. त्याने त्या आवाजाच्या रोखाने पाहिलं, तर एक नवजात हरिणशावक जलाशयात बुडत असलेलं त्याला दिसलं. मग भरताने आजूबाजूला पाहिलं, तर त्या हरिणशावकाची आई जवळच मृत्युमुखी पडली होती. भरताच्या एक गोष्ट लक्षात आली, ती म्हणजे ती गर्भवती हरिणी पाणी पिण्यासाठी त्या जलाशयाजवळ आली असावी. जवळून जात असलेल्या सिंहाची गर्जना तिच्या कानी पडल्यामुळे ती भयकंपित होऊन तिला प्रसूतिवेदना सुरू झाल्या असाव्यात. तिने नदीकाठी आपल्या बाळाला जन्म दिला असावा आणि त्याच वेळी तिचा मृत्यू झाला असावा; त्यामुळे ते शावक जलाशयात वाहून गेलं असावं. आत्ता ते त्याच्यासमोर पाण्यात बुडत होतं.

ते पाहून भरत राजाला खूप वाईट वाटलं आणि त्याला त्या हरिणशावकाची दया आली. तो त्याचा जीव वाचवून, त्याला रानातल्या आपल्या आश्रमामध्ये घेऊन आला.

त्याने त्या शावकाचा खूप मायेने सांभाळ केला. त्याचं पालनपोषण केलं. तो त्याला रोज प्रेमाने जेवू घालायचा. ते शावक रोज भरताच्या आजूबाजूला बागडायचं. भरतालासुद्धा त्याच्याबद्दल ममत्व वाटायचं. थोड्या वेळासाठी जरी ते भरताच्या

नजरेआड झालं, तरी तो अस्वस्थ होऊन लगेच त्यांचा शोध घ्यायचा. अशा रीतीने ज्या राजाने स्वखुशीने आपल्या राज्याचा, कुटुंबीयांचा, मित्रांचा, राजवैभवाचा आणि संसाराचा परित्याग केला होता; त्याचं या हरिणाशी नकळतच नातं जुळलं होतं. तो हळूहळू त्याच्यात इतका गुंतत चालला होता की, त्याला रोजची ध्यानधारणा करण्याचाही विसर पडू लागला. इतकंच नव्हे तर आपल्या आयुष्याचं अंतिम ध्येय काय याचासुद्धा त्याला विसर पडला.

अशीच अनेक वर्षं लोटली. अखेर भरताच्या मृत्यूची घटिका जवळ आली; पण त्या अंतिम क्षणीसुद्धा आपल्यामागे त्या हरिणाचं काय होईल, याचीच चिंता त्याला लागून राहिली होती. त्याला मृत्यूचं अजिबात भय वाटत नव्हतं; पण आपण गेल्यानंतर या गरीब बिचाऱ्या हरिणाकडे कोण बघणार, ते एकटं कसं राहणार, हाच विचार त्याच्या मनात होता.

त्याच्या मनात हा विचार घोळत असतानाच त्याला मृत्यू आला आणि त्याच्या आत्म्याला पुनर्जन्म मिळाला.

या पुनर्जन्मात भरताला हरिणाचा जन्म मिळाला; परंतु ते हरिण साध्यासुध्या हरिणांसारखं नव्हतं; त्यामुळे तो इतर हरणांमध्ये मिळून मिसळून राहू शकत नव्हता. त्याच्या अंगी एक खास गुणधर्म होता, तो म्हणजे त्याला गतजन्माचं स्मरण होतं. तो एक 'जातिस्मरण' हरिण म्हणून जन्माला आला होता. आपल्या मनुष्यजन्मामध्ये आपण काहीही ज्ञानप्राप्ती करू शकलो नाही याची त्याला आठवण झाली. ती चूक या जन्मात आपण पुन्हा करायची नाही असं त्याने ठरवलं; त्यामुळे तो आपल्या जन्मस्थळी परत गेला. तिथे त्याने ध्यानधारणा करायला सुरुवात केली. कालांतराने तिथेही त्याचा मृत्यू झाला.

त्याला पुढचा जन्म मानवाचा मिळाला; पण तेव्हाही तो जातिस्मरण मानव म्हणून जन्माला आला. पुन्हा एकदा त्याचं नाव भरत असंच ठेवण्यात आलं. या जन्मात मात्र त्याने वेद, शास्त्र यांचं व्यवस्थित शिक्षण घेतलं. तो जीवनाच्या तत्त्वज्ञानामध्ये पारंगत झाला; पण तो अत्यंत अबोल होता. तो कुणाशीही मिळून मिसळून राहत नसे. त्याला मनातून फक्त परमेश्वराचा ध्यास लागून राहिला होता; त्यामुळे तो कधीच आपली कामं पूर्ण करू शकत नसे. त्याचप्रमाणे तो आपले कुटुंबीय, मित्र-परिवार यांच्याकडे दुर्लक्ष करत असे.

तो उपजीविकेसाठी काहीच काम करत नसे. त्याच्या माता-पित्यांना त्याची खूप चिंता लागलेली होती; परंतु तेही त्याच्या या अशा वागण्यामध्ये काहीही सुधारणा करू शकले नाहीत. भरताच्या माता-पित्यांचं निधन झाल्यानंतर मात्र त्याच्या भावांनी त्याला तुच्छतेने वागवण्यास सुरुवात केली. ते त्याला 'जड भरत' म्हणून हाक मारू लागले – म्हणजे आळशी भरत.

आपला भाऊ भरत हा अत्यंत आळशी आहे अशीच सर्वांची कल्पना होती.

एक दिवस त्या देशाचा राजा एका थोर विद्वान महर्षींना भेटायला निघाला होता. त्या विद्वान महर्षींकडून काहीतरी ज्ञान प्राप्त करून घ्यावं या इच्छेने तो त्यांच्याकडे चालला होता. राजा पालखीत बसून चालला होता. अर्धा अधिक प्रवास सरल्यावर पालखीचे भोई जरासे शिणले; त्यामुळे त्यांना वाटेत विश्रांतीसाठी काही काळ थांबण्याची इच्छा झाली.

जवळच त्यांना जड भरत दिसला. तो प्रकृतीने चांगला दणकट, बलशाली दिसत होता. आपल्या राजाच्या पालखीला तो खांदा देण्याचं काम तो करू शकेल, असं त्यांना वाटलं; त्यामुळे ते त्याला जवळ बोलावून म्हणाले, ''काय रे, तू आमच्या महाराजांची पालखी उचलायला मदत करशील का? महाराजांची पालखी उचलायला मिळणं हे एक फार मोठं भाग्य असतं. शिवाय आम्ही खूप दमलो आहोत.''

भरताने ती पालखी उचलण्याचं मान्य केलं. ते ऐकून राजाचे भोई खूश झाले, कारण त्यांना जड भरताची मदत मिळणार होती.

लवकरच राजाच्या जथ्याने आपल्या पुढच्या वाटचालीला सुरुवात केली. जड भरत मात्र सर्वांपेक्षा फारच हळू चालत होता, कारण त्याचं मन तत्त्वज्ञानाच्या विचारात गुंग झालं होतं. त्याच्या आणि इतर भोयांच्या चालण्याच्या गतीत फरक पडू लागला; त्यामुळे पालखीच्या आत बसलेल्या राजाला त्रास होऊ लागला. मग राजा पालखीबाहेर डोकं बाहेर काढून म्हणाला, ''तुम्ही सगळे असे का चालत आहात? तुम्ही सर्वजण सारख्या गतीने का चालत नाही?''

त्यावर इतर भोई जड भरताकडे बोट दाखवून म्हणाले, ''हा एकटाच हळू चालला आहे.'' मग राजाने त्याच्याकडे पाहिलं, तर तो तब्येतीने चांगला धडधाकट दिसत होता. मग राजा त्याला रागावून म्हणाला, ''मी या देशाचा राजा आहे, ही गोष्ट तुला समजत नाही का? मला सांग, तू आहेस तरी कोण? तू दिसायला तर चांगला धडधाकट दिसतोस. तू माझं वजन उचलण्यास असमर्थ आहेस का?''

त्यावर जड भरत अत्यंत शांतपणे म्हणाला, ''मी कोण आहे आणि तुम्ही कोण आहात? तुमच्या डोळ्याला जे दिसत आहे, ते फक्त माझं शरीर आहे आणि कदाचित तुमचंही आहे; पण आपली शरीरं म्हणजे आपण नव्हे. आपण सर्वजण एकमेकांपेक्षा अतिशय भिन्न दिसतही असू; पण आपले आत्मे महत्त्वाचे आहेत. आपण नक्की कोण आहोत हे आपला आत्मा आपल्याला सांगतो.'' अशा प्रकारे काहीतरी गूढ बोलून जड भरत गप्प झाला.

त्यानंतर हा जड भरत म्हणजे कोणी साधासुधा माणूस नाही, हे राजाला कळून चुकलं; पण तरी आपली खात्री पटवून घेण्यासाठी त्याने जड भरताला आणखी एक

प्रश्न केला. राजा म्हणाला, ''माझ्या इतर भोयांबरोबर तू त्यांच्या वेगाने का चालू शकत नाहीस?''

त्यावर जड भरत म्हणाला, ''तुम्हाला असं वाटतं की, आपण महाराज आहोत, म्हणून तुम्ही मला आज्ञा देण्याचा प्रयत्न करता; पण तुमचं हे राजेपद क्षणभंगुर आहे. सर्वच पदं क्षणभंगुर असतात. खरंतर या जगातलं सर्व काही क्षणभंगुर आहे.'' भरत अतिशय शांतपणे हे वाक्य म्हणाला आणि त्यानंतर त्याने करुणेने राजाकडे पाहिलं.

हा भरत कोणी साधासुधा माणूस नसून तो अनन्यसाधारण असा तत्त्ववेत्ता आहे, हे त्या चतुर राजाच्या लक्षात आलं. मग त्याने आपल्या भोयांना ताबडतोब आपली पालखी जमिनीवर उतरवण्यास सांगितलं आणि पालखीबाहेर येऊन त्याने जड भरताच्या पायावर लोटांगण घातलं. जड भरताकडून जेवढं ज्ञान संपादन करणं शक्य आहे तेवढं करायचं, असा त्या राजाने विचार केला. जणू काही ईश्वराने याच कामासाठी जड भरताला राजाकडे पाठवलं होतं.

अशा तऱ्हेने जड भरताचं खरं स्वरूप सर्व जगासमोर आलं. त्याने उच्च प्रतीचं ज्ञान संपादन केलं आणि अनेक लोकांनाही ते ज्ञान दिलं.

❖

एकसारख्या दिसणाऱ्या नथींची कथा

एका धनाढ्य व्यापाऱ्याला श्रीनिवास नायक नावाचा एकुलता एक मुलगा होता. त्याचं श्रीनिवास हे नाव श्री वेंकटेश्वराच्या नावावरून ठेवण्यात आलं होतं. तो मुलगा अत्यंत बुद्धिमान होता आणि त्याला कन्नड, संस्कृत आणि संगीत या विषयांचं फार चांगलं शिक्षण देण्यात आलं होतं. श्रीनिवासच्या पत्नीचं नाव होतं सरस्वती. ती एक अत्यंत देवभोळी आणि श्रद्धाळू स्त्री होती. त्या उभयतांना चार मुलं होती.

तसं वरकरणी पाहू जाता त्यांचं आयुष्य अत्यंत सुखा-समाधानाने चाललेलं होतं; पण सरस्वती मात्र मनातून दुःखी होती. तिच्या पतीमध्ये अनेक चांगले गुण होते; पण त्याच्यात एकच फार मोठा दोष होता, तो म्हणजे तिचा पती वृत्तीने अतिशय कंजूष होता. त्याच्या या कृपणवृत्तीमुळेच त्याने सावकारीचा धंदा सुरू केला आणि बघताबघता अल्पावधीतच त्याने प्रचंड धनदौलत जमा केली; त्यामुळेच सर्व लोक त्याला 'नवकोट नारायण' (नऊ कोटी रुपयांचा मालक) असं म्हणू लागले. अर्थात ही गोष्ट आहे १६ व्या शतकातली. त्या काळी नऊ कोटी ही रक्कम फारच जास्त होती.

सरस्वती खूप देवभोळी आणि श्रद्धाळू असल्यामुळे तिला नेहमी आपण गोरगरिबांना दानधर्म करावा असं वाटे. श्रीनिवास नायकाला मात्र सुख-सोयींची, ऐषारामाची खूप आवड होती; त्यामुळे त्याने आपल्या पत्नीसाठी अनेक दागदागिने, जडजवाहीर आणले होते. फक्त तो त्या सर्व गोष्टींवर अगदी बारकाईने लक्ष ठेवून असे. एक दिवस श्री वेंकटेश्वराने त्याला या ऐहिक गोष्टींच्या हव्यासापायी एक धडा शिकवण्याचं ठरवलं.

त्यामुळे एक दिवस श्री वेंकटेश्वर एका गरीब ब्राह्मणाचं रूप धारण करून श्रीनिवासच्या दुकानी आले.

तो ब्राह्मण श्रीनिवासला म्हणाला, "महाराज, मी अत्यंत गरीब आहे. मला

माझ्या मुलावर उपनयन संस्कार (मुलाचा व्रतबंध समारंभ - मुंज) करण्यासाठी काही पैसे हवे आहेत. तुम्ही तर नवकोट नारायण आहात. मला ज्या रकमेची गरज आहे, ती अगदीच किरकोळ आहे. ती रक्कम जर तुम्ही मला दिलीत, तर तुमचं विशेष काही नुकसान होणार नाही; पण माझं मात्र मोठं काम होईल.''

हे ऐकून, त्या ब्राह्मणाकडे पाहून मोठ्याने हसत श्रीनिवास म्हणाला, ''तू असं कर, एका जवळच्या देवळात जा आणि स्वतःच आपल्या मुलाच्या गळ्यात जानवं घाल. तुला उगाच मोठा समारंभ करण्याची काय गरज आहे?''

''नाही, महाराज. अशा प्रकारचा उपनयन संस्कार हा परंपरागत रीतीनेच करावा लागतो. हा संस्कार पूर्ण करण्यासाठी आपल्याला काही लोकांना जेवण द्यावं लागतं आणि त्यासाठी मला पैशांची गरज आहे. मी तर तुमच्याकडे किती किरकोळ रकमेची मागणी केली आहे. माझ्यावर एवढी कृपा करा.''

श्रीनिवासने त्यावर क्षणभर विचार केला आणि मग त्याला म्हणाला, ''ठीक आहे, मी ते पैसे तुला नक्की देईन; पण मला एक सांग, तू त्या बदल्यात मला तारण म्हणून काय देशील?''

''महाराज, माझ्याकडे तारण ठेवण्यासाठी जर काही असतं, तर मग मी इतका गरीब कसा असतो? माझ्याकडे माझं स्वतःचं असं काहीच नाही. माझ्याकडे फक्त ईश्वराचं नाव तेवढं आहे.'' तो ब्राह्मण म्हणाला.

''मग तू असं कर, तुझ्या ईश्वराकडे जा आणि त्याच्याकडेच पैशाची मागणी कर.'' श्रीनिवास रागाने म्हणाला आणि त्याने त्या ब्राह्मणाला बाहेरचा रस्ता दाखवला.

तो माणूस दुकानातून जो बाहेर पडला, तो सरळ श्रीनिवासच्या घरी जाऊन पोहोचला. तिथे त्याने श्रीनिवासची पत्नी सरस्वती हिला पाहिलं. ती दागदागिने घालून इतकी सजली होती की, साक्षात लक्ष्मीसारखीच दिसत होती. तिचा चेहरासुद्धा देवीसारखाच तेजःपुंज दिसत होता. त्या गरीब ब्राह्मणाने तिच्याकडे पुन्हा तीच मागणी केली.

सरस्वतीला त्या गरीब माणसाची दया आली. त्याचं बोलणं अत्यंत गोड आणि आर्जवी होतं. तो अगदी कळकळीने बोलत होता. मग ती हळुवार आवाजात त्याला म्हणाली, ''तुमच्यावर काय संकट येऊन कोसळलं आहे, याची मला खरंच कल्पना आहे. तुम्हाला खरंतर अगदी थोड्या रकमेची गरज आहे आणि ती रक्कम तुम्हाला मिळायलाच हवी. या भागातले सर्वांत धनिक लोक आम्हीच आहोत आणि गरजूंना मदत करणं हे आमचं कर्तव्य आहे; पण मी तुम्हाला एक कटू सत्य सांगू का?'' बोलताबोलता तिचे डोळे पाण्याने भरून आले. मग ती म्हणाली, ''माझ्याकडे स्वतःच्या मालकीचा एक रुपयासुद्धा नाही. माझे पती घराला लागणारं सर्व धान्य वगैरे आणून देतात आणि रोजच्या खर्चाचा अगदी काटेकोर हिशेब ठेवतात.

त्याचप्रमाणे आम्ही काय खर्च करतो याकडेही त्यांचं अगदी बारकाईने लक्ष असतं. मी स्वतः इतकी अगतिक आणि असहाय आहे की, मी तुम्हाला कशी काय मदत करणार?''

''बाईसाहेब, तुम्ही जे म्हणता ते जर खरं असेल, तर मला तुमच्याविषयी खूप सहानुभूती आणि वाईट वाटतं; पण तुमच्याकडे हे एवढे सगळे दागदागिने आहेत, त्यातला एखादा छोटासा दागिना तुम्ही मला द्या ना. मी तो विकून थोडेसे तरी पैसे मिळवेन.''

त्यावर सरस्वती म्हणाली, ''सद्‌गृहस्था, तुला माझ्या बोलण्याचा खरा अर्थ समजलेला दिसत नाही. हे सर्व दागिने मला माझ्या पतीने दिलेले आहेत आणि तेसुद्धा आपल्या श्रीमंतीचं समाजात प्रदर्शन करण्यासाठी; पण रोज रात्री माझे पती माझ्याकडून हे दागिने काढून घेऊन, त्यांची मोजदाद करतात आणि ते तिजोरीत बंद करून ठेवून देतात. माझ्याकडे असलेल्या सगळ्या दागिन्यांचा त्यांच्या डोक्यात हिशेब असतो. मी ते दागिने केवळ अंगावर घालावेत आणि त्याचं दुसरं काहीही करू नये, याकडे त्यांचं बारकाईने लक्ष असतं.''

''काय सांगता? तुमच्याकडे तुमच्या स्वतःच्या मालकीचं असं काहीच नाही? तुमच्या आई-वडिलांनी तुमच्या विवाहाच्या प्रसंगी तुम्हाला काहीच दिलं नाही?'' तो माणूस म्हणाला. त्याच्या आवाजातून आश्चर्य डोकावत होतं.

सरस्वती आता रडू लागली. मग तिला आठवण झाली. ''हो, माझ्या आई-वडिलांनी लग्नात मला नाकातली नथ दिली होती आणि तीच तेवढी माझ्या मालकीची आहे.'' ती म्हणाली.

त्यावर तो गरीब माणूस म्हणाला, ''तसं असेल ना, तर बाईसाहेब, ती नथ तुम्ही मला द्या. ती तर पूर्णपणे तुमच्याच मालकीची आहे ना?''

तीच विनंती त्याने नंतर वारंवार केली. सरस्वतीला आता आपल्या मनावरचा ताण सहन होईना. तिने पटकन आपल्या नाकातून ती नथ काढून त्या माणसाच्या हवाली केली. त्या माणसाच्या हाती ती देत असताना तिच्या तोंडून आपोआप शब्द बाहेर पडले, ''कृष्णार्पणमस्तु!''

त्याचा अर्थ असा होता की, आता मी ही नथ कृष्णाला अर्पण केलेली आहे. आता माझा त्याच्यावर काहीही हक्क नाही. त्यानंतर तिच्या मनाला खूप हलकं वाटू लागलं. तिला खूप आनंदसुद्धा झाला. आपल्या या कृत्याचे काय परिणाम होतील याचा विचार तिच्या मनात एकदाही आला नाही.

ती नथ घेऊन तो माणूस धावतच श्रीनिवासच्या दुकानात गेला. दुपारची वेळ होती. श्रीनिवास दुकान बंद करण्याच्या विचारात होता, तेवढ्यात तो माणूस दुकानात शिरून म्हणाला, ''महाराज, तुम्ही माझ्याकडे तारण म्हणून एखादी वस्तू मागत

होता ना? बघा, मी एक छोटासा दागिना घेऊन आलो आहे. हा दागिना तुम्ही कृपया तारण म्हणून ठेवा आणि त्याच्या मोबदल्यात मला थोडे पैसे कर्जाऊ द्या.''

त्या माणसाने आणलेली ती छोटीशी नथ पाहून श्रीनिवास आश्चर्यचकित झाला. ती नथ खरोखरच फार सुंदर होती. त्यात सोन्याच्या कोंदणात एक लखलखता हिरा जडवलेला होता. श्रीनिवासला ती नथ खूप ओळखीची वाटली. आपल्या पत्नीकडे हुबेहूब अशीच एक नथ आहे, या गोष्टीची त्याला आठवण झाली आणि तो त्या म्हाताऱ्या माणसाला म्हणाला, ''ही नथ तुम्हाला कुठे मिळाली? तुम्ही कुठून चोरून तर ती आणली नाहीत ना?''

त्यावर तो म्हातारा म्हणाला, ''नाही महाराज, मी काही कुणी चोर नाही. लोक जेव्हा संकटात असतात, तेव्हा मी त्यांना मदत करतो; पण मी त्यांच्या वस्तू त्यांच्याकडून त्यांच्या परवानगीशिवाय कधीच घेत नाही.''

''हो; पण मघाशी तर तू म्हणाला होतास, तुझ्याकडे काहीच नाही म्हणून?''

''हे खरंच आहे महाराज. माझ्याकडे काहीच नाही; पण माझ्या ओळखीचे इथे पुष्कळ लोक आहेत. त्यांच्यापैकी एकाला माझी दया आली आणि त्याने ही नथ मला दिली.''

''याची किंमत काय आहे हे तुला माहीत आहे का?'' श्रीनिवासने मुद्दामच त्याची परीक्षा घेण्यासाठी त्याला विचारलं.

तो माणूस हुशार होता. तो म्हणाला, ''महाराज, ते काही मला माहीत नाही; पण कोणी जर एखादी गोष्ट अत्यंत प्रेमाने मला दिली, तर मी त्याच्या किमतीचा कधीच विचार करत नाही. मला कुणी जर बागेतलं एखादं फूल तोडून दिलं तरीसुद्धा माझ्यासाठी ते पुरेसं असतं; पण तुम्ही तर श्रीमंत आहात. याची किंमत तुम्हालाच नक्की माहीत असेल. तुम्ही मला ती सांगा बरं.''

परंतु आता मात्र त्याच्या बोलण्याकडे श्रीनिवासचं अजिबात लक्ष नव्हतं. आता त्याचं सगळं मन त्या माणसाच्या हातात असलेल्या त्या नथीमध्ये गुंतलं होतं आणि त्याच्या डोळ्यांसमोर सारखा आपल्या पत्नीचा चेहरा येत होता. अचानक तो भानावर आला आणि व्यवहाराचा विचार करू लागला. मग त्याने ती नथ त्या माणसाकडून घेऊन आपल्या तिजोरीत व्यवस्थित ठेवून दिली. तिजोरीला कुलूप लावलं आणि तिजोरीची चावी आपल्या हातात घेऊन तो त्या माणसाला म्हणाला, ''मी हे दुकान आता बंद करत आहे; पण मी लवकरच परत येईन; त्यामुळे तू इथे या दुकानाबाहेरच माझी वाट बघत थांब.''

''पण महाराज, तुम्हाला परत यायला किती वेळ लागेल हे काही मला माहीत नाही; त्यामुळे तुम्ही मला पटकन पैसे देऊन टाका. मी घाईत आहे.'' तो माणूस म्हणाला.

"अरे, मी अगदी लगेच परत येईन. मी तुला तसं वचन देतो." श्रीनिवास म्हणाला. "पण तू माझी वाट बघत इथे थांबशील ना?"

"आता कुणी जर मला वाट बघत थांबण्याची विनंती केली, तर मग मी थांबतो." तो गरीब म्हातारा माणूस म्हणाला. मग तो दुकानाबाहेरच्या दारातल्या खुर्चीत जाऊन बसला.

श्रीनिवास पळतच आपल्या घरी गेला. सरस्वतीने दार उघडलं. तिला वाटलं, आपला पती दुपारच्या जेवणासाठी रोजच्यासारखा घरी आला आहे; पण श्रीनिवास दारात उभा राहून आपल्या पत्नीचा चेहरा निरखून पाहू लागला. मग तो तिला म्हणाला, "अगं सरस्वती, तुझ्या नाकातली ती हिऱ्याची नथ कुठे आहे? आज ती तुझ्या नाकात नसल्यामुळे तुझा चेहरा रंग उडाल्यासारखा दिसतो आहे."

श्रीनिवासच्या त्या प्रश्नामुळे सरस्वतीच्या जिवाचा थरकाप झाला. आपल्या नाकातली नथ नाहीशी झाल्याचं आपल्या पतीच्या लक्षात येणार नाही, अशी आशा तिला वाटत होती; पण तसं झालं नाही. खरं म्हणजे ती नथ किती छोटी होती. सरस्वतीच्या अंगावर इतरही अनेक दागिने होते. आपल्या पतीने आपल्याला त्या नथीविषयी जर काही विचारलं, तर आपण त्याला काय उत्तर देणार आहोत, याचा तर तिने विचारच केला नव्हता. तिने एक दीर्घ श्वास घेतला. मग तिने मनातल्या मनात देवाची प्रार्थना केली. 'परमेश्वरा, मला ही परिस्थिती योग्य प्रकारे हाताळण्याची बुद्धी दे.' मग ती आपल्या पतीकडे वळून म्हणाली, "आज सकाळी मी ती नथ स्वच्छ करण्यासाठी काढून ठेवली आहे; पण त्याने काय फरक पडतो? चला बरं, तुम्ही घरामध्ये या आणि जेवायला बसा. तुम्ही दमला असाल ना?"

त्यावर श्रीनिवास तिला ओरडून म्हणाला, "ते सगळं राहू दे. तू मला आधी सांग, तू ती नथ काढून कुठे ठेवली आहेस?"

"ती मी देवघरात ठेवली आहे." सरस्वती म्हणाली.

"ती आत्ताच्या आत्ता इकडे आण बघू. मला ती बघायची आहे." श्रीनिवास हट्टाने म्हणाला.

सरस्वतीने मन शांत ठेवण्याचा प्रयत्न केला. ती म्हणाली, "एवढी घाई कसली? मी अजून ती स्वच्छ केलेली नाही. मी ती तुम्हाला नंतर दाखवीन. चला बरं, मी तुम्हाला गरम जेवायला वाढते. मग जेवण थंड होऊन जाईल. तुम्ही आधी जेवून घ्या."

पण श्रीनिवास काही ऐकून घ्यायला तयारच नव्हता. त्याने आपला हट्ट सोडला नाही. "मी आधी स्वतःच्या डोळ्यांनी ती नथ पाहीपर्यंत जेवण तसंच राहू दे." तो म्हणाला.

आपला पती कसा आहे हे सरस्वतीला पक्कं ठाऊक होतं. आता तर तो

आपला हट्ट सोडणारच नव्हता. मग ती असहायपणे देवघराकडे जायला निघाली. तेवढ्यात श्रीनिवास मागून तिला हाका मारून म्हणाला, "आज सकाळी आपल्या घरी एक म्हातारा माणूस आला होता का? त्याने तुझ्याकडे काही मागितलं का?"

सरस्वती अतिशय घाबरून, थरथरत्या आवाजात म्हणाली, "नाही."

आता मात्र नेमकं काय घडलं असावं, ते तिच्या लक्षात आलं. हा माणूस आपल्याकडून नथ घेऊन नेमका आपल्या पतीच्याच दुकानामध्ये ती विकण्यासाठी गेला असणार आणि त्यामुळेच नक्की काय घडलं असावं हे आपल्या पतीला समजलं असणार. आता जर आपण याला खरं काय घडलं ते सांगितलं, तर हा आपल्यावर संतापणार. सरस्वतीने जेव्हा त्या म्हाताऱ्याला ती नथ देऊन टाकली होती, तेव्हा आपण जे करत आहोत ते योग्य आहे अशी तिची मनोमन खात्री पटली होती; पण आता मात्र आपल्या नवऱ्याचा संताप ओढवून घेण्याची तिला खूप भीती वाटू लागली. ती मनातून खूप घाबरून गेली. आता या परिस्थितीतून बाहेर पडणं शक्य नाही, तेव्हा आपल्यासमोर जीव देण्यावाचून काहीच गत्यंतर नाही, असं तिला वाटू लागलं.

या संकटातून बाहेर पडण्यासाठी दुसरा काहीच पर्याय तिला सुचेना. अचानक तिचं लक्ष आपल्या हाताकडे गेलं आणि तिला आपल्या हातातली हिऱ्याची अंगठी दिसली. आपण जर या अंगठीतला हिरा काढून, तो कुटून त्याचं चूर्ण केलं आणि ते पाण्याबरोबर पिऊन टाकलं तर? पाण्यात हिऱ्याची भुकटी मिसळून त्याचं विष तयार होईल आणि आपला जीव जाईल, असा तिने विचार केला.

मग तिच्या मनामध्ये आपल्या मुलांचाही विचार आला. अतिशय जड अंतःकरणाने तिने देवघराचा दरवाजा बंद केला. मुलांना मागे सोडून असं स्वतःचं जीवन संपवणं, ही गोष्ट तिच्यासाठी फारच कठीण होती; पण या संकटातून वाचण्याचा दुसरा काहीही मार्ग तिच्यासमोर नव्हता. मग सरस्वतीने घाईघाईने आपल्या हातातल्या अंगठीमधला हिरा काढून, तो कुटून त्याचं चूर्ण केलं. तिने ते वाडगाभर पाण्यात मिसळलं. मग तो वाडगा तोंडाला लावून ती ते पाणी पिणार इतक्यात तिला त्या वाडग्याच्या तळाशी काहीतरी चमकताना दिसलं. तिने आत बोटं घालून ती वस्तू बाहेर काढली आणि आश्चर्याची गोष्ट अशी की, त्या गरीब माणसाला सकाळी तिने जी नथ दिली होती, तीच आता तिच्या हातात होती. सरस्वतीचा आपल्या डोळ्यांवर विश्वासच बसेना. आपण जेव्हा या पात्रामध्ये पाणी भरून घेतलं, तेव्हा तर ते पात्र रिकामं होतं, हे तिला पक्कं आठवत होतं. मग मात्र क्षणार्धात तिच्या डोक्यात प्रकाश पडला. तिचा ईश्वरच तिच्या मदतीला धावून आला होता. तिच्या आनंदाला पारावार उरला नाही. तिने देवघराचं दार उघडून बाहेर उभ्या असलेल्या आपल्या पतीच्या हातात ती नथ ठेवली.

श्रीनिवासला आश्चर्याचा धक्काच बसला. त्याच्या मनात आलं, 'ही तीच तर नथ नाही ना? माझ्या दुकानाच्या तिजोरीमध्ये मी अशीच एक नथ ठेवली होती, हा निव्वळ योगायोग तर नसेल ना? आपण उगीचच त्या निरपराध माणसावर चोरीचा आळ घेतला. त्याचप्रमाणे आपल्या सरस्वतीवरसुद्धा संशय घेतला.' आपलं या सर्व प्रकारात खूप चुकलं असं त्याला वाटलं.

इतक्यात सरस्वतीचा आवाज ऐकून त्याच्या विचारांची तंद्री भंग पावली. ती म्हणाली, "नाथ, मला तुम्हाला काहीतरी महत्त्वाचं सांगायचं आहे. माझं बोलणं तुम्ही जरा लक्ष देऊन ऐकता का?" पण श्रीनिवासला आता तिचं बोलणं ऐकण्यात काहीच रस नव्हता. आपल्या हातात तिने दिलेली नथ घट्ट पकडून तो दुकानात परत गेला. दुकान उघडून तो थेट आपल्या तिजोरीपाशी गेला. त्या म्हाताऱ्याने दिलेली दुसरी नथ तिथे आहे का, ते पाहण्यासाठी. आश्चर्याची गोष्ट अशी की, ती दुसरी नथ आता त्याच्या तिजोरीतून गायब झालेली होती.

"हे असं कसं काय घडलं?" त्याने मनात विचार केला. "अशा गोष्टी फक्त स्वप्नातच घडू शकतात. मी माझ्या या हातांनी ती नथ तिजोरीत ठेवली होती ना?" मग तो परत विचारात पडला. आपण त्या वेळी नेमकं काय केलं होतं, हेच त्याला नीट आठवेना. 'मला काहीही करून त्या म्हाताऱ्याशी बोललंच पाहिजे. त्यानेच काहीतरी जादूटोणा केलेला दिसतो आहे.' असं स्वतःशीच पुटपुटत तो त्या म्हाताऱ्याचा शोध घेण्यासाठी आपल्या दुकानाच्या बाहेर पडला; पण तो म्हातारा बाहेरही कुठे दिसत नव्हता. श्रीनिवास ओरडून म्हणाला, "तुम्ही कुठे आहात? तुम्हाला पैसे पाहिजे होते ना? येऊन घेऊन जा."

पण बाहेरून कोणीच काही बोललं नाही. श्रीनिवास वैतागून चालत पुन्हा घरी आला. तिथे बाहेरच्या बाजूला सरस्वती उभी होती. मग तो तिच्या शेजारी जाऊन बसला. त्याने तिची नथ तिला परत दिली आणि तो स्वतःशीच बोलत असल्यासारखं पण मोठ्याने म्हणाला, "हे असं कसं काय घडलं बरं? इथे नथ आहे आणि तिकडे नथ नाही."

त्यावर सरस्वती म्हणाली, "नाथ, तुम्ही माझं काहीही बोलणं ऐकून न घेताच तिकडे निघून गेलात. तुम्हाला खरं सांगू का? मघाशी मी तुमच्याशी खोटं बोलले, कारण मला तुमच्या रागाची खूप भीती वाटत होती. तुम्ही मला क्षमा करा. आज सकाळी एक गरीब म्हातारा माणूस घरी आला होता. तो माझ्याकडे पैशांची याचना करू लागला. त्याला आपल्या मुलाच्या व्रतबंधासाठी ते पैसे हवे होते. मी माझी हतबलता त्याच्यासमोर व्यक्त केली. त्यानंतर मात्र माझ्या आई-वडिलांनी मला लग्नात दिलेल्या नथीची मला आठवण झाली. मग मी ती नथ त्याला देऊन टाकली. दुर्दैवाने ती घेऊन तो तुमच्याच दुकानात आला आणि त्याने ती नथ

तुमच्याकडे गहाण टाकण्याचा प्रयत्न केला. म्हणून तर तुम्ही घरी येऊन माझ्याकडे त्या नथीची चौकशी केलीत; पण त्या वेळी मी इतकी घाबरले होते की, तुमच्याशी खरं बोलणं मला शक्य झालं नाही. मग मी घाबरून, देवघराचा दरवाजा आतून बंद करून तिथे जीव देण्याचा प्रयत्न केला; पण मी ज्या वाडग्यातून ते विष प्राशन करणार होते, त्या वाडग्याच्या तळाशी अचानक मला ही नथ सापडली. मला तर असंच वाटतं की, साक्षात भगवान विष्णू विठ्ठलाचं रूप धारण करून माझ्या मदतीला धावून आले आणि त्यांनीच मला या संकटातून सोडवलं. आता मला सांगा, तुम्हाला काय झालं?''

अशा प्रकारे सरस्वतीने त्याला सर्व काही खरं सांगून टाकल्यावर श्रीनिवासने त्याच्या दुकानात जे काही घडलं होतं, तेही तिला सांगितलं. अचानक त्याला त्या म्हाताऱ्या माणसाबरोबर झालेलं आपलं बोलणं तपशीलवार आठवलं. तो म्हातारा माणूस म्हणजे साक्षात भगवान विष्णू होते, अशी त्याचीसुद्धा खात्री पटली. मला कोणी नुसती फुलं दिली तरी चालतात आणि मी सर्वांचाच आहे असं तो माणूस म्हणाला होता. त्याचा खरा अर्थ काय, ते आता त्याला कळून चुकलं. त्या माणसाचं बोलणं वरवर साधं वाटत असलं, तरी त्यात खूप खोलवर अर्थ दडलेला होता. खूप मोठं तत्त्वज्ञान दडलेलं होतं.

''आपण खूप नशीबवान आहोत, कारण साक्षात भगवान विष्णू आपल्या घरी काहीतरी मागण्यासाठी आले होते.'' सरस्वती म्हणाली. श्रीनिवासने तिच्याकडे पाहिलं. त्याच्या मनात सारखा एकच विचार येत होता की, 'साक्षात भगवान विष्णू आपल्याकडे काहीतरी मागण्यासाठी आले आणि आपण मात्र करंटेपणा दाखवून, त्यांना नकार देऊन परतवून लावलं. आपल्या पत्नीने मात्र दयाळूपणा दाखवून त्यांना काहीतरी दिलं. थोडक्यात म्हणजे भगवान विष्णू जेव्हा आपल्या दारी आले होते, तेव्हा ते आपल्याकडचा पैसा-अडका किंवा संपत्ती पाहून आले नव्हते, तर आपली श्रद्धा पडताळून पाहण्यासाठी ते आले होते.' या एका छोट्याशा घटनेने श्रीनिवासला फार मोठा धडा मिळाला.

भगवान विष्णू एक शिक्षक होऊन त्याच्याकडे आले होते. त्याने आपलं वागणं सुधारावं हे त्याला समजावून देण्यासाठी ते आले होते. श्रीनिवास आपल्या पत्नीला म्हणाला, ''आजपासून मी ईश्वराचा एकनिष्ठ सेवक आहे. मी पुरंदरच्या परिसरात राहतो; त्यामुळे मी आजपासून पुरंदरदास हे नाव धारण करणार आहे.''

मग तो पुढे म्हणाला, ''मला आता काहीच नको. मला आता कशाचीही हाव नाही. आता मला उर्वरित आयुष्य संन्यासी होऊन जगायचं आहे. मला सत्याचा शोध घ्यायचा आहे. मला ईश्वराच्या स्तुतीची भजनं लिहायची आहेत. मला लोकांना संगीताच्या माध्यमातून तत्त्वज्ञान शिकवायचं आहे. श्रद्धा आणि भक्ती या दोन्हींबरोबरच

अलिप्ततेचे धडे त्यांना द्यायचे आहेत. मला आता इथून विजयनगरच्या साम्राज्याला जायचं आहे. महान तपस्वी व्यास तिथे राहतात. मी त्यांचं शिष्यत्व पत्करलं आहे. प्रिये, तू माझ्याबरोबर माझ्या या प्रवासात येशील का?''

त्यावर सरस्वतीने होकार दिला.

मग श्रीनिवासने आपल्या चारही पुत्रांना आपल्या जवळ बोलावून घेऊन आपला हा निर्णय त्यांना सांगितला. ''तुम्ही सर्वजण एक तर माझी ही धनदौलत आपापसांत वाटून घ्या किंवा तुमच्यापैकी ज्या कुणाला या सर्वांचा त्याग करून माझ्याबरोबर यायचं असेल, त्यांनी माझ्याबरोबर चला.'' तो म्हणाला. त्याबरोबर त्याची सर्वच मुलं त्याच्याबरोबर येण्यास तयार झाली. ''आता आपलं जे काही आहे, ते सगळं इथेच मागे सोडून आपण जाऊ या. ईश्वर हीच आपली संपत्ती आहे. इथून पुढे रोज आपण माधुकरी मागून आपलं पोट भरू.'' तो म्हणाला.

मग ते सर्वजण घराच्या बाहेर पडले.

एका छोट्या नथीच्या बाबतीत घडलेल्या प्रसंगाने श्रीनिवासचं सगळं आयुष्यच ढवळून निघालं. तो आता पुरंदरदास झाला. काही काळानंतर अनेक लोकांनी त्याचं शिष्यत्व पत्करलं. त्याला सर्व लोक कर्नाटक संगीताचा उद्‌गाता मानतात. असं म्हणतात की, त्यांनी आपल्या आयुष्यात एकूण पाच लाख कीर्तनं लिहिली. त्या कीर्तनांच्या माध्यमातून त्याने साध्या आणि सोप्या शब्दांत जीवनाचं तत्त्वज्ञान सामान्य माणसांपर्यंत पोहोचवलं. सध्या त्यातील काही सहस्र कीर्तनं उपलब्ध आहेत. इतरही अनेक लोकांनी अशा प्रकारची कीर्तनं लिहिली; परंतु त्याच्याइतकी सुंदर काव्यरचना कुणालाच करता आली नाही. आज दक्षिण भारतातील लोक त्याला नारदाचा अवतार मानतात, कारण त्याने आपल्या कीर्तनांद्वारे आणि संगीताद्वारे सर्वत्र भगवान विष्णूंचा प्रसार केला.

❖

खजिना पेटीतील गोष्टी

हात नसलेला माणूस

ही एका फार महान शिल्पकाराबद्दलची लोककथा आहे. या शिल्पकाराने आपल्या जीवनकालामध्ये कित्येक अद्वितीय अशा कलाकृतींची निर्मिती केली. खूप खूप वर्षांपूर्वी भारतामध्ये एक अतिशय थोर वास्तुविशारद आणि शिल्पकार होऊन गेला. तो जैन धर्माचा गाढा अभ्यासक होता. त्याने जैन राजपुत्र असलेल्या आणि नंतर साधू झालेल्या बाहुबलीचा आणि त्याच्या शरीररचनेचा खूप अभ्यास केला होता. त्याला बाहुबलीचा एक अतिशय मोठा पुतळा बनवायचा होता.

मग तो वेलुरूच्या राजाची भेट घेण्यासाठी गेला. आपल्या मनात असलेल्या या उपक्रमाला समूर्त साकार करण्यासाठी त्याला राजाच्या परवानगीची, तसेच आर्थिक मदतीची गरज होती. त्याने तयार केलेला आराखडा राजाला पसंत पडला. मग राजाने या उपक्रमासाठी त्याला थोडीशी जमीन दिली; त्याचप्रमाणे या कामासाठी येणारा सर्व खर्च उचलण्याचंसुद्धा मान्य केलं.

काही वर्षांनंतर एका प्रचंड मोठ्या एकसंध पाषाणातून कोरण्यात आलेला बाहुबलीचा पुतळा एका नदीच्या काठी उभारण्यात आला. त्या पुतळ्याच्या चेहऱ्यावर हास्य विलसत होतं आणि त्याच्या मांड्यांवरून एक वेल वर चढत चाललेली दिसत होती. ही अद्वितीय सुंदर अशी कलाकृती पाहण्यासाठी दूरदेशीचे पर्यटक राज्याच्या राजधानीला भेट देऊ लागले.

"अरे वा! किती श्रद्धाळू आहे हा राजा!" असं ते लोक या पुतळ्याचं दर्शन घेतल्यानंतर म्हणत. "बाहुबलीच्या या पुतळ्याइतका उंच आणि भव्य पूर्णाकृती पुतळा आम्ही आजवर कधीच पाहिलेला नव्हता. काय अवर्णनीय दृश्य आहे हे!" असंही ते म्हणत असत.

लोकांचे हे उद्‌गार ऐकून राजाची छाती गर्वाने फुलून येत असे. अखेर या शिल्पकाराचं सगळं काम संपलं आणि त्याची ते नगर सोडून परत जाण्याची वेळ

आली. मग तो राजाला भेटायला गेला.

दुसऱ्याच दिवशी आपण हे नगर सोडून जात असल्याची त्याने राजाला कल्पना दिली. 'आता उद्या सकाळीच हा शिल्पकार इथून निघून जाईल, त्याआधी मला त्याला एक चांगलीशी भेट दिली पाहिजे.' राजा मनातल्या मनात विचार करत होता. मग अचानक एका विचाराने तो चिंताग्रस्त झाला. 'हा शिल्पकार अनन्यसाधारण प्रतिभेचा आहे. उद्या जर याने इतरत्र कुठे जाऊन यापेक्षाही भव्य, उंच आणि सुंदर पुतळा उभारला तर? मग सर्वजण त्याच पुतळ्याच्या दर्शनासाठी धाव घेतील आणि माझा आणि माझ्या नगरीतल्या या पुतळ्याचा सर्वांनाच विसर पडेल. हे असलं काहीही करण्यापासून या शिल्पकाराला थांबवायलाच हवं.' मग राजाने त्यावर बराच विचार केला आणि मनोमन एक निर्णय घेतला.

दुसऱ्या दिवशी सकाळी तो शिल्पकार परत जायला निघाला. त्यापूर्वी राजाचा निरोप घेण्यासाठी तो राजाच्या दरबारात आला. राजाने त्याचे मनापासून आभार मानले. "तू माझ्या राजधानीमध्ये हा इतका सुंदर, अगदी एकमेवाद्वितीय असा पुतळा निर्माण केला आहेस; त्यामुळे देशोदेशीचे लोक तो पाहण्यासाठी इकडे येतात. तुझ्यामुळे मला आणि माझ्या राज्याला खूप नाव मिळाले आहे आणि कीर्ती मिळालेली आहे." राजा त्याला म्हणाला. त्याने त्या शिल्पकाराला त्याची बिदागी दिली. मग तो पुढे म्हणाला, "आता मी तुला एक खास गोष्ट देणार आहे. तू जरा तुझा उजवा हात पुढे कर बघू." शिल्पकाराने आपला उजवा हात पुढे करताच राजाने शिपायांना बोलावून आज्ञा दिली, "याचा उजवा हात ताबडतोब कलम करा." शिपायांनी तत्काळ राजाच्या आज्ञेचे पालन केले. आता आपण शिल्पकाराचा उजवा हात तोडल्यामुळे इथून पुढे तो इतक्या सुंदर आणि भव्य पुतळ्याची निर्मिती करूच शकणार नाही, अशी राजाची धारणा होती.

तो शिल्पकार वेदनेने तळमळू लागला. आजपर्यंतच्या आयुष्यामध्ये त्याने इतक्या भयंकर यातनांचा अनुभव कधीच घेतला नव्हता. वास्तविक अशा प्रकारचा आणखी एखादा पुतळा इतरत्र कुठे जाऊन निर्माण करण्याची त्याची अजिबातच महत्त्वाकांक्षा नव्हती; परंतु या घटनेनंतर मात्र त्या राजावर सूड उगवण्यासाठी त्याने याहून सुंदर असं शिल्प निर्माण करण्याचा मनोमन निश्चय केला.

त्या शिल्पकाराच्या जखमा काही दिवसांनी बऱ्या झाल्या. त्यानंतर तो जवळच्याच करकला राज्यामध्ये गेला आणि त्याने तिथल्या राजाची भेट घेतली. तो राजाला म्हणाला, "महाराज, मी तुम्हाला एक विनंती करायला आलो आहे. मी तुमच्या राज्यामध्ये बाहुबलीचा एक पुतळा बनवू इच्छितो. शेजारच्या राज्यातील बाहुबलीच्या पुतळ्यापेक्षा तो आकाराने अधिक मोठा, भव्यदिव्य आणि अधिक सुंदर असेल; परंतु हे काम पूर्ण करण्यासाठी मला तुमचे आशीर्वाद लागतील, त्याचप्रमाणे तुमची

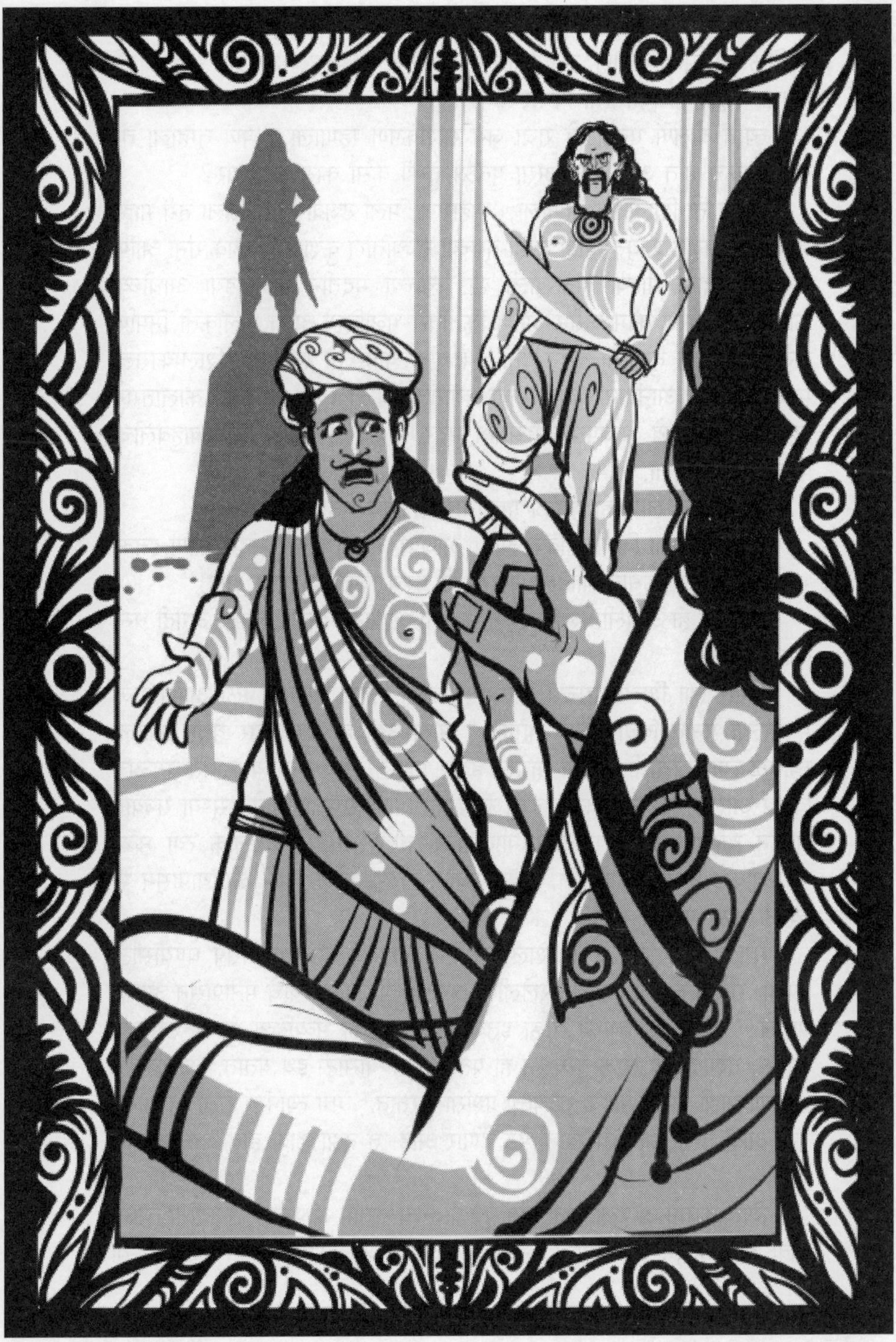

आर्थिक मदतसुद्धा लागेल. त्याशिवाय मी ही गोष्ट साध्य करू शकणार नाही. तुम्ही कृपया माझ्या या विनंतीचा विचार करा.''

त्याचं बोलणं ऐकून तो राजा जरा साशंकपणे म्हणाला, ''पण तुम्हाला तर फक्त एकच हात आहे. मग असा पुतळा तुम्ही कसा काय बनवणार?''

त्यावर तो शिल्पकार म्हणाला, ''महाराज, मला उजवा हात नसला तरी माझा डावा हात अजून शाबूत आहे. तुम्ही तुमच्या राज्यातील कुशल शिल्पकारांना आणि वास्तुविशारदांना माझ्या हाताखाली द्या. त्यांच्या मदतीने मी माझ्या आधीच्या कामापेक्षाही सरस काम करीन आणि कितीतरी भव्यदिव्य अशी कलाकृती निर्माण करीन, असं मी तुम्हाला वचन देतो.'' हे ऐकल्यावर तो राजा त्या शिल्पकाराला मदत करायला आनंदाने तयार झाला. त्यानंतर कित्येक वर्षं लोटली. कालांतराने करकला नगरामध्ये आजपर्यंतचा सर्वांत सुंदर, सर्वांत भव्यदिव्य असा बाहुबलीचा पुतळा उभा राहिला.

देशोदेशीचे लोक हा पुतळा पाहण्यासाठी तिथे येऊ लागले.

''वा! हा राजा किती भाविक आहे! आजवर आम्ही इतका सुंदर आणि इतका भव्यदिव्य पुतळा कधीच पाहिला नव्हता. हे दृश्य किती प्रेक्षणीय आहे!''

अर्थातच ही आपली प्रशंसा ऐकून राजाला अत्यानंद झाला. त्याला अगदी धन्य वाटू लागलं.

अखेर त्या शिल्पकाराच्या जाण्याचा दिवस जवळ येऊन ठेपला आणि राजा मनातल्या मनात विचार करू लागला. 'आता उद्या हा शिल्पकार येथून जाईल; त्यामुळे त्याला त्याची बिदागी द्यायला हवी.' पण मग त्या राजाच्या मनात वेगळाच विचार आला, 'हा शिल्पकार इतका बुद्धिमान आहे. समजा, याने दुसऱ्या राज्यात जाऊन याहूनही सुंदर पुतळा निर्माण केला तर? मग सगळे लोक त्या नव्या पुतळ्याकडे आकर्षित होतील. माझा सर्वांना विसर पडेल. असे करण्यापासून मी त्याला कसा परावृत्त करू?'

मग दुसऱ्या दिवशी तो शिल्पकार निघण्याआधी राजाचा निरोप घेण्यासाठी आला. राजाने त्याला त्याची ठरलेली बिदागी दिली आणि त्याचे मनापासून आभार मानले. ''माझ्या राज्यामध्ये तू हा इतका सुंदर, इतका भव्यदिव्य पुतळा उभारला आहेस; देशोदेशीचे लोक दूरवरून हा पुतळा पाहण्यासाठी इथे येतात. त्याचप्रमाणे सर्वजण माझी आणि माझ्या राज्याची प्रशंसा करतात.'' मग त्यानंतर राजा म्हणाला, ''मी आज तुला काहीतरी खास भेट देणार आहे. तू तुझा डावा हात जरा पुढे कर बरं.''

शिल्पकाराने आपला डावा हात पुढे करताच राजाने आपल्या शिपायांना त्याचा डावा हात कापून टाकण्याची आज्ञा दिली. या शिल्पकाराने इथून पुढे दुसऱ्या

कुणासाठीही या पुतळ्यापेक्षा अधिक चांगला पुतळा बनवू नये, याची खबरदारी घेण्यासाठी राजाने हे असं केलं. पहारेकऱ्यांनी शिल्पकाराचा डावा हात कापून टाकला. शिल्पकार वेदनेने तळमळत राजवाड्याबाहेर पडला. आजवर त्याने आयुष्यात कधीच इतक्या यातनांचा अनुभव घेतला नव्हता. खरं म्हणजे त्याला आता याहून अधिक सुंदर पुतळा बनवण्याची इच्छा मनातसुद्धा उरली नव्हती; पण या राजावर सूड उगवण्यासाठी त्याने एक शपथ घेतली. तो म्हणाला, "मी याहूनही कितीतरी सुंदर आणि भव्यदिव्य पुतळा बनवून दाखवीनच."

तो शिल्पकार आता अतिशय संतप्त झालेला होता. तो मनात विचार करू लागला, 'मी माझे दोन्ही हात गमावले आहेत. वास्तविक मी माझं हृदय आणि माझा आत्मा या शिल्पांमध्ये ओतून त्यांची निर्मिती केली आणि त्याचं मला काय फळ मिळालं? ही इतकी क्रूर वागणूक?'

काही काळानंतर त्या शिल्पकाराची प्रकृती सुधारली. त्याच्या हाताच्या जखमा बऱ्या झाल्या. मग तो श्रवणबेळगोळ इथे गेला. तो तिथल्या राजाला जाऊन भेटला आणि म्हणाला, "महाराज, मी आज मुद्दाम तुमच्या दरबारी आलो आहे. तुमच्या या नगरीमध्ये मी बाहुबलीचा अत्यंत मोठा, सुंदर आणि भव्य असा पुतळा निर्माण करू इच्छितो. आजपर्यंत बनवण्यात आलेल्या कुठल्याही बाहुबलीच्या पुतळ्यापेक्षा हा जास्त मोठा आणि जास्त सुंदर असेल. फक्त यासाठी मला तुमची मदत हवी आहे आणि त्यासाठी तुमचं आर्थिक पाठबळसुद्धा हवं आहे. नाहीतर मला ती गोष्ट जमणार नाही. मी जो पुतळा घडवीन तो आजवर बनवण्यात आलेल्या कुठल्याही पुतळ्यापेक्षा अधिक सुंदर असेल याची मी तुम्हाला खात्री देतो. तुम्ही कृपया माझ्या या विनंतीचा विचार करा."

"अरे, पण..." राजा म्हणाला. "तुला तर दोन्ही हात नाहीत; मग तू हा पुतळा कसा बनवणार?"

"महाराज, माझा मेंदू आणि माझी जीभ दोन्ही अजूनही शाबूत आहेत. तुम्ही माझ्या हाताखाली काम करण्यासाठी तुमच्या नगरातले कुशल कारागीर, उत्कृष्ट शिल्पकार आणि वास्तुविशारद यांचा ताफा द्या आणि मग बघा, मी तुम्हाला अतिशय सुंदर काम करून दाखवेन. माझ्या आधीच्या कामांपेक्षाही ते कितीतरी सरस असेल. मी तुमच्या नगरामध्ये पुतळा उभारण्याचं जे काम करेन, ते अगदी उत्कृष्ट प्रतीचं असेल."

मग मात्र राजाने आनंदाने त्या शिल्पकाराला मदत करण्याची तयारी दाखवली.

अशी कित्येक वर्षं लोटली. त्या शिल्पकाराने सर्वांत मोठा आणि सर्वांत सुंदर असा पुतळा निर्माण केला.

लोक दूरवरून खास हा पुतळा बघण्यासाठी, प्रवास करून तिथे येऊ लागले.

"हा राजा किती भाविक आहे." लोक म्हणत. "आजपर्यंत आम्ही इतकी मोठी आणि सुंदर कलाकृती कधीच पाहिली नव्हती. किती प्रेक्षणीय दृश्य आहे हे!"

ते ऐकून राजाची छाती अभिमानाने फुलून येत असे.

अखेर एक दिवस तो शिल्पकार परत जाण्याची वेळ जवळ आली. राजाने मनात विचार केला, 'उद्या हा शिल्पकार इथून निघून जाईल; त्यामुळे तो जाण्याआधी मी त्याला काहीतरी छानशी भेट देईन.' त्यानंतर मात्र राजा चिंताग्रस्त झाला. त्याच्या मनात आलं, 'हा शिल्पकार इतका बुद्धिमान आहे, तर बाहेर कुठेतरी जाऊन तो याहून सुंदर, याहूनही भव्यदिव्य अशी कलाकृती निर्माण करेल. तसं झालं तर मग काय होईल बरं? सर्वजण तीच कलाकृती पाहण्यासाठी धाव घेतील. मग लोकांना माझा विसर पडेल. हे असं घडणं मी कसं बरं थांबवू शकेन?'

दुसऱ्या दिवशी तो शिल्पकार राजाचा निरोप घेण्यासाठी दरबारात आला. राजाने त्याला त्याची बिदागी दिली आणि इतका सुंदर, भव्यदिव्य पुतळा बनवल्याबद्दल त्याचे आभार मानले. "तू बनवलेल्या या पुतळ्यामुळे मला आणि माझ्या राज्याला दिगंत कीर्ती प्राप्त झाली आहे." राजा म्हणाला. मग तो पुढे म्हणाला, "मला तुझ्या या कामाबद्दल तुला काहीतरी खास भेट द्यायची आहे. ये, तू जरा माझ्याजवळ येऊन माझ्याशी बोलशील का?"

मग तो शिल्पकार पुढे होऊन, राजाच्या जवळ येऊन उभा राहिला. राजाने आपल्या शिपायांना बोलावून, त्यांना तत्काळ त्या शिल्पकाराची जीभ छाटून टाकण्याची आज्ञा दिली. अशा प्रकारे त्यानंतर कधीही आणखी भव्यदिव्य पुतळा निर्माण होणार नाही याची राजाने खबरदारी घेतली.

तो शिल्पकार वेदनेने विव्हळत दरबारातून बाहेर पडला. या इतक्या तीव्र यातनांचा अनुभव त्याने आजवरच्या आयुष्यात कधीही घेतला नव्हता. त्यानंतर तो शिल्पकार कधीही कुणाला दिसलासुद्धा नाही. त्या शिल्पकाराचं पुढे काय झालं, हे एक गूढच आहे. त्याच्या आत्तापर्यंतच्या आयुष्यातलं सर्वांत सुंदर काम श्रवणबेळगोळ इथेच बघायला मिळतं.

या शिल्पकाराची ही कथा म्हणजे केवळ एक लोककथा आहे. वस्तुस्थिती मात्र अशी नाही; कारण वेलुरू, करकला आणि श्रवणबेळगोळ इथले बाहुबलीचे पुतळे वेगवेगळ्या कालखंडातले असून, ते त्या त्या कालखंडातल्या राजांनी बनवून घेतले होते.

❖

अर्ध्या राहिलेल्या कवितेची कथा

खूप खूप वर्षांपूर्वी एक अत्यंत सुंदर आणि अत्यंत बुद्धिमान अशी राजकन्या होऊन गेली. तिचं नाव होतं विद्याधरी. ती ज्या देशाची राजकन्या होती, त्या देशामध्ये अत्यंत नामवंत आणि विद्वान कलावंत होऊन गेले.

विद्याधरी ही राजगादीची एकुलती एक वारस होती. ती जेव्हा वयात आली, तेव्हा ती आपल्या वडिलांना म्हणाली, "तात, मला अशा एका पुरुषाशी विवाह करायचा आहे, जो माझ्याहून जास्त बुद्धिमान आणि जास्त शिकलेला असेल. त्याचं समाजातलं स्थान काय असेल हे माझ्यासाठी अजिबात महत्त्वाचं नाही."

तिची ही इच्छा लक्षात घेऊन राजाने तशा अर्थाची दवंडी पिटवली. त्यानंतर अनेक विद्वान आणि बुद्धिमान तरुण स्वतःच्या बुद्धीचा कस लावण्यासाठी दरबारात आले; परंतु राजकन्येच्या बुद्धिमत्तेपुढे त्यांची बुद्धी फिकी पडली. त्यांचं ज्ञान तोकडं पडलं. असा बराच काळ गेला; पण तिला तुल्यबळ असा वर सापडलाच नाही. अर्थातच या गोष्टीमुळे राजकन्येचा अहंकार वाढीस लागला; त्यामुळेच राजवाड्यात येणाऱ्या विद्वान स्त्री-पुरुषांना ती तुच्छ लेखू लागली. त्यांच्याशी अहंमन्यपणे वागू लागली. त्या राजाच्या प्रधानजींचं नाव होतं बुद्धिमान. हा प्रधान राजाचा अत्यंत विश्वासातला आणि प्रामाणिक, निष्ठावान असा सेवक होता. राजकन्येच्या वागणुकीत होत असलेला बदल त्याच्या लक्षात आला आणि तो स्वतःशीच म्हणाला, 'राजकन्या विद्याधरी हिला आता धडा शिकवण्याची वेळ जवळ आलेली आहे. खरं म्हणजे तिचा विवाह एका शतमूर्खाशी लावून दिला पाहिजे, म्हणजेच तिचं डोकं ताळ्यावर येईल.'

एक दिवस हा प्रधानजी कामानिमित्त दूरदेशी प्रवासाला निघालेला होता, तेव्हा त्याला एक कल्पना सुचली. त्याला आपल्या डोळ्यांसमोर एक विचित्र दृश्य दिसलं. समोरच्या बाजूला एक मोठं झाड होतं. त्या झाडाची एक फांदी भलीमोठी

वाढलेली होती. एक तरुण त्या झाडाच्या ज्या फांदीवर बसला होता, तीच फांदी तो खुशाल करवतीने कापत होता. त्या माणसाच्या मूर्खपणाचं प्रधानजीला जरा नवल वाटलं. तो मुद्दाम त्या मूर्खाशी बोलण्यासाठी थांबला.

"काय रे?" बुद्धिमान त्या माणसाला हाक मारून म्हणाला, "अरे, तू जेव्हा फांदी कापशील, तेव्हा त्या फांदीबरोबर तू स्वतःसुद्धा जमिनीवर पडशील, एवढं तुला कळत नाही का?"

"हो का?" तो माणूस म्हणाला. "ही गोष्ट तर माझ्या लक्षातच आली नाही."

मग त्या माणसाच्या बुद्धीची परीक्षा घेण्यासाठी बुद्धिमानने त्याला आणखी एक प्रश्न विचारला, "हे बघ, समजा, तुझ्या घरामध्ये काळोख असेल आणि घराच्या बाहेरच्या बाजूला चांदणं पडलेलं असेल, तर ते चांदणं घरामध्ये आणण्याचा काय मार्ग आहे?"

हे ऐकल्यावर कुठल्याही सामान्य माणसाने असंच उत्तर दिलं असतं की, 'मी घराच्या भिंतीला एखादं भोक पाडीन किंवा भिंतीला जर खिडकी असेल तर ती उघडून, त्या प्रकाशाला आत येण्यास जागा देईन.' परंतु हा मूर्ख माणूस म्हणाला, "मी एक खूप मोठं घमेलं घेऊन बाहेर जाईन आणि बाहेरचं सगळं चांदणं त्यात भरीन. मग ते घेऊन मी आत येईन आणि ते घमेलं घरात रिकामं करेन. मग त्या घमेल्यातला प्रकाश सगळीकडे सांडेल."

त्यानंतर प्रधानाने त्याला असे अनेक प्रश्न विचारले; पण तो माणूस खरोखरच अत्यंत मूर्ख होता; त्याला थोडंसुद्धा डोकं नव्हतं याबद्दल प्रधानाची खात्री पटली. मग त्याने त्या माणसाच्या घरच्यांची, त्याच्या कुटुंबीयांची चौकशी केल्यावर त्याला असं समजलं की, त्या माणसाला आई-वडील, बहीण, भावंडं वगैरे कोणीच नव्हतं, तो एकटाच होता.

"तू माझ्याबरोबर चल." बुद्धिमान त्याला म्हणाला. "तू माझ्या मागोमाग ये आणि मी तुला जे काही सांगेन, तसं तू कर. त्या मोबदल्यात तुला पोटभर जेवायला मिळेल, त्याचप्रमाणे काहीही कष्ट न करता सुखा-समाधानात, ऐषारामात राहायलासुद्धा मिळेल. तुला काहीएक काम करावं लागणार नाही. रानात जाऊन लाकूडफाटा गोळा करावा लागणार नाही की गाईगुरांना चरायला न्यावं लागणार नाही."

ते ऐकताच तो माणूस बुद्धिमानसोबत जायला अगदी आनंदाने तयार झाला. अर्थात त्याची सगळी आयुष्यभराची चिंताच मिटली होती.

मग प्रधानाने आपल्या सेवकांना बोलावून त्या माणसाला न्हाऊ-माखू घालून, छान तयार करायला सांगितलं. त्याला चांगले रुबाबदार कपडे घालायला दिले आणि तो माणूस एखाद्या देखण्या राजपुत्रासारखा दिसू लागला.

मग बुद्धिमान त्याला विद्याधरीकडे घेऊन गेला आणि त्याची तिच्याशी ओळख

करून देत तो म्हणाला, ''हा उत्तरेकडचा एक महान पंडित आहे. मी मुद्दाम हेतूपूर्वक याला तुमच्याकडे घेऊन आलो आहे; परंतु त्याने मौनव्रत धारण केलेलं आहे. तुम्ही त्याला कुठलाही प्रश्न विचारलात, तरी तो खाणाखुणांच्या साहाय्याने त्याचं उत्तर देईल.''

मग विद्याधरीने त्या माणसाला आपल्या उजव्या हाताची तर्जनी वर करून दाखवली. त्या मूर्ख माणसाला असं वाटलं की, ही आता आपल्या डोळ्यात बोट घालून आपल्याला आंधळं करण्याची धमकी देत आहे. त्याबरोबर त्याने तिला आपल्या हाताची दोन बोटं उंच करून दाखवली. त्यातून त्याला जणू असं सुचवायचं होतं की, जर तू मला एका डोळ्याने आंधळं केलंस, तर मी तुला दोन्ही डोळ्यांनी आंधळं करीन.

मग बुद्धिमानने त्या माणसाला काय म्हणायचं होतं ते विद्याधरीला समजावून सांगितलं. तो म्हणाला, ''राजकुमारी, तुम्ही जेव्हा एक बोट उचलून त्याला दाखवलंत, त्याचा अर्थ असा होता की, परमेश्वर हा एकच आहे. त्यावर हा पंडित दोन बोटं उचलून दाखवत तुम्हाला असं सुचवतो आहे की, परमेश्वर जरी एक असला, तरी मनुष्याचा आत्मा हासुद्धा परमेश्वराचाच एक अंश आहे.''

हे ऐकताच राजकुमारीच्या चेहऱ्यावर स्मितहास्य उमटलं. तिने मान हलवली. त्यानंतर तिने आपल्या एका हाताचा तळवा त्या पंडिताला उंच करून दाखवला. त्याला असं वाटलं की, राजकुमारी आता बहुधा आपल्या श्रीमुखात भडकावून देणार आहे; म्हणून त्याने तिला लगेच आपल्या हाताची मूठ दाखवली. त्यातून त्याला विद्याधरीला असं सांगायचं होतं की, तू जर माझ्या श्रीमुखात ठेवून दिलीस, तर मी तुला एक ठोसा मारीन.

त्यावर बुद्धिमान म्हणाला, ''राजकुमारी, तुम्ही तुमच्या हाताचा तळवा उघडून त्याला दाखवलात, त्यातून तुम्हाला 'पंचेंद्रियं' असं सुचवायचं होतं. त्यावर या पंडिताने तुम्हाला त्याच्या हाताची मूठ मिटून दाखवली. त्यातून त्याला असं सुचवायचं होतं की, या पंचेंद्रियांना जर आपण आपल्या नियंत्रणाखाली ठेवलं, तर माणसाला खूप मोठेपण प्राप्त होतं.''

आता मात्र आपल्यासमोर उभा असलेला देखणा तरुण खरोखरच अत्युच्च बुद्धिमान आहे अशी विद्याधरीची खात्री पटली. तिच्या आयुष्यामध्ये तिने इतका बुद्धिमान तरुण आजवर कधीच पाहिला नव्हता; त्यामुळे ती त्याच्याशी विवाह करण्यास तयार झाली.

त्यानंतर काही दिवसांतच त्यांचा विवाह संपन्न झाला. विवाह झाल्यानंतर बुद्धिमान त्या तरुणाला म्हणाला, ''आता तू तुझं मौनव्रत सोडण्यास हरकत नाही. आता तू तुझ्या पत्नीशी पाहिजे ते बोलू शकतोस.''

ते ऐकल्यावर तो तरुण हर्षभरित झाला. त्याला एक सुंदर पत्नी मिळाली होती. राजवाड्यात खाण्या-पिण्याची रेलचेल होती आणि त्याला त्याच्या भविष्याची काही चिंता करण्याची गरज नव्हती. जरा वेळाने विद्याधरी जेव्हा महालात आली, तेव्हा त्याने आपलं तोंड उघडलं आणि आपल्या गावच्या भाषेत बोलण्यास सुरुवात केली. त्याचं बोलणं ऐकल्यानंतर काही क्षणांतच आपली घोर फसवणूक झाली असल्याचं विद्याधरीच्या लक्षात आलं.

त्या तरुणाला मात्र कशाचीच कल्पना नव्हती. तो अतिशय निरागस आणि सरळ मनाचा होता; त्यामुळे त्याने जे काही घडलं, ते जसंच्या तसं विद्याधरीला सांगून टाकलं. आपल्या गावात आपल्याला प्रधानजी कसे भेटले, त्यांनी आपल्याला काय काय करायला सांगितलं आणि आपण त्यांच्या म्हणण्याला कशी मान्यता दिली वगैरे वगैरे.

ते ऐकून विद्याधरीला आश्चर्याचा धक्काच बसला. ती त्याला म्हणाली, ''तू इतका अज्ञानी आहेस, तू अशा प्रकारे कसा काय जगू शकतोस? तुझ्यासारखं अज्ञानात आयुष्य घालवण्यापेक्षा मरण पत्करलेलं बरं.''

तिचे शब्द ऐकताच आयुष्यात प्रथमच त्या तरुणाला एका गोष्टीची जाणीव झाली, ती म्हणजे आपण आपल्या वागण्यामुळे या राजकुमारीला फारच दुःख दिलेलं आहे. त्याला कसंही करून आपल्या पत्नीला - विद्याधरीला सुखी करायचं होतं. मग तो म्हणाला, ''मी सर्व काही शिकायला तयार आहे; पण मला शिकवायला कोण तयार होईल?''

त्यावर विद्याधरी निराश होऊन म्हणाली, ''कुठलाही माणूस तुला शिकवू शकणार नाही. केवळ कालीमाताच तुला काय ते ज्ञान देऊ शकेल.''

राजवाड्यामध्ये एक कालीमातेचं मंदिर होतं. तो तरुण त्या मंदिरात गेला. त्या मंदिरात कुणीच नव्हतं.

मग मंदिरातल्या कालीमातेच्या मूर्तीशी तो तरुण बोलू लागला. तो म्हणाला, ''माते, माझ्यामध्ये काय कमी आहे? माझी पत्नी माझ्याविषयी इतकं वाईट का बोलते? मी तर तिला काहीच त्रास दिलेला नाही. मी तिला काहीही इजा केलेली नाही; पण मी ज्ञानार्जन केलं पाहिजे, या गोष्टीची तिने मला जाणीव करून दिली. तिने मला असंही सांगितलं आहे की, मला केवळ तुम्हीच शिकवून शहाणं करू शकाल. आता तुम्ही जर मला ज्ञान दिलं नाहीत, तर मी माझ्या पत्नीला माझं तोंड कसं दाखवू? तुम्ही मला कृपया मदत करा.''

असं म्हणून त्या तरुणाने कालीमातेच्या चरणांवर आपलं मस्तक जोरजोरात आपटण्यास सुरुवात केली. त्याने आपलं डोकं मातेच्या पायावर इतके वेळा आपटलं की, तो मूर्च्छित झाला. आता कालीमातेलासुद्धा त्या तरुण मुलाची दया

आली. या मुलासाठी खरोखरंच आपण काहीतरी केलं पाहिजे, असं तिला वाटू लागलं; त्यामुळे तिने आपल्या त्रिशूळाने त्या मुलाच्या जिभेवर काहीतरी मजकूर लिहिला.

जरा वेळाने त्या तरुणाला शुद्ध आली. अचानक त्याला आपलं मस्तक जड वाटू लागलं. आणखी एक गोष्ट त्याच्या लक्षात आली, ती म्हणजे तो पूर्वीसारखा अज्ञानी राहिला नव्हता. कालीमातेने त्याला खूप ज्ञान दिलं होतं. आता त्याच्या व्यक्तिमत्त्वात पूर्णपणे बदल घडून आला होता. त्याने कालीमातेकडे अत्यंत आदराने पाहिलं आणि तो म्हणाला, ''हे कालीमाते! तू मला एक ज्ञानी पुरुष बनवलं आहेस; त्यामुळे मी आता या राजवाड्यामध्ये राहू शकत नाही. मी राज्यकारभारही करू शकणार नाही. आजपासून मी कालीदास हे नाव धारण करत आहे; त्यामुळे सर्व जग मला कालीदास म्हणूनच ओळखेल. तू मला जे काही ज्ञान दिलं आहेस, त्याचा वापर करून यापुढे मी संस्कृत भाषा वृद्धिंगत करीन. मी ज्ञानार्जनाचं कामसुद्धा असंच पुढे चालू ठेवीन.''

त्यानंतर राजधानी सोडून निघून जाण्याआधी तो राजकन्या विद्याधरी हिला भेटायला गेला, तेव्हा तीसुद्धा त्याचाच शोध घेत होती. आपण त्याला कालीमातेच्या मंदिरामध्ये पाठवलं होतं याची तिला आठवण झाली; म्हणून त्याचा शोध घेत ती तिथे आली. त्या दोघांची कालीमातेच्या मंदिराबाहेरच भेट झाली. तिने जेव्हा आपल्या पतीचा चेहरा पाहिला, तेव्हा त्याच्या चेहऱ्यावर एक वेगळीच ज्ञानाची प्रभा विलसत असलेली तिने पाहिली. त्याने कालीमातेचे स्तवन करण्यास सुरुवात केली. त्याच्या मुखातून इतकं सुंदर संस्कृत काव्य बाहेर पडू लागलं, जे तिने आजवर कधीच ऐकलं नव्हतं. आपल्या पतीच्या बाबतीत काहीतरी आश्चर्यकारक घडलेलं आहे, हे तिच्या लक्षात आलं आणि ती म्हणाली, ''पतिराज, ताबडतोब घरी चला. तुम्ही एक विद्वान गृहस्थ आहात हे मला समजलं आहे. आता आपण दोघं सुखानं संसार करू आणि एकत्रच राज्यकारभार करू.''

परंतु कालीदासाने मात्र तिची ही विनंती मान्य केली नाही. ''राजकुमारी विद्याधरी, तू माझी गुरू आहेस. तू माझी शिक्षक आहेस. खरंतर तूच मला कालीमातेकडे पाठवलंस; त्यामुळेच कालीमातेने माझ्यावर कायमचा वरदहस्त ठेवला आहे; परंतु आता मला कुणाबरोबरही राहायचं नाही आणि संसारही करायचा नाही. सर्वसामान्य माणसांसारखं आयुष्य मला आता जगायचं नाही. इथून पुढे साहित्यनिर्मिती हेच माझ्या जीवनाचं ध्येय असेल. तू मला कालीमातेकडे पाठवलंस, याबद्दल मी तुझा सदैव ऋणी राहीन. तू जर असं केलं नसतंस, तर मी एक अज्ञानी गुराखीच राहिलो असतो आणि लोकांनी आयुष्यभर मला केवळ तुझा पती म्हणूनच ओळखलं असतं.''

विद्याधरी निःशब्द होऊन त्याच्याकडे नुसती बघत राहिली. ती काही बोलणार इतक्यात कालीदास राजवाडा सोडून निघून गेला.

त्यानंतरच्या काळात कालीदासाने अनेक संस्कृत नाटकं लिहिली आणि काव्यरचनाही केल्या. कालीदासाच्या साहित्याला 'शारदेच्या मुखावर विलसणारं स्मितहास्य' असंसुद्धा म्हणतात. महाकवी कालीदासाला तुल्यबळ ठरेल असा दुसरा साहित्यिक संस्कृत साहित्यात झाला नाही.

त्याने ऋतुसंहार (ऋतूंचं वर्णन), कुमारसंभव (कार्तिकेयाची जन्मकथा), अभिज्ञान शाकुंतलम् (शकुंतलेची कथा), विक्रमोर्वशीयम् (राजा पुरुरवा याची कथा), मालविकाअग्निमित्रम् (अग्निमित्रावर आधारित नाटक), रघुवंश (प्रभु रामचंद्रांवरील महाकाव्य) आणि मेघदूतम् (एका विरही युगुलाची कथा) अशा अनेक उत्तमोत्तम रचना केल्या. यातील प्रत्येक रचना संस्कृत साहित्यामध्ये एकमेवाद्वितीय मानली जाते.

संस्कृत साहित्यात एक श्लोक आहे. या श्लोकामध्ये असं म्हटलं आहे, "जर संस्कृत पंडितांची नावं हाताच्या बोटांवर मोजायची झाली, तर महाकवी कालीदासाची उंची गाठू शकेल किंवा त्याची बरोबरी करू शकेल असा कुणीही साहित्यिक आजवर झाला नाही; म्हणूनच हाताच्या दुसऱ्या बोटाला 'अनामिका' (ज्याला नाव नाही अशी) असं म्हणतात."

असा हा कालीदास धारा नगराच्या भोज राजाचा समकालीन होता. राजा भोज हा स्वतः एक कवी होता. दोघांची गाढ मैत्री झाली. दोघांनाही एकमेकांच्या सहवासात आनंद मिळू लागला.

एक दिवस राजा भोज याच्या मनात असा विचार आला की, समजा, आपला मृत्यू झाला, तर आपला मित्र कालीदास याला काय वाटेल? म्हणूनच त्याने कालीदासाला एक प्रश्न केला, "हे कालीदासा, मला सांग, तू माझा मृत्युलेख कसा लिहिशील? तुझ्या मनामध्ये त्याविषयी जे काही विचार असतील ते तू मला सांग."

त्यावर कालीदास म्हणाला, "महाराज, एखादी व्यक्ती जिवंत असताना त्या व्यक्तीचा मृत्युलेख मी कधीच लिहिणार नाही. तुम्ही कृपया हा प्रश्न मला विचारू नका."

परंतु राजा भोजाच्या मनातून मात्र ती गोष्ट काही गेली नाही. त्याला कसंही करून कालीदासाचे विचार ऐकायचे होते. असेच काही दिवस गेले. त्यानंतर एक दिवस राजा भोज याने मरण पावल्याचं नाटक केलं. त्याच्या त्या बेतामध्ये त्याचे प्रधानजीसुद्धा सामील होते. त्याने आपल्या प्रधानजींना बोलावून घेतलं आणि आपल्या मृत्यूची बातमी कालीदासापर्यंत पोहोचवण्याची व्यवस्था करण्यास त्यांना

सांगितलं. आपल्या जिवलग मित्राला, म्हणजेच भोज राजाला मृतावस्थेत पाहून कालीदास अत्यंत खिन्न झाला.

तो रुदन करू लागला आणि म्हणाला, ''तुम्ही तर आता मरण पावला आहात. आता या धारा नगरातल्या तुमच्या आश्रयाला असलेल्या सर्व कलावंतांचं आणि पंडितांचं काय बरं होणार, याची मला चिंता वाटू लागली आहे. आता देवी सरस्वतीमाता आधारहीन भरकटत राहील आणि आम्हा साहित्यिकांना कोणी वाली उरणार नाही.''

राजा भोज याने त्याचे हे उद्‌गार ऐकले; परंतु तो आता डोळे उघडू शकत नव्हता. त्यानंतर एक आश्चर्य घडलं. राजा भोज याचे प्राण त्याच्या शरीराला सोडून हळूहळू निघून गेले आणि तो खरोखरच मरण पावला.

कालीदासाची प्रतिभा ही इतकी असामान्य होती.

ते पाहून प्रधानजींना धक्का बसला. मग त्यांनी कालीदासाकडे जाऊन त्याला वस्तुस्थिती कथन केली. राजा भोज याला कसंही करून, आपल्या मृत्यूनंतर आपला मित्र कालीदास याची प्रतिक्रिया काय होईल हे जाणून घेण्याची उत्कंठा लागलेली होती आणि त्यासाठीच त्याने मरण पावल्याचं नुसतं नाटक केलं होतं, हे प्रधानजींनी त्याला सांगितलं; परंतु आपण उच्चारलेल्या शब्दांमुळे आपल्या मित्राचा खरोखरच मृत्यू ओढवला, या गोष्टीने कालीदासाला अपार दुःख झालं.

मग त्याने सरस्वती मातेची करुणा भाकली. तो म्हणाला, ''हे माते, मी आजवर जर तुझी मनापासून आणि श्रद्धेने उपासना केलेली असेल, तर तू माझ्या उर्वरित आयुष्यापैकी अर्धे आयुष्य आमच्या नगरीचा राजा असलेल्या माझ्या या जिवलग मित्राला दे. या राजाच्या पाठबळाशिवाय उत्कृष्ट साहित्यनिर्मिती होऊच शकणार नाही.''

सरस्वती मातेने कालीदासाची ही प्रार्थना ऐकली आणि राजा भोज याला आपलं जीवन परत मिळालं. म्हणजे एका अर्थी त्याचा पुनर्जन्मच झाला आणि त्याने पहिला श्वास घेतला.

त्याच क्षणी कालीदासाच्या तोंडून श्लोक बाहेर पडला, ''राजाच्या दरबारी सरस्वती नृत्य करते आणि स्मितहास्य करते, कारण कला आणि साहित्य यांना इथे मानाचं स्थान मिळतं.''

एक दिवस श्रीलंकेच्या विद्वान राजाने भोज राजाच्या दरबारी एक अपूर्ण कविता पाठवली. त्यासोबत त्याने जोडलेल्या पत्रामध्ये असं लिहिलं होतं, ''माझ्या दरबारात येऊन जर एखाद्या कविराजाने माझी अर्धी राहिलेली कविता पूर्ण करून दाखवली, तर मी त्याला पुष्कळ धनदौलत देईन आणि जर ती कवयित्री असेल तर मी तिच्याशी विवाह करीन.''

आपली ही अपूर्ण कविता केवळ महाकवी कालीदासच पूर्ण करू शकेल, याची श्रीलंकेच्या राजाला कल्पना होती. त्याने यापूर्वीही कित्येक वेळा कालीदासाला आपल्या दरबारी येण्याचं निमंत्रण दिलं होतं; परंतु कालीदासाने अजूनपर्यंत या निमंत्रणाचा स्वीकार केलेला नव्हता. आता महाकवी कालीदासाला आपल्या दरबारी बोलावून घेण्यासाठीच श्रीलंकेच्या राजाने ही युक्ती योजली होती.

खरंतर महाकवी कालीदासाला ती कविता पूर्ण करणं सहज शक्य होतं. त्याला उत्तर माहीत होतं. तरीसुद्धा त्याची श्रीलंकेला जाण्याची अजिबात इच्छा नव्हती. भोज राजाने मात्र तसा हट्ट धरला. तो कालीदासाला म्हणाला, "तू माझा दूत म्हणून तिकडे जा. श्रीलंकेच्या राजाने जर तुला संपत्ती देऊ केली, तर ती स्वीकारायला तू नम्रपणे नकार देऊ शकतोस."

त्यावर कालीदास म्हणाला, "महाराज, मी तिकडे जाईन; पण तुमचा दूत म्हणून नव्हे तर एक साधासुधा मनुष्य म्हणून जाईन. मी जेव्हा अशा रीतीने साध्या वेशात प्रवासाला जाईन, तेव्हा वाटेत मला जे कोणी लोक भेटतील, त्यांचा मी बारकाईने अभ्यास करू शकेन आणि त्यातून माझ्या लेखनासाठी मला प्रेरणासुद्धा मिळू शकेल."

राजाने ते मान्य केलं.

मग कालीदास एकटाच श्रीलंकेला जायला निघाला. तो जेव्हा श्रीलंकेमध्ये जाऊन पोहोचला, तेव्हा संध्याकाळ झाली होती. राजवाड्याच्या वाटेवरच एका नर्तकीचं घर होतं. कालीदासाने तिच्या घरी आपल्या रात्रीच्या मुक्कामाची सोय होते का ते पाहण्याचं ठरवलं. त्याला जर रात्री तिथे मुक्काम करता आला असता, तर दुसऱ्या दिवशी सकाळी राजाच्या दरबारी जाऊन त्याची भेट घेण्याचा त्याचा विचार होता. मग त्याने त्या नर्तकीला भेटून, रात्रीसाठी आपल्याला तिच्या घरी राहू देण्याची विनंती केली; पण मध्यरात्रीच्या सुमाराला त्या नर्तकीच्या रडण्याने त्याला जाग आली.

तो तिला म्हणाला, "तुम्ही का रडता? मी तुम्हाला काही मदत करू का?"

त्यावर ती नर्तकी त्याला म्हणाली, "तुम्ही तर एक प्रवासी आहात. एका नर्तकीचं आयुष्य किती कठीण असतं, याची तुम्हाला काय कल्पना असणार? माझं या नगराच्या राजावर निरतिशय प्रेम आहे; परंतु त्या राजाने अशी घोषणा केली आहे की, एखाद्या स्त्रीने जर त्याची अर्धी राहिलेली कविता पूर्ण केली, तर तो तिच्याशी विवाहबद्ध होईल. उद्या त्याची ही कविता पूर्ण करण्यासाठी शेवटचा दिवस आहे. आता समजा, जर उद्याच एखाद्या कवयित्रीने त्याच्या दरबारी येऊन त्याच्या त्या अपूर्ण काव्यपंक्ती पूर्ण केल्या, तर मी त्या राजाला कायमची गमावून बसेन."

कालीदासाने या गोष्टीवर क्षणभर विचार केला. तो मनात म्हणाला, 'मी तर

एक पुरुष आहे. मी काही या राजाचं राज्ञीपद भूषवणार नाही आणि मला राजाकडून मिळणाऱ्या संपत्तीचा किंचितही मोह नाही. याउलट ही तरुण नर्तकी राजाच्या प्रेमात आहे. आता हिला मदत करणं हे माझं कर्तव्य आहे.'

मग तो त्या नर्तकीला म्हणाला, ''राजाचं ते अपूर्ण काव्य जरा मला दाखवा पाहू.''

मग त्या नर्तकीने कालीदासाला ती अपूर्ण कविता दाखवली. राजाने धारा नगराला जी अर्धी कविता पाठवली होती, तीच ही कविता होती. ती संस्कृत कविता अशी होती :

कमले कमलोत्पत्तिः श्रूयते न तु दृश्यते ।

(एका कमळाचा जन्म दुसऱ्या कमळातून होतो असं मी ऐकलेलं नाही आणि स्वतः कधी पाहिलेलंही नाही.)

त्याबरोबर ताबडतोब महाकवी कालीदास म्हणाला,

''बाले, तव मुखारविन्दे कथम् इंदिवरद्वयम् ।।''

(हे कमळासमान सुंदर मुख असलेल्या बालिके, तुझे हे दोन नयन म्हणजेच तुझ्या मुखावर उमललेली दोन कमळं आहेत.)

मग त्याने हे काव्य त्या तरुण नर्तकीला सांगितलं. ते ऐकून त्या तरुण नर्तकीचे डोळे आश्चर्याने विस्फारले.

''महाराज, तुम्ही कोण आहात?'' तिने विचारलं.

परंतु कालीदासाने आपली खरी ओळख तिला सांगितली नाही. तो म्हणाला, ''त्याची काळजी तुम्ही करू नका. मी राजाची भेट घेण्यासाठी आलो आहे. उद्या मी त्या राजाच्या दरबारात जाणार आहे.''

कालीदासाने पूर्ण केलेल्या त्या काव्यपंक्ती ऐकून त्या नर्तकीचा चेहरा आनंदाने उजळून निघाला; पण जरा वेळाने ती चिंतित झाली. तिच्या मनात आलं, 'उद्या मी जर या काव्यपंक्ती राजाला म्हणून दाखवल्या, तर तो माझ्याशी नक्कीच विवाह करेल; परंतु त्यानंतर जर या प्रवाशाने त्या काव्यपंक्ती दरबारात जाऊन राजाला म्हणून दाखवल्या, तर राजाला सत्य काय ते समजेल. मग तो मला तुरुंगात टाकेल. तसं झालं तर माझी नर्तकीची कारकीर्दसुद्धा संपुष्टात येईल. हा प्रवासी माझ्या घरी उतरला आहे हे कुणालाच कळता कामा नये. आज रात्री मी याचा काटाच काढते.'

आपल्याकडे आलेला प्रवासी नक्की कोण होता, त्याची प्रतिभा काय होती; याची त्या नर्तकीला काहीही कल्पना नसताना तिने त्याची हत्या केली.

त्याच्या मृत्यूनंतर तिच्या मनात विचार आला, 'हा पुरुष राजाला भेटायला का बरं चालला होता? त्याने आपल्याला त्यामागचं कारण मात्र सांगितलं नाही.'

मग तिने त्याचं सामानसुमान उघडून पाहिल्यावर हा प्रवासी म्हणजे दुसरा तिसरा कोणी नसून, साक्षात महाकवी कालीदास असल्याचं तिच्या लक्षात आलं. कालीदासाची कीर्ती सर्वदूर पसरलेली होती. आपल्या राजाला महाकवी कालीदासाविषयी आत्यंतिक आदर आहे याचीसुद्धा तिला कल्पना होती. आपण कालीदासाची हत्या केली हे जर राजाला समजलं, तर तो आपल्याला शिक्षा देईल, याची तिला मनातून खूप भीती वाटली.

मग ती जोरजोरात रडू लागली आणि त्या दुःखाच्या भरात तिने स्वतःलादेखील संपवलं.

त्यानंतर दुसऱ्या दिवशी सकाळी लोक तिच्या घरासमोर गोळा झाले. या घरामध्ये एका तरुण नर्तकीची आणि एका अनोळखी प्रवाशाची हत्या झालेली आहे, हे सर्वांना समजलं; परंतु हा खून कोणी केला असेल, तो करण्यामागे नेमकं काय कारण असावं, याचाच ते सर्वजण विचार करू लागले.

इथे कसला गडबडगोंधळ चालू आहे, हे पाहण्यासाठी श्रीलंकेचा राजा स्वतः तिथे आला. तिथे त्याला सर्व प्रकार कळला. केवळ एका अपुऱ्या कवितेसाठी या थोर महाकवीची अशा प्रकारे हत्या झाली आणि त्यासाठी आपण कारणीभूत ठरलो, याचं त्या राजाला अतीव दुःख झालं.

❖

दोन शिंगे असलेला ऋषी

ऋषी विबंधक आणि स्वर्गलोकीची अप्सरा उर्वशी यांना ऋष्यशृंग नावाचा एक मुलगा होता. त्याच्या बाबतीत एक गोष्ट फारच विचित्र होती, ती म्हणजे त्याला जन्मतःच डोक्यावर दोन शिंगं होती. त्याचा जन्म झाल्यानंतर काही दिवसांतच त्याची आई - उर्वशी त्याला आणि त्याच्या वडिलांना सोडून गेली. त्यानंतर ऋषी विबंधकांनी आपल्या या अशा जगावेगळ्या मुलाला जगातल्या सगळ्या लोकांच्या नजरेपासून दूर, शहरापासून दूर, एकान्तवासामध्ये वाढवलं. विबंधक ऋषींची पत्नी उर्वशी त्यांना सोडून गेल्यामुळे त्यांचं मन अत्यंत खट्टू झालेलं होतं. ऋष्यशृंगाने आजवरच्या आयुष्यात कुठलीच स्त्री कधीही पाहिलेली नव्हती. त्याला स्त्री-जातीच्या अस्तित्वाविषयी काहीच माहीत नव्हतं.

त्या वेळी अंग देशाचा राजा रोमपादाच्या नगरामध्ये दुष्काळ पडला होता. राजा रोमपादाने अनेक यज्ञ-याग केले, ईश्वराची करुणा भाकली, तरीही त्याला यश आलं नाही. मग त्याच्या मंत्र्यांपैकी एकाने सूचना केली, ''तरुण ऋषी ऋष्यशृंग हे अत्यंत निष्पाप आणि निरागस आहेत. असे हे पुण्यवान ऋषी जर आपल्या राजधानीच्या भेटीला आले, इथल्या भूमीला त्यांचा पदस्पर्श झाला, तर कदाचित आपल्या इथे पाऊस पडू शकेल; पण त्यांचे वडील, म्हणजे विबंधक ऋषी आपल्या मुलाला कुठेही जाऊ द्यायला तयार होणार नाहीत. त्यांना आपल्या मुलाची खूप काळजी वाटते, तेव्हा प्रथम ही समस्या तुम्ही काहीतरी करून सोडवा आणि ऋष्यशृंगांना आपल्या राजधानीत घेऊन या. त्यानंतरच आपला प्रश्न सुटेल, महाराज.''

त्यानंतर दरबारातली राजनर्तकी म्हणाली, ''महाराज, तुम्ही मला एक संधी द्या. मी त्यांना इकडे आणण्याचा प्रयत्न करते; पण असं करत असताना समजा, काही कारणामुळे विबंधक ऋषींचा माझ्यावर रोष ओढवला आणि त्यांनी मला जर शाप

दिला, तर मात्र तुम्ही माझं रक्षण करायला हवं.''

मग राजाने तिला तसं करण्याचं वचन दिलं.

त्यानंतर दुसऱ्याच दिवशी रानामध्ये जाऊन काही सुंदर तरुणींनी नदीच्या एका तीरावर मुक्काम ठोकला. त्या तरुणींनी तिथे नौका तयार केली. ही नौका दुरून एखाद्या पर्णकुटीसारखीच दिसत होती. ऋष्यशृंग जिथे राहत होते, त्या आश्रमाच्या बरोबर समोरच्या बाजूलाच त्या तरुणींनी मुक्काम ठोकला होता. त्या तरुणींनी अंगात भरजरी रेशमी वस्त्रं-प्रावरणं परिधान केलेली होती, अलंकार घातले होते, केसात फुलं माळली होती, अंगावर सुगंधी द्रव्याची उधळण केली होती. त्यांनी स्वतःबरोबर नानाविध प्रकारची पंचपक्वान्नं आणली होती. विबंधक ऋषी आपला आश्रम सोडून कधी बाहेर पडतात याची वाट पाहत त्या सर्वजणी थांबल्या होत्या.

थोड्याच वेळात विबंधक ऋषी काही कामासाठी आश्रमाच्या बाहेर पडल्यावर त्यांच्यातली एक सुंदर तरुणी हातामध्ये फळांची करंडी घेऊन ऋष्यशृंग ऋषींच्या जवळ गेली. ती त्यांना म्हणाली, ''तुमच्या ईश्वरभक्तीमुळे मी अगदी थक्क झाले आहे. मी तुमच्यासाठी ही फळं घेऊन आले आहे. ही फळं तुमच्या प्रकृतीसाठी चांगली आहेत. मला तुम्ही असं सांगा, तुम्ही इतकी मनोभावे भक्ती कशी काय करता?''

ऋष्यशृंग यांनी आजवर एकाही स्त्रीला कधीच पाहिलं नव्हतं; त्यामुळे त्या तरुणीच्या सौंदर्याने ते मंत्रमुग्ध झाले. ते तिला निष्पापपणे म्हणाले, ''मी आजवर तुझ्याएवढ्या सुंदर मानवाला कधीच पाहिलेलं नाही. तू मानवाचं रूप धारण करून आलेला एखादा देव तर नाहीस ना? तसं असेल तर मी तुझी उपासना केली पाहिजे.''

त्यावर ती तरुणी जोरजोरात हसली. ती त्यांना म्हणाली, ''तो पाहा, माझा आश्रम. तो नदीच्या पैलतीरावर आहे; पण मला आता गेलं पाहिजे. मी तुमच्या भेटीसाठी उद्या परत येईन.'' असं म्हणून तिने अत्यंत हळुवारपणे ऋष्यशृंगांच्या चरणाला हातांनी स्पर्श केला आणि स्वतःबरोबर आणलेल्या पुष्पमाला त्यांच्या गळ्यात घातल्या. मग ती तिथून निघाली. ऋष्यशृंगांच्या आश्चर्याला पारावार राहिला नाही. ते इतके कोमल, मृदू, मुलायम हात. ती इतकी सुंदर रंगीबेरंगी फुलं...

ऋष्यशृंगांच्या मनात आपल्याला भेटून गेलेल्या त्या सुंदर मानवप्राण्याचाच विचार चालू होता. त्यांना दुसरं काही सुचेना. आपल्या दैनंदिन कामांमध्ये त्यांचं मन लागेना.

विबंधक ऋषी जेव्हा बाहेरून परत आले, तेव्हा आपल्या मुलाची ही वेगळीच मनःस्थिती पाहून त्यांना अतिशय आश्चर्य वाटलं. आपल्या मुलाचं मन कशातच लागत नाही, हे त्यांनी ओळखलं. ''ऋष्यशृंगा, आज तुला काय झालं आहे? आज

तू अग्नीसुद्धा पेटवलेला नाहीस. गाईंचं दूधही काढलेलं नाहीस आणि अजून पूजेची उपकरणंसुद्धा स्वच्छ केलेली नाहीस.''

त्यावर ऋष्यशृंग आपल्या वडिलांना म्हणाले, ''तात, मी आज एका विलक्षण अशा प्राण्याला भेटलो. त्या वेळी तुम्ही बाहेर गेला होता. मला भेटलेला हा मानवप्राणी बुटकाही नव्हता आणि उंचसुद्धा नव्हता. त्याचे केस खूपच लांबसडक आणि रेशमासारखे मऊ होते तसेच त्याचे डोळे कमळासारखे होते. त्या मानवाने माझ्या चरणाला स्पर्श केला आणि माझ्या गळ्यात सुवासिक फुलांची मालासुद्धा घातली. त्याचे हात माझ्या हातांपेक्षा कितीतरी मृदू आणि मुलायम होते. मला त्या माणसाला पुन्हा भेटायचं आहे. तो कोण असेल?''

आपला मुलगा ऋष्यशृंग त्याने आज पाहिलेल्या एखाद्या सुंदर तरुणीचं वर्णन करतो आहे, हे विबंधकांना लगेच कळून चुकलं; परंतु त्यांना मात्र स्त्री-जातीविषयी आपल्या मुलाला काहीच कळू द्यायचं नव्हतं; त्यामुळे ते म्हणाले, ''अरे बाळा, आज तुला जी व्यक्ती भेटली, ती कुणी मानव नव्हती. अशा व्यक्तींना राक्षस किंवा असुर म्हणतात. त्यांचं बाह्यरूप दिसायला अतिशय सुंदर असतं; परंतु आतून ते अतिशय धोकादायक असतात. कालांतराने ते आपलं खरं रूप उघड करतात, तेव्हा तू सावध राहा.''

अशा रीतीने आपल्या मुलाला सावध करून, त्याच्या मनाचा पावित्र्यभंग करणाऱ्या त्या स्त्रीच्या शोधात विबंधक निघाले.

विबंधकांना आश्रमाबाहेर पडलेलं पाहून, पुन्हा एकदा त्या तरुणी ती संधी साधून ऋष्यशृंगांची भेट घेण्यासाठी त्यांच्या आश्रमात आल्या. ऋष्यशृंग त्या तरुणींना म्हणाले, ''माझ्या वडिलांनी मला सावधगिरीची सूचना दिली आहे. तुमच्यापासून सांभाळून राहायला सांगितलं आहे; परंतु का कोण जाणे, मला तुम्ही सगळे आवडता.''

''आम्हालासुद्धा तुम्ही आवडता. आपण सगळे बाहेर जाऊ या का? आपण सर्वजण खेळू, मजा करू; एकत्र वेळ घालवू आणि तुमचे वडील येण्याआधी आपण परत येऊ.'' त्या तरुणी आर्जवाने म्हणाल्या.

ऋष्यशृंग ऋषींनी हसून या गोष्टीला मान्यता दिली. त्यांनासुद्धा तरुणींच्या सहवासात दिवस घालवण्याची इच्छा झालीच होती. त्या मुली ऋष्यशृंग ऋषींना नदीकिनारी उभ्या असलेल्या आपल्या नौकेकडे घेऊन गेल्या. ऋष्यशृंगांनी पाहिलं, तर त्या नौकेमध्ये आधीपासूनच आणखी काही सुंदर तरुणी बसलेल्या होत्या आणि तिथे बरीच मिष्टांनसुद्धा होती. ऋष्यशृंगांनी त्या मिष्टान्नांचा आस्वाद घ्यायला सुरुवात केल्यावर ती नौका हलू लागली. काही काळातच ती नौका अंगदेशात जाऊन पोहोचली.

ती नौका किनाऱ्याला लागल्यावर ऋष्यशृंग नौकेबाहेर पडून जमिनीवर पाय ठेवण्यापूर्वी म्हणाले, ''हा प्रदेश किती सुंदर आहे? पण माझे वडील कुठे आहेत?''

त्यावर एक तरुणी म्हणाली, ''तुम्ही अजिबात काळजी करू नका. आम्ही तुमच्या वडिलांनासुद्धा इथे घेऊन येऊ. तुम्ही इथे आल्याचं पाहून त्यांना खूपच आनंद होईल.''

ते ऐकल्यावर, ते तरुण ऋषी आनंदाने त्या जमिनीवर पाऊल टाकण्यास तयार झाले. त्यांचा पदस्पर्श होताच त्या भागात जोरदार पर्जन्यवृष्टी सुरू झाली. काही काळातच तिथला दुष्काळ पूर्णपणे संपुष्टात आला.

राजाने एका मुलीला दत्तक घेतलं होतं आणि तिचं नाव होतं शांता. राजनर्तकी आणि तिच्या मैत्रिणी ऋष्यशृंगांना राजाच्या दरबारात घेऊन आल्या, तेव्हा राजाने आपल्या मुलीचा हात त्यांना देऊ केला; असं केल्यामुळे हे तरुण ऋषी कायमचे आपल्याजवळ राहतील असं राजाला वाटत होतं.

ऋष्यशृंग इतके निरागस होते की, त्यांनी ते तत्काळ मान्य केलं. त्यानंतर लगेचच त्या दोघांचा विवाह सर्व सोपस्कारांसह संपन्न झाला.

आता मात्र राजा रोमपादाला भीती वाटू लागली. आपण जे काही केलं आहे, ते विबंधक ऋषींच्या कानावर गेलं की, ते क्रोधित होतील याची त्याला कल्पना होती. विबंधक ऋषी लवकरच आपल्या भेटीला येतील अशी त्याची खात्री होती, म्हणून त्याने एक योजना आखली.

त्यासाठी त्याने आपल्या प्रजाजनांना विश्वासात घेतलं. ऋषी तिथे आल्यावर त्यांच्याशी काय बोलायचं आणि त्यांना काय सांगायचं, हे राजाने त्यांना समजावून सांगितलं. विबंधक ऋषी जेव्हा आपल्या राजधानीमध्ये शिरतील, तेव्हा त्यांना वाटेत जो कोणी भेटेल त्याला ते काही प्रश्न विचारतील, त्यांचं उत्तर एकाच पद्धतीने देण्यात यावं, असं राजाने सर्वांना सांगितलं.

राजाच्या योजनेप्रमाणेच आपल्या मुलाचं अपहरण करून, राजाने ऋष्यशृंगाचं स्वतःच्या मुलीशी लग्न लावून दिल्याची बातमी विबंधक ऋषींच्या कानावर गेली. ते अतिशय संतप्त झाले आणि आपल्या अरण्यातल्या आश्रमातून ते अंगदेशाकडे येण्यासाठी निघाले. तिथे जाऊन राजा रोमपादाला जाब विचारायचा, असं त्यांनी ठरवलं होतं. ते पायीपायी चालत निघाले होते. त्यांनी पाहिलं तर वाटेमध्ये रस्त्याच्या दोन्ही बाजूंना शेतकरी शेतात काम करत होते. ते अत्यंत आनंदात दिसत होते. विबंधक ऋषींना पाहताच सर्व शेतकरी आपापली कामे सोडून त्यांच्याकडे धाव घेऊन, त्यांच्या पायावर लोटांगण घालून त्यांचा आशीर्वाद घेण्यासाठी येऊ लागले. त्या काळी ऋषि-मुनींचा आशीर्वाद घेणं हे अत्यंत शुभ समजलं जात असे. त्यातील बरेच शेतकरी ऋषींच्या जवळ येऊन म्हणाले, ''राजा ऋष्यशृंगांच्या राजधानीत

आपलं स्वागत असो. ऋष्यशृंग हे साक्षात परमेश्वराचा अवतार आहेत. त्यांच्या आशीर्वादामुळेच आम्ही आज आरोग्यपूर्ण आणि समाधानी जीवन जगत आहोत आणि आमच्या जीवनात समृद्धी आहे. आमच्यापाशी जे काही आहे, ते त्यांच्याच आशीर्वादामुळे आहे. अशा पुत्राला ज्यांनी जन्म दिला, त्या पित्याला भेटायची आम्हाला उत्सुकता आहे.''

त्यावर विबंधक ऋषी अभिमानाने म्हणाले, 'त्याचा पिता तर मीच आहे.'

मग ते शेतकरी म्हणाले, ''तसं असेल तर कृपया तुम्ही आम्हालासुद्धा आशीर्वाद द्या, कारण आमच्याजवळ जे काही आहे ते सगळंसुद्धा तुमच्यामुळेच तर आहे.''

अशा प्रकारे ऋषी विबंधकांना प्रवासात जे जे लोक भेटले, ते सर्व त्यांच्याशी अशाच प्रकारे बोलले. बघताबघता त्यांचा राग शांत झाला आणि विरोध मावळला. या राज्यातल्या लोकांना आपल्या मुलामुळेच सुख-समाधानाची प्राप्ती झाली आहे हे त्यांना कळून चुकलं. अखेर ते जेव्हा त्या राजधानीत जाऊन पोहोचले, तेव्हा त्यांचा राग कुठल्या कुठे लुप्त झाला होता. मग त्यांनी आपल्या मुलाला भरभरून आशीर्वाद दिले आणि ते आपल्या आश्रमात परत गेले.

एका प्रचलित असलेल्या लोककथेनुसार ऋष्यशृंगांचा जन्म उत्तर कर्नाटकातल्या शिरसंगी इथे झाला; परंतु त्यांच्या संदर्भातील आणखी काही कथांमध्ये मात्र ऋष्यशृंग हे दक्षिण कर्नाटकातील शृंगेरी इथे राहत होते असाही उल्लेख आढळतो.

❖

अदृश्य होणाऱ्या पायऱ्या

भारतात असा एक समज आहे की, कोणत्याही व्यक्तीने राजवस्त्रं परिधान केली की, मग ती व्यक्ती पुरुष असो अथवा स्त्री, तिने संन्यस्त वृत्ती धारण करावी अशी अपेक्षा असते आणि अत्यंत न्यायी वृत्तीने वागावं. कोणत्याही राजाचं जीवन हे एखाद्या संन्याशासारखंच असतं. न्यायदानाचं काम करणाऱ्या त्या स्त्रीच्या किंवा त्या पुरुषाच्या मनात विरक्तीची भावना असावी लागते. असं म्हणतात की, एखाद्या सिंहासनावर जेव्हा एखादा उत्तम शासनकर्ता बसतो, तेव्हा कालांतराने त्या शासनकर्त्याचे गुण त्या सिंहासनामध्येसुद्धा येतात; त्यामुळे त्या सिंहासनावर बसणाऱ्या पुढच्या पिढ्यांमध्येसुद्धा ते सर्व गुण संक्रमित होतात आणि त्यामुळेच त्या व्यक्ती योग्य निर्णय घेऊ शकतात. अशा प्रकारच्या राजसिंहासनाला पूर्वी धर्मसिंहासन असं म्हणत असत.

खूप खूप वर्षांपूर्वी पांडवांकडे अशा प्रकारचं धर्मसिंहासन होतं. पांडवांचा सर्वांत वडील भाऊ युधिष्ठिर हा धर्मसिंहासनावर बसून न्याय-निवाड्याचं काम करत असे. महाभारत युद्धानंतर मात्र ही परिस्थिती बदलली. त्यानंतर हे सिंहासन उज्जैन नगरीला नेण्यात आलं आणि मग ते विक्रमादित्याच्या दरबारात ठेवण्यात आलं. याच सिंहासनावर बसून विक्रमादित्य राजाने न्याय-निवाड्याचं काम केलं. राजा विक्रमादित्य आपल्या समतोल विचारधारणेसाठी आणि आपल्या निष्पक्षपाती वृत्तीसाठी प्रसिद्ध होता; परंतु त्याच्या मृत्यूनंतर त्याच्या राजधानीत बरेच बदल घडून आले आणि त्या काळातच हे सिंहासन कुठेतरी हरवलं.

त्यानंतर कित्येक शतकं लोटली.

एक दिवस एक म्हातारा माणूस रस्त्याने जात असताना त्याला काही गुराखी एका जागी बसलेले दिसले. त्याने जवळ जाऊन पाहिलं तर ती गुराख्यांची पोरे एकमेकांशी भांडत होती. तो म्हातारा रस्त्यात थांबून त्या मुलांचं भांडण पाहू

लागला. तेवढ्यात त्यांच्यातलाच एक मुलगा म्हणाला, "तुम्ही सगळे थांबा बरं. भांडू नका. मी तुमचा न्याय-निवाडा करतो."

त्यानंतर क्षणभर विचार करून तो मुलगा पुढे म्हणाला, "पण हो, न्याय-निवाडा करण्यासाठी न्यायाधीशाने एका विशिष्ट जागी बसलं पाहिजे ना?" मग त्या मुलाने आजूबाजूला पाहिलं. जवळच एक टेकाड होतं. मग तो मुलगा त्या टेकाडावर चढून सर्वांपेक्षा उंच जागी जाऊन बसला. त्या जागी बसल्यावर त्या मुलाच्या आवाजात एकदम बदल घडून आला. तो गंभीर आवाजात बोलू लागला. त्यानंतर काही वेळातच त्याने त्या मुलांचं भांडण अतिशय कौशल्याने सोडवलं. अशा प्रकारे न्याय-निवाडा करून झाल्यावर तो मुलगा त्या ठिकाणावरून उतरून खाली आला आणि पुन्हा मुलांत मूल होऊन खेळू लागला.

असाच थोडा वेळ गेला आणि पुन्हा काही वेळाने दुसऱ्या कुठल्यातरी विषयावरून त्या मुलांमध्ये भांडण सुरू झालं. आता या वेळी दुसरा एक मुलगा उठून म्हणाला, "या खेपेला न्यायाधीशाचं काम मी करणार." मग पुन्हा तो नवीन मुलगा त्याच टेकाडावर चढून, त्या ठिकाणी जाऊन बसला. काही क्षणांतच त्याने अगदी योग्य निर्णय दिला.

तो वयस्कर माणूस हे सर्व अगदी नवलाने बघत उभा होता. त्याच्या मनात आलं, 'कदाचित योग्य निर्णय देण्याचं काम ही जागाच करत असेल आणि तिथे बसलेला तो मुलगा करतच नसेल.'

काही वेळाने तो म्हातारा माणूस आपल्या गावात परत गेला. जाताजाता त्याने पाहिलं, तर गावाच्या पंचायतीसमोर एक मोठाच तंटा उद्‌भवला होता. तो वयस्कर माणूस तिथे पोहोचल्यावर सर्वजण निर्णयासाठी त्याच्याकडेच पाहू लागले. तो माणूस वयोवृद्ध होता आणि गावातील सर्वच लोक त्याचा आदर करत असत, तेव्हा आता झालेल्या प्रकरणामध्ये त्यांनीच काय तो निर्णय द्यावा, असं सर्वांना वाटत होतं.

मग तो माणूस सर्वांना म्हणाला, "तुम्ही सर्वजण माझ्याबरोबर चला. आपण सगळे इथून जवळच असलेल्या एका टेकडाकडे जाऊ आणि तिथे गेल्यावरच मी माझं न्यायदानाचं काम करीन."

त्यानंतर तो माणूस स्वतःच त्या टेकाडावर चढून बसला आणि त्या उंच जागेवर बसल्यावर त्याने त्या तंट्याविषयी योग्य तो निर्णय दिला. त्याने दिलेल्या निर्णयाने त्या सर्वांचं समाधान झालं.

मग आपल्या लक्षात आलेली गोष्ट त्या माणसाने त्या सर्व गावकऱ्यांनासुद्धा सांगितली आणि बघताबघता ही गोष्ट पंचक्रोशीत पसरली. या टेकडावर बसून न्यायदानाचं काम केलं की, न्याय देणारा माणूस अगदी योग्य न्याय देतो, असं

सर्वजण एकामेकांना सांगू लागले.

असा बराच काळ लोटला. एक दिवस ती बातमी त्या प्रदेशाच्या राजाच्या कानावर गेली. मग राजाने आपल्या सैनिकांना त्या ठिकाणी पाठवून, अत्यंत काळजीपूर्वक त्या टेकडाचं उत्खनन सुरू केलं.

तेथे जरासं खोलवर खणल्यावर आतमध्ये एक फारच सुंदर सिंहासन दृष्टीस पडलं. ते चांदीचं होतं. त्या सिंहासनावर अप्रतिम कोरीव काम केलेलं होतं. त्या सिंहासनाला एकूण सोळा पायऱ्या होत्या. पायऱ्यांवरून चढून जाण्यासाठी दोन्ही बाजूंना कठडेसुद्धा होते. तसेच प्रत्येक पायरीच्या दोन्ही बाजूंना एकेक बाहुली होती आणि त्या सर्व बाहुल्या सोन्याच्या पत्र्याने मढवण्यात आलेल्या होत्या. तिथे राहणाऱ्या लोकांचं असं मत पडलं की, हे बहुधा राजा विक्रमादित्याचं हरवलेलं सिंहासन असावं.

त्या नगरीच्या राजाने जेव्हा हे सिंहासन पाहिलं, तेव्हा त्याला असं वाटलं की, आपल्याला जर योग्य पद्धतीने न्याय-निवाडा करायचा असेल, तर आपणसुद्धा तो त्या सिंहासनावर बसूनच केला पाहिजे. म्हणूनच सिंहासनावर चढून बसण्यासाठी त्याच्या पहिल्या पायरीवर त्याने एक पाऊल ठेवताच पायरीच्या एका बाजूची बाहुली मोठ्या आवाजात बोलू लागली. ती म्हणाली, ''महाराज, या सिंहासनाच्या पायऱ्यांवर आम्ही एकूण बत्तीस बाहुल्या आहोत. हे सिंहासन साधंसुधं सिंहासन नाही. युधिष्ठिर आणि विक्रमादित्य यांसारखे थोर राजे-महाराजे या सिंहासनावर बसून न्याय-निवाड्याचं काम करीत असत, तेव्हा या सिंहासनावर बसण्याची इच्छा असणाऱ्या व्यक्तीच्या अंगी कोणकोणते गुणधर्म असावेत, याची तुम्हाला काही कल्पना आहे का?''

एक बाहुली अशा प्रकारे मानवी आवाजात आपल्याशी बोलते आहे हे पाहून तो राजा थक्कच झाला आणि त्याला काय बोलावं ते सुचेना.

''मी तुम्हाला एक गोष्ट सांगते,'' ती बाहुली म्हणाली. मग जुन्या काळामध्ये या सिंहासनाच्या समोर जे काही अत्यंत गुंतागुंतीचे आणि किचकट असे खटले आले, त्याविषयी तिने राजाला सांगायला सुरुवात केली. त्या खटल्यांचे कसे निकाल देण्यात आले, हेदेखील तिने त्याला सांगितलं.

त्यानंतर त्या बाहुलीने राजाला विचारलं, ''महाराज, तुमच्या अंगी हे सर्व गुण आहेत का? तुम्हाला जर खरोखरच तसं वाटत असेल, तर तुम्ही जा आणि त्या सिंहासनावर आरूढ व्हा.''

राजाने त्या बाहुलीचं बोलणं अगदी कान देऊन ऐकलं होतं. या सिंहासनावर चढून बसण्याची आपली खरोखरच पात्रता आहे की नाही याबद्दल तो मनातून साशंक होता; त्यामुळे तो त्या सिंहासनापासून दूर गेला.

असाच काही काळ गेला. मग त्याने पुन्हा एकदा त्या सिंहासनावर बसण्याचा निर्णय घेतला. आता त्याने पायरीवर पाऊल ठेवताच पायरीच्या दुसऱ्या बाजूची बाहुली परत एकदा मानवी आवाजात बोलू लागली. तिने त्या राजाला आणखी एक कथा सांगितली. अशाच प्रकारे इतरही बाहुल्यांनी पुढे होऊन राजा विक्रमादित्याच्या काळात घडलेल्या खटल्यांविषयी आणि त्यावर विक्रमादित्याने दिलेल्या निर्णयाच्या अनेक कथा त्याला सांगितल्या.

या सर्व कथा ऐकल्यानंतर आपली त्या सिंहासनावर बसण्याची खरोखरच पात्रता नाही असं त्या राजाला वाटू लागलं.

राजा अचंबित होऊन तिथे उभा होता, तेव्हा अचानक ते सिंहासन उडून आकाशात गेलं आणि बघताबघता नाहीसं झालं. या बाहुल्यांनी त्या राजाला ज्या कथा सांगितल्या त्या कथांच्या संग्रहालाच सिंहासनबत्तिशी असं म्हणतात.

याविषयी अजूनही एक लोककथा प्रचलित आहे. विजयनगरच्या राजाला अशाच प्रकारचं एक सिंहासन बहाल करण्यात आलं होतं. नंतर ते सिंहासन वडियारांना मिळालं.

सध्या म्हैसूरचे जे महाराज आहेत, त्यांचं हे घराणं. आजही म्हैसूरच्या महाराजांच्या खासगी संग्रहामध्ये दसऱ्याच्या उत्सवाच्या वेळी अशाच प्रकारचं; पण आकाराने छोटं चांदीचं सिंहासन बघायला मिळतं. या सिंहासनाला सात पायऱ्या असून, प्रत्येक पायरीच्या दोन्ही बाजूंना एकेक अशा एकूण चौदा बाहुल्या सुवर्णाच्या पत्र्याने मढवण्यात आलेल्या आहेत.

या सर्व लोककथांमागे सत्य किती, याची आपल्याला कुणालाही कल्पना नसली, तरी एक गोष्ट मात्र आपल्या सर्वांनाच माहीत आहे, ती म्हणजे म्हैसूरच्या गादीवर आजपर्यंत जे कोणी राजे-महाराजे होऊन गेले, ते सर्व अत्यंत देवभक्त आणि श्रद्धाळू होते. आजही नवरात्रीचे नऊ दिवस म्हैसूर इथे उत्सव साजरा करण्यात येतो. यालाच विजया दशमीचा उत्सव असं म्हणतात आणि या कुळाचे महाराज त्या वेळी या सिंहासनावर बसतात.

❖

तीन मस्तके असलेले बालक

अत्री ऋषी हे सप्तर्षींपैकी एक होते. ते अत्यंत विद्वान होते आणि त्यांची कीर्ती सर्वदूर पसरलेली होती. त्यांची पत्नी अनसूया हीसुद्धा अत्यंत सद्‌गुणी होती. देव आणि दानव अशा सर्वांनाच तिच्याविषयी आदरभाव वाटत असे. तिची आपल्या पतीवर भक्ती होती.

अत्री ऋषींनी संतानप्राप्तीसाठी परमेश्वराची प्रार्थना केली. त्यानंतर साक्षात ब्रह्मा, विष्णू आणि महेश त्यांच्यासमोर अवतीर्ण झाले. मग अत्री ऋषी त्यांना म्हणाले, ''माझ्या पोटी जी बालके जन्माला येतील, त्यांच्यामध्ये तुम्हा तिघांचा दैवी अंश असावा, अशी माझी इच्छा आहे.''

मग ते तीनही देव स्मितहास्य करून ''तथास्तु'' असं म्हणाले.

काही काळानंतर दुर्वासांचा जन्म झाला. त्यांच्या अंगी शिवाची शक्ती होती. त्याचप्रमाणे ब्रह्मदेवाची शक्ती घेऊन चंद्राचा जन्म झाला.

भगवान विष्णू मात्र पृथ्वीतलावर जन्म घेण्यासाठी योग्य अशा क्षणाची वाट बघत होते.

एक दिवस लक्ष्मी, सरस्वती आणि पार्वती या तीनही देवी स्वर्गामध्ये भेटल्या. लक्ष्मी म्हणाली, ''मी माझे पती भगवान विष्णू यांच्यापासून कधीच अलग राहू शकत नाही. मी सतत त्यांच्या हृदयात वास करूनच असते. मी सर्वांची माता आहे आणि सर्वांचं माझ्यावर प्रेम आहे. मी अत्यंत सामर्थ्यशाली असल्यामुळे माझा सहवास सर्वांनाच हवा असतो.''

त्यावर पार्वती म्हणाली, ''लक्ष्मीदेवी, मीही तुमच्यापेक्षा काही कमी नाही, कारण मी भगवान शंकरांची अर्धांगिनी आहे. भगवान शंकरांना अर्धनारीनटेश्वर म्हणून ओळखण्यात येतं. शक्तीशिवाय शिव अपूर्ण आहेत. मी ऊर्जेचा स्रोत आहे आणि सर्वांना माझं भय वाटतं.''

त्यावर सरस्वती हसून म्हणाली, ‘‘मी तर ब्रह्मदेवांच्या मनातच वास करून असते. माझ्याशिवाय त्यांना विचारसुद्धा करता येत नाही. जगातील सर्व बुद्धिमत्तेची मी माता आहे. सर्वच कलाप्रकारांमध्ये माझं अस्तित्व असतं. मग त्यामध्ये वाचनकला, लेखनकला, नृत्यकला आणि संगीत अशा सर्वच कलांचा अंतर्भाव आहे. मी जर नसेन, तर या जगात काही संस्कृतीच उरणार नाही.’’

त्यांच्या अशा गप्पागोष्टी चालू असतानाच नारदमुनी तिथे अवतरले आणि ते म्हणाले, ‘‘हे मातांनो, तुम्हाला सर्वांना माझा प्रणाम आहे; पण तुम्ही मला असं सांगा, तुम्ही आत्ता कुठल्या विषयावर चर्चा करत आहात?’’ नारदमुनींना अशा प्रकारे इतरांच्या संभाषणात दखल घेण्याची सवय होती.

मग त्या तीनही देवींनी आपल्या चर्चेचं सार नारदांना सांगितलं. त्या नारदमुनींना म्हणाल्या, ‘‘आम्ही तिघी या जगामध्ये सर्वशक्तिमान आणि महान आहोत, असं तुम्हाला नाही का वाटत?’’

पण त्यावर नारदमुनी केवळ हसले. त्यांनी काहीच उत्तर दिलं नाही.

त्यावर सरस्वती म्हणाली, ‘‘नारदमुनी, तुमचा तीनही लोकांमध्ये संचार असतो आणि तुम्ही आजपर्यंत कितीतरी लोकांना भेटला असाल; त्यामुळे तुमचं मत आमच्यासाठी फारच महत्त्वाचं आहे. कृपया जे काही सत्य असेल ते आम्हाला सांगा.’’

त्यानंतर नारदमुनी भयभीत झाल्याचं नाटक करून म्हणाले, ‘‘तुम्ही तिघी माझ्यावर रागावणार नाही असं आधी मला तुम्ही वचन द्या. मगच मी तुम्हाला खरं काय ते सांगतो.’’

‘‘तुम्ही काहीच काळजी करू नका. जे काही खरं असेल ते आम्हाला सांगा.’’ लक्ष्मी, सरस्वती आणि पार्वती एकत्रितपणे म्हणाल्या.

त्यावर नारदमुनी म्हणाले, ‘‘माझं मत विचाराल, तर अत्री ऋषींची पत्नी अनसूया ही जगातली सर्वांत महान स्त्री आहे. तिच्या पतीप्रेमाला तर सीमाच नाही. ती एक अत्यंत सक्षम स्त्री आहे. जगातील सर्व प्राणिमात्रांवर ती सारखंच प्रेम करते आणि तिने स्वतःचं संपूर्ण आयुष्य अत्री ऋषींच्या आश्रमाची देखभाल करण्यासाठी वाहून घेतलेलं आहे.’’

हे ऐकून त्या तीनही देवींना आश्चर्याचा धक्काच बसला.

‘‘पण अनसूया तर एक सर्वसामान्य स्त्री आहे.’’ लक्ष्मी पुटपुटली.

त्यावर सरस्वती होकार देऊन म्हणाली, ‘‘ती तर एक साधी ऋषीपत्नी आहे. मग ती आमच्यापेक्षा महान कशी काय असू शकेल?’’

त्यावर पार्वती म्हणाली, ‘‘तुम्ही जे सांगत आहात, ते मुळीच खरं नाही.’’

आता आपण इथे थांबण्यात काहीच अर्थ नाही हे नारदमुनींच्या लक्षात आलं.

मग ते नम्रपणे त्या तीनही देवींचा निरोप घेऊन तिथून निघाले.

मग दुसऱ्या दिवशी त्या तीनही देवींनी अनसूयेची परीक्षा घेण्याचं ठरवलं; पण त्यांना थेट अनसूयेची भेट घेण्यासाठी जाणं योग्य वाटेना. त्या तिघींनी आपापल्या पतिराजांना तिची परीक्षा घेण्यासाठी पाठवण्याचं ठरवलं. मग त्या तिघींनी आपल्या पतींना, म्हणजे ब्रह्मा, विष्णू, महेश यांना बोलावून घेतलं आणि त्या म्हणाल्या, "नारदमुनींचं असं म्हणणं आहे की, अत्री ऋषींची पत्नी अनसूया ही जगातली सर्वांत महान स्त्री आहे; परंतु आम्हाला तिघींना ही गोष्ट अजिबात पटत नाही. नारदमुनींना सर्व गोष्टी जरा चढवून - वाढवून सांगण्याची सवयच आहे, तरी तुम्ही तिघांनी मिळून पृथ्वीवर जाऊन तिची भेट घ्यावी आणि तिची परीक्षा घ्यावी, असं आमच्या मनामध्ये आहे."

ब्रह्मा, विष्णू, महेश या त्रिमूर्तींनी या गोष्टीला संमती दिली. त्यानंतर ते तिघे आपापसांत बोलत होते, "अनसूया ही खरोखरच एक अत्यंत श्रेष्ठ अशी पतिव्रता स्त्री आहे. ती मानवजातीची असली तरी काय झालं, मानवांच्या अंगी जी श्रद्धा आणि भक्ती असते; त्यामुळे ते अनेकदा देवांपेक्षासुद्धा सामर्थ्यशाली ठरतात. अनसूयासुद्धा अशीच एक स्त्री आहे. तिच्या अंगी प्रचंड सामर्थ्य आहे. ती तर वेळप्रसंगी चमत्कारसुद्धा घडवू शकते, तरीदेखील आपल्या पत्नींचं मन राखण्यासाठी आपण तिच्याकडे जाऊ तसेच तिची परीक्षा घेऊ आणि तिची महती आपापल्या पत्नींना पटवून देऊ."

मग ते तीनही देव अत्री ऋषींच्या आश्रमात सामान्य माणसांचं रूप घेऊन पोहोचले. ते तिथे आले, तेव्हा अनसूया घरातली कामं करण्यात गुंतलेली होती. त्यांच्याकडे एक नजर टाकताच ते तिघे कोण आहेत हे तिने तिच्या अंगच्या सामर्थ्यामुळे तत्काळ ओळखलं. तिने हसून त्यांचं स्वागत केलं आणि म्हणाली, "कृपया, आत या. तुम्ही आम्हा गरिबाच्या झोपडीत आलात हे आमचं भाग्यच आहे." तिने त्या तिघांना बसण्यासाठी आसनं दिली, प्यायला पाणी दिलं. तिच्या आतिथ्यामुळे देव भारावून गेले. मग ते तिला म्हणाले, "आम्हाला खूप भूक लागली आहे, तरी तुम्ही आम्हाला जगातलं सर्वोत्तम अन्न वाढा."

अर्थातच! अनसूया म्हणाली, "मी तुम्हा तिघांना आईच्या मायेने जेवू घालीन. कोणत्याही व्यक्तीसाठी जगातलं सर्वोत्तम अन्न कुठलं असेल, तर ते मातेचं दूध; त्यामुळे मी आज तुम्हाला मातेचं दूध पाजीन."

त्यानंतर तिने स्वतःचा एक हात नुसता हलवला. एका क्षणात त्या तीनही देवांचं तान्ह्या बाळांमध्ये रूपांतर झालं. त्यानंतर तिने त्यांच्यातील प्रत्येकाला आपल्या जवळ घेऊन, स्वतःचं दूध पाजलं. त्या बाळांनी मनसोक्त दूध प्यायलं आणि मग ती बाळं तृप्त होऊन खेळू लागली, बागडू लागली. मग अनसूयेने

जमिनीवर एक चटई अंथरून पुन्हा त्या तीनही बाळांना त्यावर खेळायला सोडलं आणि कुठलीही आई आपल्या स्वयंपाकघरात कामाला लागेल, तसं तिने घरकाम करण्यास सुरुवात केली.

तीनही देवता स्वर्गामध्ये आपल्या पतींची वाट बघत होत्या. असा बराच काळ गेला. अखेर त्या तिघी काळजीत पडल्या.

"नक्की काहीतरी अघटित घडलेलं दिसत आहे." लक्ष्मी म्हणाली.

मग त्या तिघींनी आपल्या दैवी सामर्थ्याचा वापर करून, आपापल्या पतीच्या बाबतीत नक्की काय घडलं आहे, ते शोधून काढलं. त्या तिघींचे पती आता तान्ह्या बाळांच्या रूपात पृथ्वीवर राहात होते. ती बाळं आपल्या मातेच्या परवानगीशिवाय स्वर्गापर्यंत येऊ शकणार नाहीत, याची त्यांना कल्पना आली. अनसूयेने जर त्यांना परवानगी दिली नाही, तर आपले पती तिच्या बाळांच्या स्वरूपात दीर्घकाळ पृथ्वीवरच राहतील, अशी त्या देवींना भीती वाटू लागली.

आपल्याला आपल्या अंगच्या दैवी सामर्थ्याची घमेंड चढली होती; पण आता पतीशिवाय उर्वरित जीवन कंठणं आपल्याला कसं जमणार, असं त्यांच्यातल्या प्रत्येकीलाच वाटू लागलं. आता आपण तिघींनी स्वतः जाऊन अनसूयेची भेट घ्यायची आणि कसंही करून आपल्या पतिदेवांना सुटका करून आणायचं, असं त्या तिघींनी ठरवलं.

त्या तिघी जेव्हा अनसूयेच्या आश्रमामध्ये पोहोचल्या, तेव्हा तीन बालकं अनसूयेच्या घरी खेळत असलेली त्यांना दिसली. मग त्या तिघी देवींनी अनसूयेची क्षमा मागून तिची विनवणी केली, "आमच्या पतींना त्यांच्या मूळ रूपांमध्ये आण आणि त्यांना स्वगृही परत जाण्याची परवानगी दे," असंही त्यांनी तिला सांगितलं. त्याचप्रमाणे तिच्या अंगी हे एवढं सामर्थ्य कुठून आलं यामागचं रहस्यसुद्धा त्यांनी अनसूयेला विचारलं.

त्यावर अनसूया स्मितहास्य करून म्हणाली, "जगातल्या अनेक समस्यांचं मूळ कारण अहंकार हेच असतं; परंतु माणसाचं मूळ सामर्थ्य हे कर्तव्यपूर्तीमधून येतं, आपल्या कामावरील निष्ठेतून येतं आणि इतरांशी कनवाळूपणे वागण्यातून येतं; म्हणूनच आपल्या जीवनात आपण हे सतत ध्यानामध्ये ठेवलं पाहिजे. मीही जन्मभर नेहमी याच तत्त्वानुसार जगत आले. तुम्ही तिघी तुमच्या पतींना परत घेऊन जाऊ शकता."

अनसूयेने अशा प्रकारे परवानगी दिल्यावर सर्व देव परत आपापल्या मूळ रूपात प्रकट झाले.

भगवान विष्णू म्हणाले, "हे माते, तू आम्हाला स्तनपान दिलं आहेस. आता आम्ही तुझी मुलं आहोत. आम्ही देव म्हणून जन्माला आलो; त्यामुळे आम्हाला

माता-पित्यांचं सुख कधीच लाभलं नाही. आज मात्र तू आम्हाला हा विलक्षण आनंदाचा अनुभव दिला आहेस आणि त्याबद्दल आम्ही तुझे ऋणी आहोत. आम्ही तुला एक आशीर्वाद देत आहोत. लवकरच तुझ्या पोटी असे एक बालक जन्माला येईल, ज्याच्यामध्ये आम्हा तिघांचाही अंश असेल आणि त्या बालकाकडे पाहिल्यावर आजच्या घटनेचं तुला नेहमीच स्मरण होईल.''

त्यानंतर काही दिवसांनी अनसूयेच्या पोटी एक गुटगुटीत बालक जन्माला आलं. त्या बाळाला तीन मस्तकं आणि सहा हात होते. या बालकाचं नाव अनसूयेने दत्तात्रेय असं ठेवलं. ती मस्तकं म्हणजे खरीखुरी मस्तकं नसून ती प्रतीकात्मक होती. त्या बाळाच्या अंगी त्रिमूर्तींची शक्ती होती. दत्तात्रेय या शब्दाचा अर्थ 'अत्री ऋषींना देण्यात आलेला मुलगा'. अशा रीतीने साक्षात भगवान विष्णू अनसूया आणि अत्री ऋषींच्या घरी जन्माला आले.

वयाच्या आठव्या वर्षीच दत्तात्रेय एखाद्या संन्याशासारखे फिरत असत. ते पुढे फार मोठे ज्ञानी गुरू बनले आणि त्यांना अनेक शिष्य मिळाले. त्यांनीच नाथ परंपरेला सुरुवात केली. भारतात एकूण तीन ठिकाणांना दत्तात्रेयाची जन्मस्थानं मानण्यात येतं. त्यातलं एक ठिकाण म्हणजे कर्नाटकातलं गाणगापूर. इथे दत्तात्रेयांच्या पादुका ठेवण्यात आलेल्या आहेत. दत्तात्रेयांच्या कोणत्याही चित्रांमध्ये आपल्याला तीन मस्तकं असलेला एक तरुण देव दिसतो. त्याला सहा हात असतात आणि त्या हातांमध्ये शंख, चक्र, डमरू, त्रिशूळ, कमंडलू, जपमाळ किंवा कमळ असतं. ही सर्वच त्रिमूर्तींची प्रतीकं आहेत. या चित्रात दत्तात्रेयांच्या पायापाशी चार कुत्रे आणि एक गायही दिसते. हे सर्व प्राणी म्हणजे कशाची प्रतीकं आहेत याविषयी वेगवेगळे अर्थ लोक सांगतात. काही लोकांच्या मते कुत्र्याचे चार पाय हे चतुर्वेदांचं प्रतीक आहे तर गाय हे भक्तिभावाचं प्रतीक आहे.

❖

विष्णू आणि शंकराचा पुत्र

पार्वतीने दुर्गा ऊर्फ शक्तीच्या स्वरूपामध्ये महिषासुर राक्षसाचा वध केला; त्यामुळे त्याची बहीण महिषी अत्यंत संतप्त झाली.

या गोष्टीचा सूड घेण्यासाठी पूर्वतयारी म्हणून तिने भगवान श्री ब्रह्मदेवांची आराधना सुरू केली. खरं म्हणजे त्यांच्याकडून तिला अमरत्व प्राप्त करून घ्यायचं होतं; परंतु ब्रह्मदेव आपल्याला अशा प्रकारचा वर कदापि देणार नाहीत, याची तिला कल्पना होती. म्हणून तिने एक दुष्ट योजना आखली. अखेर तिची घोर तपश्चर्या फळास येऊन, ब्रह्मदेव जेव्हा प्रसन्न होऊन तिच्यासमोर प्रकट झाले, तेव्हा ती त्यांना म्हणाली, "भगवान, तुम्ही मला असा एक वर द्या, ज्यामुळे माझा मृत्यू फक्त भगवान श्री विष्णू आणि शंकर यांच्यापासून झालेल्या पुत्राच्या हातूनच होऊ शकेल, दुसऱ्या कुणाच्याही हातून होऊ शकणार नाही."

भगवान विष्णू आणि शंकर हे दोघेही पुरुष असल्यामुळे त्यांच्या पोटी पुत्र जन्माला येणं शक्यच नव्हतं, ही गोष्ट महिषीला ठाऊक होती. याचा अर्थ असाच होता की, तिचा वध कोणीच करू शकणार नव्हतं, म्हणजे तिला अमरत्व प्राप्त होणार होतं.

त्यावर ब्रह्मदेव हसून म्हणाले, "तथास्तु."

त्यानंतर सर्व असुरांच्या बाबतीत जे घडत असे तेच या महिषीच्या बाबतीतसुद्धा घडलं. आता कुणीच आपला पाडाव करू शकत नाही, आपण आता अजिंक्य झालो आहोत अशी महिषीची कल्पना झाली. ती अत्यंत क्रूर अशी राक्षसी बनली. तिच्या क्रौर्याला कंटाळून देव आणि माणसं भगवान विष्णू आणि शंकर यांच्या भेटीला गेली. "आता तुम्ही दोघे मिळून आमची हिच्या छळातून सुटका करा!" अशी त्यांनी त्या दोघा देवांकडे विनंती केली.

त्यावर भगवान श्रीविष्णू सर्वांना धीर देत म्हणाले, "तुम्ही काहीही काळजी

करू नका. मी जरी पुरुष असलो, तरी मी आजपर्यंत दोन वेळा स्त्रीरूप धारण केलेलं आहे. प्रथम माझ्या कूर्मावतारामध्ये समुद्रमंथनाच्या वेळी मी मोहिनीचं रूप धारण केलं होतं. समुद्रमंथनाच्या वेळी जे अमृत निघालं ते केवळ देवांच्याच वाट्याला यावं आणि ते असुरांच्या हातात पडू नये, यासाठी मी ते केलं होतं. दुसऱ्यांदा भस्मासुराचा वध करण्यासाठी मी मोहिनीचं रूप धारण केलं होतं. त्या वेळी भस्मासुराच्या अंगात एक सामर्थ्य होतं. या सामर्थ्यामुळे त्याने कुणाच्याही मस्तकावर हात ठेवला की, ती व्यक्ती जळून भस्मसात होत असे. आता पुन्हा एकदा मोहिनीचं रूप धारण करण्याची वेळ आलेली आहे. मी आता पुन्हा एकदा मोहिनीचं रूप घेतो, त्यानंतर मला जो पुत्र होईल, त्याचे पिता भगवान श्री शंकर असतील. त्यांच्या या पुत्राला जग हरिहरपुत्र 'अय्यप्पन' किंवा 'मणिकांत' म्हणून ओळखेल आणि त्याच्या गळ्यामध्ये एक घंटा असेल.''

त्यानंतर श्री विष्णूंनी मोहिनीचं रूप धारण केलं आणि थोड्याच दिवसांत भगवान शंकर आणि मोहिनी यांना एक गुटगुटीत मुलगा झाला.

एक दिवस पंडालम देशाचा राजा राजशेखर पांडियन हा आपल्या सैनिकांबरोबर एका घनदाट अरण्यात शिकारीसाठी गेला होता. तो ईश्वराचा खरा भक्त होता; पण तो निपुत्रिक होता. त्या दिवशी अरण्यात शिकारीला गेलेला असताना त्याला एका तान्ह्या बाळाच्या रडण्याचा आवाज आला. त्याबरोबरच एका मंजूळ घंटेचा आवाजसुद्धा आला. तो त्या आवाजाच्या रोखाने शोध घेत पम्पा नदीच्या काठी आला. तिथे राजाला एक अत्यंत सुंदर, गुटगुटीत असं बालक सापडलं. त्याच्या गळ्यात एक घंटा होती. राजाने आपल्या सैनिकांना त्या बालकाच्या माता-पित्यांचा शोध घेण्यासाठी पाठवलं; पण थोड्या वेळातच ते सैनिक हात हलवत परत आले. त्यांना काही या बाळाचे आई-वडील सापडले नव्हते. मग राजाने त्या बाळाला ईश्वराचा प्रसाद समजून आपल्या घरी नेलं.

राजा आणि राणीने त्या बाळाचा आपल्या स्वतःच्या मुलाप्रमाणे सांभाळ केला. त्यांनी त्याचं नाव मणिकांत ठेवलं. त्यांनी त्या मुलाला खूप उत्तम तऱ्हेने वाढवलं. कालांतराने हा मुलगा युद्धनीतिशास्त्रात निपुण झाला, त्याचप्रमाणे अत्यंत व्यासंगी विद्वान झाला.

असाच आणखी काही काळ गेला आणि त्यानंतर राणीच्या पोटी आणखी एक पुत्र जन्माला आला; पण तरीसुद्धा राजाला मणिकांत हाच आपला मोठा मुलगा वाटत असे आणि आपल्यानंतर आपल्या राज्याचा वारस तोच व्हावा अशी त्याची इच्छा होती. याउलट राणीला मात्र आपला सख्खा पुत्र राज्याचा वारस असावा असं वाटे; म्हणून राणीने एका दुष्ट मंत्र्याच्या मदतीने मणिकांतचा काटा काढायचं ठरवलं. एक दत्तक पुत्र राजगादी पुढे चालवणार, ही कल्पना राणीला आणि त्या

मंत्र्याला सहन होत नव्हती.

काही दिवसांनी राणीने आपलं डोकं दुखत असल्याचं नाटक केलं. राणीने आणि मंत्र्याने राजवैद्यांनासुद्धा पैशाची लालूच देऊन, आपल्या बाजूने वळवून घेतलं होतं; त्यामुळे राणीच्या सांगण्यावरून त्यांनी असं जाहीर केलं की, राणीला जर कुणी वाघिणीचं दूध पिण्यासाठी आणून दिलं, तरच तिची ही डोकेदुखी बरी होईल. वाघिणीचं दूध आणण्यासाठी जाणं म्हणजे आपण होऊन मृत्यूला निमंत्रण देण्यासारखं आहे, याची राजाला पुरेपूर कल्पना होती; पण यावर काय उपाय करावा हेच राजाला कळेना. मग तरुण मणिकांत पुढे झाला आणि आपल्या पित्याची समजूत काढत तो म्हणाला, ''तात, तुम्ही अजिबात काळजी करू नका. मी आईसाठी नक्की वाघिणीचं दूध घेऊन येईन. आई लवकरात लवकर व्याधीमुक्त व्हावी, असंच मलासुद्धा वाटतं.''

राजाला मणिकांतची खूपच काळजी वाटत होती; त्यामुळे तो जरासा घुटमळला; परंतु मणिकांत मात्र आपला आपला हट्ट सोडण्यास तयार नव्हता.

दुसऱ्या दिवशी मणिकांत अरण्यामध्ये गेला. तिथे त्याची महिषी राक्षशिणीशी गाठ पडली. ती त्याला पुढे जाऊ देईना. तिने त्याच्यावर हल्ला चढवला; पण मणिकांतनेदेखील तिच्यावर प्रतिहल्ला चढवून, तिचा प्रतिकार केला आणि क्षणार्धात तिची हत्या केली. मणिकांत हा भगवान विष्णू आणि शंकर यांचा पुत्र होता. त्याच्या अंगामध्ये दैवी गुण होते; म्हणूनच हे शक्य झालं. अशा रीतीने त्याच्या नशिबामध्ये जे काही कर्म करणं लिहिलेलं होतं, ते त्याने पार पाडलं आणि अर्थातच महिषीचा अंत झाला.

त्यानंतर मणिकांतने अरण्यामध्ये जाऊन एका वाघिणीला आपल्या कह्यात घेऊन, तिच्यावर नियंत्रण केलं. त्यानंतर तो तिच्यावर बसून राजवाड्यात आला. येताना तो इतर अनेक वाघांना आपल्या बरोबर घेऊन आला होता. मणिकांत वाघिणीला घेऊन जिवंत परत आलेला आहे आणि तो आता आपल्या या दुष्ट योजनेविषयी राजाला सांगणार, अशी राणीला भीती वाटू लागली. मग राणी त्या मंत्र्याला घेऊन तत्काळ मणिकांतकडे गेली. त्यांनी त्याच्यासमोर आपल्या पापाची कबुली दिली. ते त्याच्यापाशी गयावया करून म्हणाले, ''हे मणिकांता, तू कृपा करून या सर्व वाघांना आमच्यापासून दूर ठेव.'' आपल्या स्वतःच्या राणीने मणिकांतला ज्या पद्धतीने वागवलं, ते सर्व राजाने पाहिलं होतं आणि त्यामुळे तो अतिशय व्यथित झाला. मणिकांतच्या अंगातील दैवी शक्तीची त्याला प्रचिती आली. इतके दिवस आपण मणिकांतला एक सर्वसामान्य मुलगा समजत होतो, याची त्याला खंत वाटली.

मग राजा त्याच्या समोर नतमस्तक होऊन म्हणाला, ''हे भगवान, मी तुम्हाला

ओळखू शकलो नाही त्याबद्दल मला तुम्ही क्षमा करा.''

मणिकांतने आपल्या पित्याला जवळ घेतलं. त्याला त्यांच्याविषयी आत्यंतिक माया आणि प्रेम वाटत होते. त्या पिता-पुत्रामधील प्रेमाची तुलना केवळ यशोदा आणि कृष्ण यांच्यातील प्रेमाशीच होऊ शकेल. राजा मणिकांतला म्हणाला, ''हे भगवान, तुम्ही आता मला या जन्म-मृत्यूच्या चक्रातून मुक्त करा, मला मोक्ष द्या आणि माझ्या कुटुंबीयांना आशीर्वाद द्या.''

मग मणिकांतने त्याला आशीर्वाद दिला. त्याबरोबरच त्याने तो राजवाडादेखील सोडून जाण्याचा निर्णय घेतला. त्याने आपल्या वडिलांना शबरीमला इथे एक मंदिर बांधण्याची विनंती केली. शबरीमला हे ठिकाण पवित्र पम्पा नदीच्या उत्तरेला आहे. हे मंदिर बांधून पूर्ण झाल्यावर त्यामध्ये आपली एक प्रतिकृतीसुद्धा स्थापन करावी, असं मणिकांतने आपल्या वडिलांना सांगितलं.

आता ज्याला लोक 'अयप्पा' म्हणून ओळखतात, तो मणिकांत राजाला म्हणाला, ''माझं दर्शन घेण्यासाठी खऱ्या श्रद्धेने आणि भक्तीने या मंदिरामध्ये जो कोणी येईल, त्याला खऱ्या अर्थाने मोक्षप्राप्ती होईल.''

मग तो आपल्या वडिलांना म्हणाला, ''तात, तुम्ही मला अत्यंत लाडाकोडात वाढवून लहानाचं मोठं केलं आहे; त्याबद्दल मी तुमचा सदैव ऋणी आहे; पण मी आता तुमचा निरोप घेऊन इथून जात आहे. त्यापूर्वी तुमची जी काही इच्छा असेल ती मला तुम्ही सांगा.''

त्यावर राजशेखर राजा डोळ्यांमध्ये पाणी आणून म्हणाला, ''भगवान, तुम्ही नक्की कोण आहात हे माहीत नसताना मी तुम्हाला माझा पुत्र समजून वाढवलं. लहानाचं मोठं केलं, तेव्हा तुम्ही कृपया वर्षातून एकदा तरी माझ्या या राज्याला भेट देण्यासाठी या.''

''हो तर मी नक्कीच येईन तात. मी दरवर्षी मकर संक्रांतीच्या दिवशी इथल्या आकाशामध्ये एक तारा होऊन चमकेन आणि माझ्या सर्व भक्तांना मी तिथूनच आशीर्वाद देईन.''

त्यानंतर मणिकांतने आपल्या भक्तांसाठी आचरणाचे काही नियम घालून दिले. त्याचप्रमाणे आपलं मंदिर जेव्हा उभारण्यात येईल, तेव्हा त्याला अठरा पायऱ्या असाव्यात, असंही त्याने आपल्या वडिलांना सांगितलं. या पायऱ्या म्हणजे तत्त्वज्ञानाच्या काही मूल्यांची प्रतीकं असतील.

आजही पंडालम या राजघराण्यातले लोक या अठरा पायऱ्यांच्या पायथ्याशी उभे राहून ईश्वराचं दर्शन घेतात. केरळ राज्यामध्ये शबरीमला हे स्वामी अयप्पा यांचं अत्यंत सुप्रसिद्ध असं मंदिर आहे. दरवर्षी जानेवारी महिन्यात मकर संक्रांतीच्या दिवशी दर्शनासाठी इथे भक्तांची रीघ लागते.

हे सर्व भक्त अयप्पाने घालून दिलेल्या सदाचाराच्या नियमांचं अगदी काटेकोरपणे पालन करतात आणि अयप्पाच्या आशीर्वादाच्या प्राप्तीची अपेक्षा करतात.

❖

सर्वांत श्रेष्ठ देव

आपल्याला सर्वांनाच एक गोष्ट माहीत आहे, ती म्हणजे आठवड्यात सात दिवस असतात आणि प्रत्येक वारासाठी एक ग्रह असतो.

रविवारला आदित्यवार असंही म्हणतात. रवी हे सूर्याचं नाव आहे.

सोमवार हे चंद्रदेवतेचं प्रतीक आहे.

मंगळ या ग्रहावरून मंगळवार असं नाव पडलं असून, हा ग्रह म्हणजे पृथ्वीचा पुत्र आहे.

बुध या ग्रहामुळे बुधवार असं नाव पडलं. बुध हा चंद्राचा पुत्र आहे.

गुरुवार हे नाव बृहस्पतीमुळे पडलेलं आहे. बृहस्पती म्हणजे सर्व देवांचे गुरू.

शुक्रवार हे नाव शुक्र या ग्रहामुळे पडलं. शुक्राचार्य हे असुरांचे गुरू होते.

शनिवारचं नाव हे शनी या ग्रहावरून पडलेलं आहे. शनी हा सूर्याचा पुत्र.

एकदा या सर्व ग्रहांची एक परिषद भरली होती. ही परिषद एक आठवडाभर चालणार होती. या परिषदेसाठी राहू आणि केतू हे दोघेसुद्धा उपस्थित होते. हे दोघे ग्रह असूनही त्यांच्या नावे मात्र कुठलेच वार नाहीत. या दोघांचं आगमन नेहमी फक्त ग्रहणाच्या वेळेसच होतं.

त्याच वेळी तिकडून नारदमुनी चालले होते. त्यांच्या स्वभावानुसार त्यांनी तिथे थांबून, त्या सर्व ग्रहांना एक प्रश्न विचारला. ''तुम्ही सर्वजण अतिशय महान आहात. तुम्ही सगळेच मानवजातीच्या कल्याणासाठी झटत असता; परंतु मला असं सांगा, तुमच्यापैकी सर्वांत श्रेष्ठ कोण?''

अशा प्रकारे त्या सर्व ग्रहांमध्ये भांडण लावून देऊन, ते स्वतः तिथून निघून गेले.

मग ते सर्व ग्रह विचारात पडले. प्रत्येक ग्रहाला आपणच सर्वांत श्रेष्ठ आहोत

असं वाटत होतं; परंतु आपल्या सर्वांपैकी श्रेष्ठ ग्रह कोणता, याविषयी त्यांच्यात एकमत होईना. मग नारदमुनींनी त्यांच्या समोर ठेवलेला प्रश्न ते देवाधिराज इंद्राच्या समोर घेऊन गेले.

इंद्रदेव हा अतिशय धूर्त आणि चाणाक्ष होता. त्याने मनात विचार केला की, समजा, मी यांच्यापैकी एकाची निवड केली, तर बाकीचे सर्वजण माझ्यावर नाराज होतील; त्यामुळे इंद्रदेव म्हणाला, "खरं सांगायचं तर मी काही राजा विक्रमादित्याएवढा ज्ञानी नाही. राजा विक्रमादित्य उज्जैन नगरीचा राजा आहे. तो संपूर्ण जगाच्या आदरास प्राप्त ठरलेला आहे. मी काही तुमच्या या प्रश्नावर त्याच्याएवढ्या निष्पक्षपातीपणे न्याय-निवाडा करू शकणार नाही; त्यामुळे तुम्ही सर्वजण त्याच्याकडे जा. या गोष्टीचा निर्णय तोच देईल."

त्यानंतर सर्व ग्रह जमून विक्रमादित्य राजाकडे गेले आणि त्याला म्हणाले, "आमच्यापैकी सर्वांत श्रेष्ठ ग्रह कोणता, याचा निर्णय तुम्ही द्यावा."

विक्रमादित्याच्या दृष्टीने हा निर्णय फारच अवघड होता; परंतु ते सर्व ग्रह अडूनच बसले होते. ते म्हणाले, "तुम्ही जो काही निर्णय द्याल, तो न्याय्य बुद्धीने व निष्पक्षपातीपणाने द्याल अशी आमची खात्री आहे आणि तुम्ही जो काही निर्णय द्याल तो आम्ही मान्य करू."

मग विक्रमादित्याने कर्तव्यबुद्धीने ते न्यायदानाचं काम हाती घेतलं. त्यासाठी त्याने विविध धातूंपासून सात सिंहासनं बनवून घेतली. त्यामध्ये सुवर्ण (सर्वश्रेष्ठ), कांस्य, पितळ, कथील, जस्त, अभ्रक आणि लोह (सर्वांत निकृष्ट) या धातूंपासून बनवलेल्या सिंहासनांचा समावेश होता.

मग राजा विक्रमादित्याने त्या सर्व ग्रहांना स्वतःच्या आवडीचं सिंहासन निवडून, त्यावर बसण्यास सांगितलं.

सूर्याने सुवर्णाचं सिंहासन निवडलं तर शनीने लोहाचं सिंहासन निवडलं. उरलेल्या ग्रहांनी इतर धातूंपासून बनवलेली सिंहासनं निवडली.

मग राजा विक्रमादित्य त्या सर्व ग्रहांना म्हणाला, "मी तुमच्यासमोर स्वतःच्या मनाने या बाबतीमध्ये निर्णय देणार नाही; परंतु तुम्ही स्वतःसाठी जी सिंहासनं निवडून त्यावर विराजमान झाला आहात, त्यावरूनच तुमचं स्थान सिद्ध होतं. आणि त्यानुसार असं दिसून येतं की, सूर्याचं स्थान सर्वोच्च असून, शनिदेव सर्वांत कनिष्ठ स्थानावर आहेत."

ते ऐकून शनिदेवाचा घोर अपमान झाला.

"मला सर्वांत कनिष्ठ श्रेणीचा मानतोस काय?" तो गर्जना करत विक्रमादित्याला म्हणाला. "तुला माझ्या ताकदीचा अजिबात अंदाज नाही. इतर ग्रह माणसाच्या कुंडलीमध्ये एक किंवा दोनच महिने वास्तव्य करून असतात. उदाहरणार्थ -

सूर्याचंच बघ ना, तो फार फार तर एक-दोन महिने कुणाच्याही कुंडलीत राहतो, मंगळ दीड महिना राहतो, गुरू जास्तीतजास्त तीन महिने राहतो, बुध आणि शुक्र प्रत्येकी एक-एक महिनाच राहतात. तर राहू आणि केतू अठरा महिने राहतात. मी मात्र एकटाच कुणाच्याही कुंडलीमध्ये अडीच वर्षांपासून ते साडेसात वर्षांपर्यंतसुद्धा राहू शकतो; यालाच शनीची साडेसाती असं म्हणतात.

''माझ्यापुढे अत्यंत सामर्थ्यशाली देवांचासुद्धा थरकाप होतो. मी जेव्हा प्रभू श्रीरामांच्या राशीला लागलो, तेव्हा त्यांना राजगादी मिळण्याऐवजी त्यांच्या नशिबी वनवास आला. भगवान श्रीकृष्णांच्या राशीला लागलो, तेव्हा त्यांची त्यांच्या माता-पित्यांपासून ताटातूट झाली आणि त्यांना दुसऱ्याच ठिकाणी कुठेतरी लहानाचं मोठं व्हावं लागलं. मी जेव्हा नलराजाच्या राशीला जाऊन बसलो, तेव्हा त्याचं राज्यही गेलं आणि त्याची पत्नीही त्याच्यापासून दुरावली. आजवर माझं अस्तित्व जाणवलेलं नाही, असा कुणीच नाही.

''मी त्यांच्या वाटेला जाऊ नये अशी प्रत्यक्ष भगवान शंकरांनीसुद्धा मला विनंती केली होती. मग मी त्यांना म्हणालो, 'मी तुमच्या राशीला तर येईनच, फक्त कमी वेळ येईन; परंतु काही झालं तरी तुमची माझ्यापासून सुटका होणार नाही.' मग भगवान शंकरांनी मला आव्हान दिलं. ते मुद्दामच दर्भाच्या काड्यांमध्ये जाऊन लपून बसले. त्यानंतर काही क्षणांनी ते बाहेर येऊन म्हणाले, 'बघ, मी म्हणालो होतो ना, तू माझं काहीच वाकडं करू शकत नाहीस.' त्यावर मी त्यांना म्हणालो, 'पण मी तर तुमचं वाकडं करूनच दाखवलं की! हे भगवान, तुम्ही मला इतके घाबरलात की, तुम्ही माझ्या भीतीने काटेरी झुडपांत जाऊन लपून बसलात आणि जे काही दोन-चार क्षण तुम्ही त्या काटेरी झुडपांमध्ये लपून बसला होता, तेव्हा तुम्ही या जगाचे स्वामी नव्हता. त्या काळात तुमच्या सर्वांगाला काटे टोचले आणि तुम्हाला अतोनात त्रास झाला. इतकी माझी ताकद मोठी आहे.' माझ्यापुढे साक्षात भगवान शंकरसुद्धा कापतात. ''हे भगवान्, आपण निर्भयपणे स्मशानभूमीत वास करता, परंतु माझ्या भीतीने मात्र तुम्ही दर्भाच्या काटेरी झुडपांमध्ये लपून बसायलाही तयार झालात, म्हणून तर तुम्हाला सर्वजण दर्भेश्वर म्हणून ओळखतात.''

शनिदेव पुढे म्हणाले, ''माझे गुरू बृहस्पती अत्यंत कनवाळू आहेत. ते माझ्याशी फार प्रेमाने वागले. मला जे काही ज्ञान प्राप्त झालं आहे, ते त्यांच्याकडूनच प्राप्त मिळालेलं आहे.'' असं म्हणून शनिदेवांनी विक्रमादित्याला उज्जैन नगरीत घडलेली आणखी एक कथा सांगितली.

''माझं सर्व शिक्षण पूर्ण झाल्यावर माझे गुरू बृहस्पती यांनी मला विश्वाला सामोरं जाऊन माझं कर्तव्य पार पाडण्याची आज्ञा दिली. त्यावर मी त्यांना म्हणालो, ''गुरुजी, मी तुम्हालादेखील सोडणार नाही. मी तुमच्याही राशीला बसणार आहे,

कारण तुम्हाला त्रास देणं हेसुद्धा माझं कर्तव्य आहे.''

तेव्हा ते म्हणाले, 'नाही, नाही; मुळीच नाही. तू माझा भक्त आहेस, शिष्य आहेस आणि तुझं शिक्षण आता संपलेलं आहे.'

''मग माझ्या गुरुदेवांनी पांढऱ्या शुभ्र वस्त्रामध्ये एक मोठा भोपळा गुंडाळून घेतला आणि ते चालत स्वतःच्या घरी जायला निघाले. चालता चालता कित्येक तास झाले. दिवस संपला. रात्र झाली. अचानक कुठूनतरी गुरुदेवांच्या समोर दोन सैनिक उभे ठाकले आणि त्यांना म्हणाले, 'तुम्ही कोणाची हत्या केली? तुमच्या हातातल्या या पांढऱ्या वस्त्रातून रक्त ठिबकत आहे.' त्यावर बृहस्पती त्यांना काही उत्तर देणार, एवढ्यात त्या सैनिकांनीच त्यांच्या हातातलं ते गाठोडं उघडलं, तर त्यातून एका मृतदेहाचं मस्तक बाहेर आलं. हे असं कसं झालं, तेच बृहस्पतींना कळेना.

'हे असं कसं काय झालं? माझ्याकडचा भोपळा कुठे गेला? तो मला तुम्ही आत्ताच्या आत्ता परत द्या.' ते त्या सैनिकांना म्हणाले; पण सैनिकांनी त्यांचं काहीही ऐकून न घेता, त्यांना अटक करून तुरुंगात टाकलं.

''मग गुरुजींना माझ्या शब्दांची आठवण झाली. माझ्या अंगची शक्ती पाहून ते स्तंभित झाले. त्यानंतर दुसऱ्या दिवशी राजाने माझ्या गुरुजींना आपल्या दरबारात बोलावून घेतलं आणि त्यांना ते गाठोडं परत दिलं. त्यांनी ते उघडून पाहिलं, तर त्यात त्यांचा भोपळा होता. आदल्या रात्री अंधारामध्ये त्या सैनिकांना तो भोपळा एखाद्या मृत व्यक्तीच्या मस्तकासारखा भासला होता. ते जे घडलं होतं, ते माझ्याचमुळे! त्या घटनेचा कर्ता-करविता मीच होतो. अखेर राजाने गुरू बृहस्पतींचा यथोचित आदरसत्कार करून त्यांना सोडून दिलं.

''अशा तऱ्हेने माझ्या शक्तीची चुणूक मी माझ्या गुरुजींनासुद्धा दाखवून दिली. शनिदेव म्हणाले, तेव्हा हे विक्रमादित्या! आता तुझी पाळी आहे. आता लवकरच तुझ्या आयुष्यातल्या साडेसातीला सुरुवात होणार आहे. मग तुलादेखील माझी ताकद कळेल.''

'आता आपल्या नशिबामध्ये काय भोग लिहून ठेवले आहेत देव जाणे!' विक्रमादित्याच्या मनात आलं; पण तरीसुद्धा त्याने आपल्या कर्तव्यामध्ये कुठेही कसूर केली नाही.

विक्रमादित्य राजाला घोडेस्वारीची कला अवगत होती. एक दिवस त्याच्या दरबारी एक मोतद्दार एका उमद्या, देखण्या घोड्याला घेऊन आला. विक्रमादित्याला त्या घोड्यावर आरूढ होण्याचा मोह आवरला नाही. विक्रमादित्याने त्या घोड्यावर मांड ठोकली आणि तो निघाला. त्यानंतर क्षणार्धातच तो घोडा उधळला आणि सैरावैरा धावत सुटला. विक्रमादित्य घोड्यासह कुठे नाहीसा झाला ते कुणालाच

कळलं नाही. त्याच्या सैनिकांनी त्याचा बराच शोध घेतला; पण कुणालाच तो सापडला नाही. तो घोडा विक्रमादित्याला घेऊन एका निबिड अरण्यात शिरला. विक्रमादित्य जेव्हा त्या घोड्यावरून उतरला, तेव्हा तो प्रचंड दमला होता. तिथल्या एका दगडावर तो झोपी गेला. दुसऱ्या दिवशी जेव्हा त्याला जाग आली, तेव्हा तो घोडा तिथून निघून गेला होता.

इकडे विक्रमादित्याच्या राजवाड्यामध्ये त्याची राणी मदनलेखा पतीच्या काळजीने व्याकूळ झाली होती. ती स्वतः शनिदेवाची उपासक होती. तिने शनिदेवाला आपल्या पतीचे प्राण वाचवण्याची विनंती केली.

''मी तुझ्या पतीचे प्राण नक्की वाचवीन; पण त्याला साडेसाती तर भोगून पूर्ण केलीच पाहिजे.'' शनिदेव तिला म्हणाले.

विक्रमादित्य मग पायी चालतचालत आपल्या नगरीकडे परत यायला निघाला; परंतु तो कोण आहे हे वाटेत कोणीच ओळखलं नाही. त्याच्याकडे थोडेही पैसे नव्हते. तो कित्येक योजने चालत राहिला आणि अखेर शेजारच्या राज्यात येऊन पोहोचला. तिथे त्याला एक सधन व्यापारी भेटला. राजाने त्याच्याकडे अन्न-पाण्याची मागणी केली. त्या व्यापाऱ्याला राजाची दया आली आणि तो राजाला आपल्या घरीच घेऊन गेला.

आपण कोण आहोत हे सांगण्याची विक्रमादित्याला फारच लाज वाटत होती; त्यामुळे त्याने त्या व्यापाऱ्याला स्वतःविषयी काहीच सांगितलं नाही. त्या दिवशी त्या व्यापाऱ्याला आपल्या व्यवसायामध्ये खूपच मोठा नफा झाला होता. अर्थात ही गोष्ट खरं म्हणजे शनिदेवानेच घडवून आणली होती; परंतु त्या व्यापाऱ्याला वाटलं, विक्रमादित्याचा पायगुण फारच चांगला आहे; म्हणूनच त्याने त्याला आपल्या घरी नोकर म्हणून ठेवून घेतलं.

दरम्यान, विक्रमादित्याने आपलं नावसुद्धा बदललं. लवकरच त्या व्यापाऱ्याच्या मुलीचा विवाह संपन्न होणार होता. त्या व्यापाऱ्याने आपल्या मुलीसाठी एक सुंदर तैलचित्र खरेदी केलं होतं. ते तैलचित्र एका राजहंसाचं होतं.

एका रात्री विक्रमादित्य झोपण्याची तयारी करत असताना त्याला कसलातरी आवाज ऐकू आला. त्याने पाहिलं, तर त्या तैलचित्रातला हंस सजीव झाला. तो झोपी गेलेल्या राजकन्येच्या जवळ गेला आणि त्याने तिच्या गळ्यातला मोत्याचा हार उचलून गिळून टाकला. ते पाहून विक्रमादित्याला आश्चर्याचा धक्का बसला.

'तैलचित्रातला हंस असं कसं काय करू शकतो? कदाचित मला काहीतरी भास झाला असेल.' असा त्याने विचार केला.

दुसऱ्या दिवशी त्या घरात एकच गोंधळ माजला होता. लग्नाच्या मुलीच्या गळ्यातला हार कुठे दिसेना. सर्वजण त्याचा शोध घेत होते; पण तो हार कुठेच

सापडेना.

विक्रमादित्य त्या व्यापाऱ्याकडे गेला. त्या तैलचित्रातल्या हंसाने तो हार गिळून टाकल्याचं त्याने त्या व्यापाऱ्याला सांगितलं. ते ऐकून घरातील सगळी माणसं विक्रमादित्यावर खूप संतापली. ''तैलचित्रातला हंस हार कसा गिळेल? तो हार नक्की यानेच चोरला असणार.'' ते सगळे म्हणाले.

मग त्या सधन व्यापाऱ्याच्या पत्नीने त्या नगरीच्या राजाकडे विक्रमादित्याविरुद्ध तक्रार नोंदवली. राजाने आपल्या सैनिकांना ताबडतोब त्या व्यापाऱ्याच्या घरी पाठवून विक्रमादित्याला पकडून कैदेत टाकलं.

या नगराचा राजा चंद्रसेन विक्रमादित्य राजाचा शत्रू होता. त्याच्या सैनिकांनी त्याला पकडून जेव्हा चंद्रसेनाच्या दरबारात त्याच्या समोर उभं केलं, तेव्हा चंद्रसेनाने विक्रमादित्याला लगेच ओळखलं; पण तो कोण आहे, हे त्याने इतर कोणालाही सांगितलं नाही. त्याऐवजी त्याने आपल्या सैनिकांना विक्रमादित्याचे हातपाय त्याच्या धडापासून वेगळे करण्याची आज्ञा दिली. विक्रमादित्याच्या अपराधाची चौकशीही न करता त्याला अशी क्रूर शिक्षा ठोठावण्यात आली.

शिपायांनी राजाच्या आज्ञेप्रमाणे विक्रमादित्याचे हातपाय त्याच्या धडापासून वेगळे करून, त्याला नगराबाहेर नेऊन दूर फेकून दिलं. आता खरोखरच भीक मागण्यावाचून विक्रमादित्याकडे काहीच पर्याय नव्हता. एक दिवस रस्त्यावरून विक्रमादित्याच्या जवळून एक तेलाचा व्यापारी चालला होता. त्याला विक्रमादित्याची दया आली आणि तो त्याला आपल्या घरी घेऊन गेला. त्या व्यापाऱ्याचं घर दुसऱ्या राज्यात होतं. त्या व्यापाऱ्याने विक्रमादित्याच्या जखमांवर मलमपट्टी केली आणि त्याला अन्नही भरवलं. मग त्या व्यापाऱ्याने विक्रमादित्याला कामसुद्धा दिलं. तो तेलाचा व्यापारी असल्यामुळे त्याच्या घरी तेलाचा घाणा होता. त्यावर तेलबियांपासून तेल काढण्यात येत असे. त्या घाण्याचा बैल एका चक्राभोवती फिरत असे आणि तेलबियांपासून तेल निघत असे. त्या तेलाच्या घाण्यावर आणि त्या फिरणाऱ्या बैलावर लक्ष ठेवण्याचं काम विक्रमादित्याला देण्यात आलं. अशा रीतीने उज्जैन नगरीचा राजा एका छोट्या नगरातल्या व्यापाऱ्याच्या घरचा नोकर बनला. त्याने शनिदेवाची प्रार्थना केली; परंतु त्याचबरोबर हात-पाय नसतानासुद्धा तो आपलं कर्तव्य करू शकत होता याचं त्याला नवल वाटलं.

एव्हाना त्याच्या साडेसातीचा काळ संपुष्टात येत चालला होता. तो दिवसभर अतिशय मेहनतीने काम करत असे आणि रात्री ईश्वरस्तुतीची भजनं गात असे. त्याचा गळा गोड होता आणि त्याचा आवाज सुरेल होता. त्याचा आवाज ऐकून त्या नगराची राजकन्या मोहित झाली. तिने त्या गायकाविषयी अधिक माहिती काढण्यासाठी आपल्या काही नोकरांना रवाना केलं. तो इतक्या गोड गळ्याचा माणूस तेलाच्या

घाणीवर काम करणारा आणि हातपाय नसलेला माणूस आहे हे जेव्हा तिला कळलं, तेव्हा तिला धक्काच बसला. मग ती त्याला भेटायला आली. त्याला पाहताच तो तिच्या मनात भरला. त्याचा तो शांत, सुंदर चेहरा, मधुर आवाज, गोड गळा आणि अदबशीर बोलणं यामुळे ती त्याच्याकडे आकृष्ट झाली. तिने आपल्या माता-पित्यांकडे त्याच्याशी विवाह करण्याची इच्छा व्यक्त केली. तिच्या आई-वडिलांना ही गोष्ट मुळीच पसंत पडली नाही; पण तिच्या हट्टापुढे त्या दोघांचं काहीही चाललं नाही. अखेर अगतिक होऊन तिचे वडील त्या तेलाच्या व्यापाऱ्याकडे गेले आणि त्यांनी आपल्या कन्येसाठी विक्रमादित्याला मागणी घातली. ते त्या व्यापाऱ्याला म्हणाले, "तुझ्याकडे असलेल्या, त्या हातपाय नसलेल्या नोकराशी माझ्या मुलीचं लग्न लावून दे. खरंतर मला ही गोष्ट अजिबात पटलेली नाही; पण माझ्या नशिबात हे असंच दिसतं आहे."

खुद्द विक्रमादित्याचीसुद्धा या विवाहाला तयारी नव्हती; परंतु त्याच्यावर त्या राजाकडून आणि त्याच्या मालकाकडून खूप दबाव आणला गेला; त्यामुळे अखेर तो राजी झाला. त्यांचं लग्न लावून देण्यात आलं. या लग्नामुळे कुणीच खूश झालं नव्हतं. फक्त राजकन्या तेवढी आनंदी होती.

विवाह संपन्न झाल्यानंतर विक्रमादित्य थकून गेला होता; त्यामुळे त्याचा डोळा लागला. झोपेत त्याला एक स्वप्न पडलं. त्याच्या स्वप्नात शनिदेव आले आणि त्याला म्हणाले, "विक्रमादित्या, तू सर्व देवतांमध्ये मला सर्वांत कनिष्ठ श्रेणीचा ठरवलंस, म्हणून मी माझी वक्रदृष्टी तुझ्यावर रोखली आणि तुझी साडेसाती सुरू झाली. तुझ्यावर या साडेसातीच्या काळामध्ये अनन्वित संकटं आली, तुझा खूप छळ झाला. तुला अत्यंत अन्याय सोसावा लागला. तुझी काहीदेखील चूक नसताना तुझा पैसाअडका, तुझी समाजातली पत, तुझं घरदार, तुझे कुटुंबीय, इतकंच काय पण तुझे हातपायसुद्धा तुला गमावावे लागले; पण या सर्व काळामध्ये एकदासुद्धा तू मला शिव्याशाप दिले नाहीस की माझ्यावर दोषारोप ठेवला नाहीस. तुझ्यावर जी काही संकटं आली, ती तू हसतमुखाने झेललीस. त्याचबरोबर तू माझी प्रार्थनासुद्धा केलीस; त्यामुळे मी तुझ्यावर प्रसन्न झालो आहे. साडेसातीचा खरा अर्थ असा आहे की, आपलं सामर्थ्य हे आपल्या अंगच्या ताकदीत कधीच नसतं. ते कधीही जाऊ शकतं. तुम्हाला कदाचित तुमच्या शारीरिक क्षमतेचा अभिमान असेलही; पण कधीतरी तुमच्या शरीराला इजा होऊ शकते, तेव्हा तुमचा तो अभिमानसुद्धा मोडकळीस येतो. जीवनामध्ये सगळं काही क्षणभंगुर आहे. प्रत्येकालाच आयुष्यात कधी ना कधीतरी ही साडेसाती भोगावीच लागते; त्यामुळे तुमचा आयुष्याकडे बघण्याचा दृष्टिकोन बदलतो, तुमच्यात विरक्ती येते, तुम्ही तत्त्वचिंतक बनता. साडेसाती भोगून झाल्यानंतर तुमच्या एक गोष्ट लक्षात येते, ती म्हणजे तुमच्यावर

नियंत्रण करणारी एक सर्वश्रेष्ठ शक्ती आहे. आता मला तू असं सांग, तुला माझ्याकडून काय हवं आहे?''

त्यावर विक्रमादित्य म्हणाला, ''महाराज, मला तुमच्याकडून माझ्यासाठी काहीच नको; पण मला तुम्हाला एक विनंती करायची आहे– इथून पुढे कुणावरही एवढी संकटं तुम्ही कृपया आणू नका.''

त्यावर शनिदेव म्हणाले, ''हे तर शक्य नाही; पण तुझ्या एक गोष्ट लक्षात आली असेलच. या साडेसातीमुळेच लोकांना स्वतःचा शोध लागतो; पण मी तुला एक वचन देतो. मी तुला जेवढा त्रास दिला, तेवढा मी इतर लोकांना देणार नाही. तरीसुद्धा त्यांना परिपक्व आणि शहाणं बनवण्यासाठी मला जे काही करावं लागेल, ते मी करीनच. त्यांची साडेसाती जेव्हा संपुष्टामध्ये येईल, तेव्हा अर्थातच मी त्यांच्यासाठी चांगलं काहीतरी करीन आणि मगच त्यांच्या आयुष्यातून - खरंतर राशीतून जाईन.''

एवढं बोलून शनिदेव अंतर्धान पावले.

विक्रमादित्य राजाने डोळे उघडले आणि बघतो तर काय, त्याचे हातपाय पूर्ववत झाले होते. ते पाहून तो आश्चर्याने थक्क झाला. 'हे आश्चर्य कसं काय घडलं?' त्याच्या मनात आलं; पण जे काही घडलं, ते पाहून राजकन्येला आणि तिच्या घरच्या लोकांना अत्यानंद झाला. तो दुसरा तिसरा कोणी नसून खुद्द राजा विक्रमादित्य आहे हे कळल्यानंतर त्यांच्या आनंदाला पारावारच उरला नाही. ते आनंदाने नाचू लागले.

लवकरच ही बातमी सगळीकडे पसरली.

त्यानंतर विक्रमादित्य आपल्या पहिल्या धन्याकडे जेवायला गेला. तो म्हणाला, ''ते तैलचित्र ज्या कक्षात टांगण्यात आलं आहे, त्याच कक्षामध्ये मी भोजन घेण्यासाठी बसणार.''

सर्वजण जेवायला बसलेले असताना अचानक विक्रमादित्याचं लक्ष त्या तैलचित्राकडे गेलं तर त्या चित्रामधून एक सुंदर असा हार बाहेर येत होता. आता मात्र ही गोष्ट सर्वांनीच पाहिली आणि सर्वांना आश्चर्याचा धक्का बसला.

तो व्यापारीसुद्धा खूपच आनंदी झाला.

त्यानंतर काही काळाने विक्रमादित्य आपल्या नव्या पत्नीला घेऊन, आपल्या राज्यात परत गेला.

दुसऱ्या दिवशी त्याने आपल्या दरबारातील सर्व मंडळींना बोलावून घेतलं आणि एक निवेदन प्रसिद्ध केलं. तो म्हणाला, ''सर्व देवतांमध्ये शनिदेवता ही सर्वांत प्रभावशाली आणि सर्वांत महत्त्वपूर्ण देवता आहे; कारण आयुष्य खरं कसं असतं, हे हीच देवता आपल्याला शिकवते; त्यामुळे मी या नगरातल्या लोकांना शनिदेवांचा

आदर करण्यासाठी शनिवारचा उपास धरण्यास सांगणार आहे. तुम्ही सर्वांनी शनिदेवांची अत्यंत निष्ठेने भक्ती करा आणि तुमच्या आयुष्यातील सर्व अडचणींवर मात करण्यात शनिदेवच तुम्हाला मदत करतील.''

आपल्या भारतात ज्या लोकांचा ज्योतिषशास्त्रावर आणि जन्मकुंडलीवर विश्वास असतो, ते लोक तामिळनाडूमधील तिरुनल्लर या गावी जातात. त्या ठिकाणी एक शनी मंदिर आहे. त्याचप्रमाणे एक दर्भेश्वराचंही मंदिर आहे. या ठिकाणी एक झरा आहे. राजाने त्याच्या आयुष्यातली साडेसाती संपल्यानंतर या झऱ्याच्या काठी स्नान केलं होतं आणि त्याची सर्व संकटं दूर झाली होती.

महाराष्ट्रामध्ये शनी-शिंगणापूर नावाचं एक ठिकाण आहे. तिथे मोकळ्या मैदानात शनिदेवांची उपासना केली जाते. या शनी-शिंगणापूर गावाचंदेखील एक वैशिष्ट्य आहे; या संपूर्ण गावातल्या घरांना दारं नाहीत, अगदी बँकांनासुद्धा दारं नाहीत. इथल्या लोकांचा असा विश्वास आहे की, साक्षात शनिदेवच त्यांच्या घरांची राखण करतात.

प्रत्येकाच्या आयुष्यात या शनिदेवांचा फेरा एकंदर तीन वेळा येऊन जातो असं म्हणतात.

❖

तू, तू का तू?

एक दिवस तीनही लोकांमधील सर्व प्राणिमात्रांमध्ये वाद रंगला होता. पशू-पक्षी, मानव, राक्षस, नद्या, पर्वत, देव असे सर्वचजण एकत्र जमून एका प्रश्नावर चर्चा करत होते. तो प्रश्न म्हणजे या जगात सर्वशक्तिमान कोण आहे?

सबसे बडा कौन?

गंगा नदी म्हणाली, "मी तर सर्वांची पातकं धुऊन काढते; त्यामुळे सर्वशक्तिमान मीच आहे."

मग बाकीचे तिला विरोध करत म्हणाले, "तू कशी काय गं सर्वशक्तिमान? तू तर पृथ्वीवर राहतेस ना? मग पृथ्वीच सर्वशक्तिमान."

ते ऐकून पृथ्वीमाता खूश झाली आणि म्हणाली, "हो हो. मीच सर्वशक्तिमान आहे."

इतरांनी त्याला हरकत घेतली. ते म्हणाले, "तू कशी काय सर्वशक्तिमान? तुला तर शेषनागाने आपल्या मस्तकावर धारण केलं आहे ना? मग शेषनाग सर्वशक्तिमान आहे."

ते ऐकून शेषनागाला परमानंद झाला आणि तो म्हणाला, "हो हो. मीच सर्वशक्तिमान आहे."

मग इतरांनी त्याला विरोध केला. ते म्हणाले, "तू कसा काय रे सर्वशक्तिमान?"

"खरंतर तू भगवान शंकरांच्या मानेभोवती विळखा घालून बसलेला आहेस ना? मग शंकरच सर्वशक्तिमान."

शंकर शांतपणे म्हणाले, "हो हो. मीच सर्वशक्तिमान आहे."

मग सर्वजण त्यांना विरोध करत म्हणाले, "तुम्ही कसे काय सर्वशक्तिमान?"

"खरं सांगायचं तर तुमचा सगळा भार कैलास पर्वत वाहतो; त्यामुळे कैलास पर्वतच सर्वशक्तिमान आहे."

कैलास पर्वत उठून उभा राहिला आणि म्हणाला, "हो, मीच सर्वशक्तिमान आहे."

इतर सर्वजण त्याला विरोध करून म्हणाले, "तू कसा काय रे सर्वशक्तिमान?"

"त्या रावणाने तुला हलवून सोडलं होतं; त्यामुळे रावण सर्वशक्तिमान."

रावण मोठ्याने हसून म्हणाला, "हो मीच सर्वशक्तिमान आहे."

सर्वजण त्याला विरोध करत म्हणाले, "तू कसा काय रे सर्वशक्तिमान?"

"खरं सांगायचं तर श्रीरामांच्या बाणाने तुझा वेध घेतला; त्यामुळे श्रीरामच सर्वशक्तिमान आहेत."

त्यावर प्रभू श्रीराम स्मितहास्य करत म्हणाले, "होय, मीच सर्वशक्तिमान आहे."

त्यावर इतर सर्वजण त्यांना विरोध करत म्हणाले, "तुम्ही कसे काय सर्वशक्तिमान?"

"खरं सांगायचं तर तुम्ही तुमच्या सर्व भक्तांच्या हृदयात वास करत असता; त्यामुळे तुमचे भक्तच सर्वशक्तिमान आहेत."

प्रभू श्रीरामांचे भक्त एकमुखाने म्हणू लागले, "आम्हीच सर्वशक्तिमान."

इतरांनी त्याला हरकत घेतली आणि म्हणाले, "तुम्ही कसे सर्वशक्तिमान?"

"खरं सांगायचं, तर तुम्ही परमेश्वराचं नामस्मरण करता."

"तेव्हा परमेश्वराचं नामच सर्वशक्तिमान आहे." आता मात्र सर्वांनीच मान हलवून होकार दिला.

ही कविता मूळ हिंदीमध्ये असून, ती पुढे देत आहे :

पापनाशिनी गंगा सबसे बडी
तो गंगा कैसे बडी?
वह तो पृथ्वी पर पडी।
पृथ्वी सबसे बडी।

पृथ्वी कैसे बडी?
वह तो शेषनाग के सरपर खडी।
शेष सबसे बडा।

तो शेष कैसे बडा?
वह तो शंकर गले में पडा।
तो शंकर सबसे बडा।

शंकर कैसे बडा?
वह तो कैलाश शिखर पर खडा।
तो कैलाश सबसे बडा।

कैलाश कैसे बडा?
वह तो रावण को लड खडा।
तो रावण सबसे बडा।

रावण कैसे बडा?
वह तो रामबाण से गिरा।
तो राम सबसे बडा।

राम कैसे बडा?
वह भक्त ह्रदय में खडा।
तो भक्त सबसे बडा।

भक्त कैसे बडा?
वह तो राम नाम को पढा।
तो नाम सबसे बडा।

अतिशय सुरेख शब्दांत गुंफलेलं हे लोकगीत आपल्याला असं सांगतं, 'तुमचा धर्म कोणता किंवा तुमची जात कोणती, भाषा कोणती, तुम्ही कुठल्या प्रदेशातून आला आहात हे महत्त्वाचं नाही. ईश्वरभक्ती हीच या जगात सर्वश्रेष्ठ आहे. नेमकी

हीच गोष्ट पुराणांतील कथांमधून आपल्याला सांगण्यात येते. या सृष्टीमध्ये एकच सर्वांत मोठी अशी शक्ती आहे. तुम्ही या शक्तीला कुठल्याही नावाने हाक मारा. ही शक्ती आपल्या हातून घडणाऱ्या सर्व कृत्यांना साक्षीदार असते आणि हीच शक्ती सदासर्वकाळ आपल्याला मार्गदर्शनसुद्धा करत असते. फक्त आपण या शक्तीकडे नीट लक्ष द्यायचं असतं आणि ती आपल्याला जे काही सांगेल त्यानुसार आपण आचरण करायचं असतं.

❖